अर्थशास्त्रीय सिद्धान्त
Economic Theory

जॉन्सन बोर्जेस

डायमंड पब्लिकेशन्स

अर्थशास्त्रीय सिद्धान्त
प्रा. जॉन्सन बोर्जेस

Arthashashtriy Sidhant
Johnson Borges

प्रथम आवृत्ती : २००८
पुनर्मुद्रण : ऑगस्ट २०१३

ISBN : 978-81-89959-73-9

© डायमंड पब्लिकेशन्स

मुखपृष्ठ
शाम भालेकर

प्रकाशक
डायमंड पब्लिकेशन्स
२६४/३ शनिवार पेठ, ३०२ अनुग्रह अपार्टमेंट
ओंकारेश्वर मंदिराजवळ, पुणे-४११ ०३०
☎ ०२०-२४४५२३८७, २४४६६६४२

info@diamondbookspune.com
www.diamondbookspune.com

प्रमुख वितरक
डायमंड बुक डेपो
६६१ नारायण पेठ, अप्पा बळवंत चौक
पुणे-४११ ०३० ☎ ०२०-२४४८०६७७

प्रास्ताविक

अर्थशास्त्र हे एक सामाजिक शास्त्र आहे. माणूस हा समाजशील प्राणी आहे त्यामुळे अर्थशास्त्रातील मानवी वर्तनाच्या अभ्यासाला सामाजिक संदर्भ आहे. त्यामुळे अर्थशास्त्राचा अभ्यासविषय सूक्ष्म एककांपासून समग्र एककांपर्यंत विस्तारित नेण्यात आला आहे. अर्थशास्त्र हे एक प्रकारचे शास्त्रच आहे; परंतु ते इतर नैसर्गिक शास्त्रांपेक्षा (उदा. पदार्थविज्ञान, रसायनशास्त्र) वेगळे आहे. नैसर्गिक शास्त्राची एखादी बंदिस्त प्रयोगशाळा असू शकते. परंतु अर्थशास्त्राची प्रयोगशाळा संपूर्ण समाज हीच आहे. नैसर्गिक शास्त्रांमधील नियम स्थल, काल, परिस्थिती निरपेक्ष असतात. उदा. न्यूटनच्या गुरुत्वाकर्षणाच्या नियमानुसार झाडावरून पडणारे फळ, जोपर्यंत पृथ्वीमध्ये गुरुत्वाकर्षण शक्ती आहे तोपर्यंत जमिनीवरच पडणार हे कोणत्याही काळात, परिस्थितीत आणि देशात दिसून येईल परंतु अर्थशास्त्रातील नियम मात्र देश-काल-परिस्थिती-सापेक्ष बदलू शकतात. उदा. आपण सहसा असे गृहीत धरतो की, एखाद्या क्षेत्रात उत्पादन वाढले तर त्या क्षेत्राचे उत्पन्नही वाढले पाहिजे; परंतु विशेषत: कृषी क्षेत्रात पदार्थांच्या नाशवंत स्वरूपामुळे प्रचंड उत्पादन झाल्यानंतर काही परिस्थितीत उत्पन्न एवढे कमी होते की, शेतकऱ्यांना उत्पादन खर्च देखील भरून काढता येणे शक्य होत नाही. भारतात या प्रकारचा अनुभव आजपर्यंत अगणित वेळेला शेतकऱ्यांना अनुभवता आला आहे.

याप्रकारच्या देशकाल परिस्थितिसापेक्ष स्वरूपाच्या नियमांमुळे आर्थिक सिद्धान्तांना अनेक मर्यादा प्राप्त होतात. त्यामुळे नैसर्गिक शास्त्रांपेक्षा अर्थशास्त्रातील नियमांमध्ये अपरिपूर्णता आढळतात.

शिवाय अर्थशास्त्रात महत्त्वाचे ठरणारे आर्थिक निर्णय हे राजकीय घटकांमुळे प्रभावित होताना दिसतात. त्यामुळे एखाद्या देशाच्या अर्थव्यवस्थेचा विचार political economy - राजकीय अर्थव्यवस्था या स्वरूपात केला जातो असे दिसून येते.

अर्थशास्त्र हे एक सामाजिक शास्त्र असल्यामुळे ते इतिहास, समाजशास्त्र, राज्यशास्त्र या सारख्या शास्त्रांशी निगडित आहे. किंबहुना ही सर्व शास्त्रे परस्परांशी कोणत्या ना कोणत्या प्रकारे निगडित आहेत. उदा. समाजशास्त्र हे मानवी जीवनाच्या

सामाजिक पैलूंचा अभ्यास करणारे शास्त्र आहे. परंतु त्यातून आर्थिक पैलूंकडे पूर्ण दुर्लक्ष करता येणे शक्य नाही. तसेच राज्यशास्त्रातील राज्य ही संकल्पना, लोकशाही आणि दबावगटांचे आर्थिक निर्णयांवरील परिणाम या मुद्द्यांचा विसर पडला तर आर्थिक विश्लेषणात अपरिपूर्णता येते यात शंकाच नाही. शिवाय गणित व संख्याशास्त्राचा आधार घेतल्याशिवाय अर्थशास्त्राची अभ्यासपद्धती परिपूर्ण होऊ शकत नाही.

अर्थशास्त्र हे दोन पातळ्यांवर आर्थिक समस्यांचा विचार करते. १ - सूक्ष्म पातळी व २ - समग्र पातळी. अर्थशास्त्राच्या व्याप्तीमध्ये ज्याप्रमाणे सूक्ष्म चलांचा विचार केला जातो तसा समग्र अर्थव्यवस्थेचाही विचार केला जातो. अर्थशास्त्रात १ - प्रत्यक्षानुसारी व २ - आदर्शानुसारी अशा पातळ्यांवर आर्थिक समस्यांचा विचार केला जातो. तसेच १ - स्थितिक व २ - गतिक अशा आर्थिक चलांचा अभ्यास अर्थशास्त्रात केला जातो.

अर्थशास्त्राच्या अभ्यासाची व्याप्ती

(१) सूक्ष्म पातळीवरील अभ्यास	(१) आर्थिक समस्यांचा प्रत्यक्षानुसारी अभ्यास	(१) स्थितिक विश्लेषण
(२) समग्र पातळीवरील अभ्यास	(२) आर्थिक समस्यांचा आदर्शानुसारी अभ्यास	(२) गतिक विश्लेषण

सूक्ष्म अर्थशास्त्रात अर्थव्यवस्थेच्या सूक्ष्म घटकांचा अभ्यास केला जातो. अर्थशास्त्राच्या दोन महत्त्वाच्या शाखा आहेत. १. सूक्ष्म अर्थशास्त्र व २ - समग्र किंवा स्थूल अर्थशास्त्र. सूक्ष्म अर्थशास्त्रात प्रत्येक वैयक्तिक घटकाच्या आर्थिक वर्तणुकीचा अभ्यास केला जातो. उदा. वैयक्तिक उपभोक्ता, कुटुंब, उद्योगसंस्था, उद्योग, उत्पादनाचा घटक (उदा. श्रम, भांडवल इ). सूक्ष्म अर्थशास्त्रात सूक्ष्म चलांच्या किंमत निश्चितीचा अभ्यास केला जातो. यात वस्तूच्या किमतीशिवाय श्रमाला दिली जाणारी किंमत देखील अभ्यासली जाते. म्हणजेच वस्तूखेरीज उत्पादन घटकांच्या मोबदल्याचा अभ्यास सूक्ष्म अर्थशास्त्रात केला जातो. याकरता वस्तूंचा बाजार आणि उत्पादन घटकांचा बाजार व त्याचे स्वरूप (उदा. पूर्ण स्पर्धा आहे की मक्तेदारी) याचाही अभ्यास केला जातो. यात कल्याणाचे अर्थशास्त्र, पर्याप्ततेची संकल्पना यांचाही समावेश होतो.

स्थूल अर्थशास्त्रात समग्र अर्थव्यवस्थेचा एकत्रित विचार केला जातो. यात एकूण राष्ट्रीय उत्पन्न, वस्तू व सेवांचा एकूण उपभोग, एकूण बचत व गुंतवणूक, रोजगार व बेकारी, भाववाढ इत्यादी विषयांचा अभ्यास समाविष्ट असतो. स्थूल अर्थशास्त्राचा भर किमतीपेक्षा उत्पन्न निश्चितीवर असतो. अर्थव्यवस्थेचे एकूण उत्पन्न

व त्याच्या घटकांचा तसेच विविध क्षेत्रांच्या उत्पादनातील योगदानाचा अभ्यास केला जातो.

सूक्ष्म व स्थूल अर्थशास्त्र या दोन्ही शाखांचा अभ्यास महत्त्वाचा ठरतो. त्यातून अनेक आर्थिक समस्यांचे सूक्ष्म व स्थूल पातळीवर विश्लेषण करून मार्ग काढता येऊ शकतो.

प्रत्यक्षानुसारी व आदर्शानुसारी अर्थशास्त्र हे आर्थिक सिद्धान्ताचे दोन महत्त्वाचे प्रकार आहेत. प्रत्यक्षानुसारी अर्थशास्त्रात तथ्यांचा (facts) अभ्यास केला जातो. यात सध्या काय स्थिती आहे? पूर्वी काय स्थिती होती? व भविष्यात काय स्थिती राहील? याचा अभ्यास केला जातो.

याउलट आदर्शानुसारी अर्थशास्त्रात काय आहे यापेक्षा काय असावे? याच्या विवेचनावर व आनुषंगिक उपायांवर भर दिला जातो. यात नैतिक मूल्यांचा विचार केला जातो.

प्रत्यक्षानुसारी अर्थशास्त्रात आर्थिक तत्त्वांचा अभ्यास केला जातो व त्यातून एखाद्या आर्थिक घटनेचे तथ्यानुसारी विश्लेषण प्राप्त होते.

आदर्शानुसारी अर्थशास्त्र आर्थिक धोरणांशी संबंधित असते. उदा. विशिष्ट आर्थिक लक्ष्य प्राप्त करण्यासाठी आर्थिक धोरण कसे असावे याची व्यूहरचना यात ठरवली जाते.

सूक्ष्म अर्थशास्त्र हे प्रत्यक्षानुसारी शास्त्र आहे. म्हणजे त्यात तथ्यांचा अभ्यास केला जातो.

प्रत्यक्षानुसारी व आदर्शानुसारी दृष्टिकोणातला फरक आपल्याला पुढील उदाहरणांतून सांगता येईल.

(१) भारतात बेरोजगारीची समस्या गंभीर बनली आहे.

(२) भारतात रोजगाराचा दर वाढला पाहिजे.

यापैकी पहिले वाक्य तथ्य सांगणारे आहे तर दुसऱ्या वाक्यात काय असावे, याचा उल्लेख आहे म्हणजे पहिल्या वाक्याचे वर्गीकरण प्रत्यक्षानुसारी अर्थशास्त्रांतर्गत करता येईल तर दुसरे वाक्य आदर्शानुसारी अर्थशास्त्रात समाविष्ट करता येईल. दुसऱ्या वाक्याचे जर आपल्याला समर्थन करायचे असेल तर आपल्याला पहिल्या वाक्याचा आधार घेऊन असे सांगावे लागेल की, ''भारतात रोजगाराचा दर वाढला पाहिजे. कारण - भारतात बेरोजगारीची समस्या गंभीर बनली आहे.'' अशाप्रकारे तथ्याच्या आधारे सापेक्ष अशा आदर्शानुसारी (normative) उद्दिष्टांचे समर्थन करता येते. थोडक्यात असे म्हणता येईल की, आर्थिक उद्दिष्टाच्या मांडणीकरता तथ्यांचा अभ्यास महत्त्वाचा असतो किंबहुना समग्र पातळीवरील तथ्यांच्या अभ्यासातून आदर्शानुसार

आर्थिक उद्दिष्टांची मांडणी करता येते.

ज्या आर्थिक विश्लेषणात काळ (time) हे चल लक्षात घेतले जात नाही. त्याला स्थितिक (static) विश्लेषण असे म्हणतात. अशा विश्लेषणात सर्व चले एकाच कालखंडाशी निगडित असतात. उदा. किंमत निश्चितीचे विश्लेषण एकाच कालबिंदूशी निगडित असते. वस्तूची किंवा उत्पादन घटकाची किंमत निश्चिती एका विशिष्ट क्षणी मागणी पुरवठ्यानुसार कशी केली जाते हे स्थितिक विश्लेषणाचे उदाहरण होय.

याउलट गतिक विश्लेषणात काळ (time) हे चल महत्त्वपूर्ण ठरते. उदा. एखाद्या बाजारपेठेत एखाद्या वस्तूचा पुरवठा चालू काळात किती असेल हे त्या वस्तूला मागील वर्षी बाजारात किती किंमत मिळाली यावर अवलंबून असते. उदा. मागच्या वर्षी एखाद्या पिकाला चांगली किंमत मिळाली नाही तर या वर्षी (चालू काळात) शेतकरी त्या पिकाचे उत्पादन कमी घेतील व म्हणून या वर्षी त्या पिकाचा पुरवठा बाजारात कमी राहील. या प्रकारच्या अर्थशास्त्रीय विश्लेषणास गतिक विश्लेषण असे म्हणतात.

अर्थशास्त्राच्या अभ्यासात अशा रीतीने सूक्ष्म व स्थूल पातळीवर विश्लेषण केले जाते. त्याचबरोबर प्रत्यक्षानुसारी व आदर्शानुसारी विश्लेषण केले जाते. तसेच स्थितिक व गतिक अशा दोन्ही पातळ्यांवर आर्थिक समस्यांचे विश्लेषण केले जाते. एवढी अर्थशास्त्र या विषयाची व्याप्ती आहे.

आर्थिक विश्लेषणाच्या पद्धती : (Methods of Economic Analysis)

(१) निगमन पद्धती (Deductive Method) : निगमन पद्धती अंतर्गत तर्कसंगत विश्लेषणाच्या आधारे आर्थिक समस्यांचा ऊहापोह करताना ज्या बाबी तर्कसंगतीच्या आड येतात किंवा विशिष्ट स्थितीत संदर्भहीन असतात अशी चले तर्कसंगतीच्या ओघात वगळली जातात म्हणजे त्याचे निगमन (deduction) केले जाते. या पद्धतीचा दोष म्हणजे अशी तर्कसंगती कित्येकदा प्रत्यक्ष परिस्थितीपेक्षा फार वेगळी असू शकते.

(२) आगमन पद्धती (Inductive Method) : आर्थिक सिद्धान्तनात ज्या बाबींचा संदर्भ घेतल्यामुळे सिद्धान्त समृद्ध होत जाईल अशा बाबींचा समावेश करत विश्लेषण करणे आगमन पद्धतीत अभिप्रेत असते त्यामुळे यात विशिष्ट तथ्याला पूरक माहिती बाजाराच्या किंवा अर्थव्यवस्थेच्या प्रत्यक्ष पाहणीतून विश्लेषणात स्वीकारली जाते. या पद्धतीत आकडेवारीचे दोष किंवा चुका विश्लेषणात चुकीचे निष्कर्ष निर्माण करू शकतात.

(३) आंशिक संतुलन पद्धती (Partial Equilibrium Analysis) : या

अंतर्गत केवळ एकाच चलाचा अभ्यास करून काढलेले निष्कर्ष इतर चलांना लागू केले जातात. थोडक्यात, एखाद्या नियमाचे सर्वसामान्यीकरण (generalization) आंशिक संतुलन पद्धतीच्या आधारे केले जाते. अर्थात, अशा प्रकारचे सर्वसामान्यीकरण सर्व बाबींमध्ये व सर्व परिस्थितीत सर्व चलांना लागू होत नाही हा या पद्धतीचा दोष होय.

(४) सर्वसाधारण संतुलन पद्धती (General Equilibrium Analysis) : या पद्धतीत विविध चलांच्या परस्परावलंबित्वावर भर दिलेला आढळतो. यात एकाचवेळी वेगवेगळ्या चलांचा अभ्यास करून काढलेले निष्कर्ष अधिक व्यापक पातळ्यांवर लागू गेले जातात व त्या आधारे अर्थव्यवस्थेचे दीर्घकालीन संतुलन स्पष्ट केले जाते. अर्थात, असे सर्वसाधारण संतुलन नेहमीच प्रत्यक्षात साध्य होऊ शकते असे म्हणता येणार नाही.

(५) स्थितिक पद्धती (Static Method) : विशिष्ट गृहीतांच्या परिस्थितीत एखादा सिद्धांत मांडताना इतर परिस्थिती कायम आहे (Ceteris Paribus) असे गृहीत धरून सर्व चले एकाच क्षणाशी किंवा कालबिंदूशी निगडित ठेवली जातात. तेव्हा त्याला आर्थिक विश्लेषणाची स्थितिक पद्धती असे म्हणतात. अर्थात, इतर परिस्थिती नेहमीच स्थिर राहू शकत नाही हा या विश्लेषणपद्धतीतील दोष होय.

(६) गतिक पद्धती (Dynamic Method) : सर्व घटक दीर्घकाळात बदलू शकतात या गृहीताच्या आधारे विविध घटकांच्या अस्थिरता परस्परांवर संभाव्य स्वरूपात कसा परिणाम करतात याचा अभ्यास आर्थिक विश्लेषणाच्या गतिक पद्धतीत केला जातो.

(७) सूक्ष्म विश्लेषण (Micro Analysis) : या प्रकारच्या विश्लेषणात श्रम, उपभोक्ता, कुटुंब, उद्योगसंस्था यांसारख्या प्रत्येक चलाचा स्वतंत्र आणि सूक्ष्म असा अभ्यास केला जातो.

(८) स्थूल विश्लेषण (Macro Analysis) : या प्रकारच्या आर्थिक विश्लेषणात समग्र अर्थव्यवस्थेचा एकत्रित विचार केला जातो. यात एकूण राष्ट्रीय उत्पन्न, वस्तू व सेवांचा एकूण उपयोग, एकूण गुंतवणूक व बचत, रोजगार, बेकारी, भाववाढ यांचा अभ्यास समाविष्ट असतो.

या विविध पद्धतींपैकी एक पद्धत किंवा गरज पडल्यास एकाचवेळी विविध पद्धतींचा अवलंब करून आर्थिक समस्येचे विश्लेषण करणे महत्त्वाचे ठरते. त्यामुळे ज्याप्रमाणे एखादा कारागीर गरजेनुसार आपली विविध आयुधे वापरून काम पूर्ण करतो त्याप्रमाणे आर्थिक समस्यांच्या अभ्यासकाला योग्य अशा वेगवेगळ्या विश्लेषण पद्धती कौशल्याने निवडाव्या लागतात.

आठ / अर्थशास्त्रीय सिद्धान्त

अनुक्रमणिका

Ability to Pay Taxes Theory - करदेय क्षमतेचा सिद्धान्त - १
Acceleration Principal - प्रवेग तत्त्व - २
Adam Smith's Theory of Absolute Cost Advantage - ॲडम स्मिथचा निरपेक्ष खर्च लाभ सिद्धान्त - ६
Balance of Payment Theory - व्यवहारतोल सिद्धान्त - ८
Balanced Budget Theorem - संतुलित अर्थसंकल्प गुणक / प्रतिमान - ११
Benefit Principle - सेवा परिव्यय तत्त्व - ११
Benefit Theory - लाभ सिद्धान्त - १२
Big Push Theory - प्रबळ चालना सिद्धान्त - १२
Break -Even Analysis - समविच्छेदन विश्लेषण (समखर्चप्राप्ती पातळी बिंदू) - १५
Budget Line - अंदाजपत्रक रेषा - १६
Cambridge Equations - केंब्रिज समीकरणे - १८
Capitalised Earning Concepts - भांडवली उत्पन्न सिद्धान्त - २१
Cash Deposit Ratio - ठेव-रोकड गुणोत्तर - २२
Cash Reserve Ratio (CRR) - रोख राखीव निधि प्रमाण - २२
Chaos Theory - अस्तव्यस्तता सिद्धान्त - २३
Circuit Breaker - सर्किट ब्रेकर (वर्तुळ छेदक) - २३
Circular Causation Theory - चक्रीकार्यकारण सिद्धान्त - २४
Classical Theory of Development - विकासाचा अभिमतपंथी सिद्धान्त - २४
Classical Theory of Employment - सनातनवादी रोजगार सिद्धान्त - २७
Classical Theory of Interest - व्याजाचा सनातनवाद्यांचा सिद्धान्त - २८
Classical Theory of International Trade - आंतरराष्ट्रीय व्यापाराचा सनातन सिद्धान्त - ३१
Cobb-Douglas Function - कॉब-डग्लस फल (अनुवर्त) - ३१
Cobweb Theorem - कॉबवेब सिद्धान्त - ३२
Coefficient of Correlation - सहसंबंध गुणक - ३३
Coefficient of Linkage - एकत्रीकरण गुणांक - ३३
Coefficient of Localisation - स्थानियीकरणाचा गुणांक - ३४

Coefficient of Range - अपस्परणमान गुणांक - ३४

Communist Theory of Property - संपत्तीचा साम्यवादी सिद्धान्त - ३४

Critical Minimum Effort Theory - निर्णायक किमान प्रयत्नांचा सिद्धान्त - ३५

Cross Elasticity of Demand - मागणीची छेदक/अन्योन्य लवचिकता - ३६

Demand - Function - मागणी फलन - ३७

Dissonance Theory - विसंवाद सिद्धान्त - ३७

Emmanuel's Theory of Unequal Exchange - इमॅन्युएलचा विषम विनिमय
सिद्धान्त - ३८

Engel's Law - एंजलचा नियम - ३९

Equilibrium - संतुलन - ४०

Equilibrium of the Firm - उद्योगसंस्थेचे संतुलन - ४०

Exchange Theory - विनिमय सिद्धान्त - ४०

Exchange Value, Marx's Concept - मार्क्सची विनिमयमूल्य संकल्पना - ४१

Expansion of Demand - मागणीचा विस्तार - ४१

Factor-Price Equalization Theorem - घटक किंमत समानीकरण प्रमेय - ४१

Fisher's Equation - फिशरचे रोख व्यवहार समीकरण - ४४

Game Theory - द्यूत सिद्धान्त - ४५

Gini Coefficient - गिनी गुणांक - ४५

Golden point Theory of Exchange Rate विनिमयदराचा सुवर्ण बिंदू सिद्धान्त - ४५

Haberler- Opportunity Costs - हॅबर्लरचा संधी त्याग खर्च किंवा
वैकल्पिक खर्च सिद्धान्त - ४७

Harrod - Domar Model of Steady Growth - हॅरड-डोमरचे प्रारूप/प्रतिमान - ५०

Hawtrey's Monetary Theory - हॉट्रेचा चलनविषयक सिद्धान्त - ५६

Heckscher-Ohlin Theory - हेक्शर-ओहलिन सिद्धान्त - ५८

Idealistic Theory of Property - संपत्तीचा आदर्शवादी सिद्धान्त - ६०

Incentive Theory - प्रलोभनसिद्धान्त - ६१

Income Effect - उत्पन्न परिणाम - ६२

Income Elasticity of Demand - मागणीची उत्पन्न लवचिकता - ६२

Indifference Curves Theory - समवृत्ति आलेखांचा सिद्धान्त - ६४

Individualistic Theory of Property - संपत्तीचा व्यक्तिवादी सिद्धान्त - ६४

Innovation Theory of Profit - नफ्याचा नवप्रवर्तन सिद्धान्त - ६५

Inter Industry Trade - आंतरउद्योग व्यापार - ९८

Investment Criteria - गुंतवणीचे निकष - ६७

Investment Deposit Ratio - गुंतवणूक ठेव गुणोत्तर - ७४

Investment Function - गुंतवणूकफल - ७४

Investment Multiplier - गुंतवणूक गुणक - ७४

Kaldar - Hicks Compensation Principal - कॅल्डर- हिक्स भरपाई तत्त्व - ७५

Kenen's Theory of Human Capital - केननचा मनुष्यबळ सिद्धान्त - ७६

Keyne's General Theory of Employment - केन्सचा रोजगाराचा सामान्य
    सिद्धान्त - ७७

Keynes Theory of Business Cycle - केन्सचा व्यापारचक्राचा सिद्धान्त - ८०

Labour Theory of Property - संपत्तीचा श्रमसिद्धान्त - ८१

Labour Theory of Value - श्रममूल्य सिद्धान्त - ८१

Laffer Curve - लॅफर वक्र - ८३

Laissez-Faire - निर्हस्तपेक्षाची कल्पना - ८३

Laissez-Faire Doctrine - निर्हस्तक्षेपाचे तत्त्व - ८४

Law of Capital Accumulation or Concentration - भांडवल संचयन
    सिद्धान्त / भांडवल केंद्रीकरण सिद्धान्त - ८४

Law of Constant Returns - स्थिर फलाचा नियम - ८४

Law of Demand - मागणीचा सिद्धान्त - ८५

Law of Diminishing Marginal Utility - घटत्या सीमान्त उपयोगितेचा नियम - ८९

Law of Diminishing Returns - घटत्या फलाचा नियम - ९२

Law of Equi-marginal Utility - सम-सीमान्त उपयोगितेचा नियम - ९३

Law of Increasing Returns - वाढत्या फलाचा नियम - ९३

Law of Supply - पुरवठ्याचा नियम - ९४

Law of Variable Proportion - बदलत्या प्रमाणाचा नियम - ९७

Libenstein's Theory of Population - लाइबेनस्टाईनचा लोकसंख्याविषयक
    सिद्धान्त - १००

Linder's Trade Volume Theory - लिंडरचा व्यापार-आकारमान आणि
    मागणी पद्धतीचा सिद्धान्त - १०१

Liquidity Preference Curve - रोखता पसंतीचा वक्र - १०२

Liquidity Preference Theory of Interest - व्याजाचा रोखता प्राधान्य
    सिद्धान्त - १०३

Liquidity Trap - रोखतेचा सापळा - १०६

Loan Deposit Ratio - कर्ज-ठेवी गुणोत्तर प्रमाण - १०७

Loanable Funds Theory of Interest - व्याजाचा ऋणयोग्य निधी सिद्धान्त - १०७

Location Quotient - स्थानांक - १०९

Lorenz Curve - लॉरेन्झ वक्र - ११०

Marginal Cost - सीमान्त खर्च - १११

Marginal Efficiency of Capital - भांडवलाची सीमान्त लाभक्षमता - १११

Marginal Productivity Theory of Distribution - वितरणाचा सीमान्त उत्पादकता सिद्धान्त - ११२

Marginal Productivity Theory of Wages - वेतनाचा सीमान्त उत्पादकता सिद्धान्त - ११४

Mill's Theory of Reciprocal Demand : मिलचा अन्योन्य मागणी सिद्धान्त - ११६

Modern Theory of Rent - खंडाचा आधुनिक सिद्धान्त - ११८

Modern Theory of Wages - वेतनाचा आधुनिक सिद्धान्त - १२१

Neo-Classical Theory of Development - आर्थिक विकासाचा नव-अभिमतपंथी सिद्धान्त - १२५

Non-substitution Theory - अपर्यायन सिध्दान्त - १२८

Occupation Theory of Property - संपत्तीचा मालकीहक्काचा सिद्धान्त - १२९

Offer Curve - प्रस्ताव वक्र - १२९

Pareto Diagrame - पॅरेटो डायग्राम - १३०

Pareto Optimity Criterion - पॅरेटो पर्याप्ततेचे निकष - १३२

Phillips Curve - फिलिप्स वक्र - १३३

Posner's Technological Gap Theory - पोझनरचा तांत्रिक पोकळी सिद्धान्त - १३५

Price Effect - किंमत परिणाम - १३७

Price Elasticity of Demand - मागणीची किंमत लवचिकता - १३८

Psychological Theory of Trade Cycle - व्यापारचक्राचा मानसशास्त्रीय सिद्धान्त - १३९

Purchasing Power Parity Theory - खरेदी शक्ती किंवा क्रयशक्ती समता सिद्धान्त - १३९

Quantity Theory of Money - चलन संख्यामान सिद्धान्त - १४२

Rank - Size Rule - आकार - श्रेणीचा नियम - १४५

Rbczynski Theorem रिबझिन्स्की प्रमेय - १५२

Return to Scale Theory - प्रमाण फल सिद्धान्त - १४६

Ricardo's Theory of Comparative Cost - रिकार्डोचा तुलनात्मक खर्च लाभाचा सिद्धान्त - १४८

Ricardo's Theory of Rent - रिकार्डोचा खंड सिद्धान्त - १४९

Risk Theory of Profit - नफ्याचा जोखीम सिद्धान्त - १५२

Sargent Florence's Theory of Industrial Location - सार्जेंट फ्लॉरेन्स यांचा औद्योगिक स्थाननिश्चितीचा सिद्धान्त - १५४

Saving Investment Theory of Interest - व्याजाचा बचत गुंतवणूक सिद्धान्त - १५४

Say's Law of Market - 'से' चा बाजारविषयक नियम - १५५

Social Marginal Productivity Criteria - सामाजिक सीमान्त उत्पादकता निकष - १६०

Stage Theory of Development - विकासाच्या अवस्थांचा सिद्धान्त - १६१

Subsistence Wage Theory - निर्वाह वेतन सिद्धान्त - १६३

The Kraviss' Theory of Availability - क्रॅव्हिसचा उपलब्धता सिद्धान्त - १६४

The Law of Supply - पुरवठ्याचा सिद्धान्त किंवा पुरवठ्याचा नियम - १६५

The Law of Variable Proportions or The Law of Diminishing Returns - बदलत्या प्रमाणांचा सिद्धान्त किंवा नियम - १६६

The Mint Par Parity Theory - टांकसाळ समता सिद्धान्त किंवा टांकसाळ दर तुल्यता सिद्धान्त - १६६

The Prebisch Singer - Thesis - प्रेबिश -सिंगर सिद्धान्त -१६७

The Stopler-Samuelson Theorem - स्टॉपलर -सॅम्युएल्सन सिद्धान्त - १६८

The Substitution Effect - पर्यायिता परिणाम - १७०

The Theory of Customs Union - मुक्तव्यापार संघ सिद्धान्त - १७०

The Theory of Price - मूल्य निर्धारण सिद्धान्त - १७२

The vent for Surplus Theory - उत्पादन वाढीच्या संधीचा सिद्धान्त - १७३

Theories of Trade Cycle - व्यापारचक्राचे सिद्धान्त - १७५

Theory Of Absolute Cost Advantage - निरपेक्ष खर्च लाभ सिद्धान्त - १७६

Theory of International Trade - आंतरराष्ट्रीय व्यापाराचा सिद्धान्त - १७७

Theory of Monopolistic Competition - मक्तेदारी स्पर्धेचा सिद्धान्त - १७८

Theory of Production Cost - उत्पादन परिव्यय सिद्धान्त - १७९

Theory of Surplus Value - अतिरिक्त मूल्य सिद्धान्त - १८१

Uncertainty Theory of Profit - नफ्याचा अनिश्चिततेचा सिद्धान्त - १८३

Vernon's Product Cycle Theory - व्हर्ननचा उत्पादन चक्र सिद्धान्त - १८४

Wage-Fund Theory - वेतननिधि सिद्धान्त - १८६

Wagner's Law - वॅग्नरचा सिद्धान्त - १८६

Weber's Theory of Location of Industry - वेबरचा उद्योगस्थाननिश्चितीचा सिद्धान्त - १८७

अर्थशास्त्रीय सिद्धान्त

Ability to Pay Taxes Theory - करदेय क्षमतेचा सिद्धान्त

सरकार जेव्हा जनतेवर करआकारणी करते तेव्हा सरकारला जनतेची 'करदेय क्षमता' विचारात घ्यावी लागते. प्रा. फिंडले शिराज यांच्या मते ''उत्पादन खर्चातून किमान उपभोगखर्च वजा केल्यानंतर उरलेली संपूर्ण बचत म्हणजे करदेय क्षमता होय.'' यालाच करदेय क्षमतेचा सिद्धान्त असे म्हणतात.

करदेय क्षमतेच्या सिद्धान्तानुसार सरकारला कर देणे हे प्रत्येक करदात्याचे कर्तव्य आहे. करदात्याने आपल्या करदेय क्षमतेच्या प्रमाणात कर दिला पाहिजे.

प्रा. ॲडम स्मिथ यांनी करदेय क्षमता तत्त्वाचा पुरस्कार केला आहे. प्रा. ॲडम स्मिथ यांच्या मते, ''प्रत्येक देशातील जनतेने सरकारचा खर्च भागविण्यासाठी शक्यतोवर आपल्या करदेय क्षमतेच्या प्रमाणात कर दिला पाहिजे.''

प्रत्येक व्यक्तीची करदेय क्षमता निश्चित करण्यासाठी अर्थशास्त्रज्ञांनी पुढील दोन दृष्टिकोनातून विचार केला आहे.

(अ) वैयक्तिक दृष्टिकोन (Personal Approach)

(ब) वस्तुनिष्ठ दृष्टिकोन (Objective Approach)

(अ) वैयक्तिक दृष्टिकोन : प्रत्येक करदात्याला कर देताना आपल्या सुखाचा त्याग करावा लागतो आणि कष्ट सहन करावे लागतात. व्यक्तीची त्याग करण्याची आणि कष्ट सहन करण्याची शक्ती जेवढी जास्त असते तेवढी त्याची करदेय क्षमता जास्त असते. म्हणूनच काही अर्थशास्त्रज्ञांच्या मते, करदेय क्षमतेचे मापन त्यागावरून करणे शक्य असते. त्यागाच्या संदर्भात पुढील तीन सिद्धान्तांचे प्रतिपादन केले जाते.

(i) समान त्यागाचा सिद्धान्त : कराच्या मौद्रिक भाराची वाटणी वेगवेगळ्या करदात्यांमध्ये सारख्याच प्रमाणात झाली पाहिजे. म्हणजे प्रत्येक करदात्याला समान त्याग करावा लागतो असे या सिद्धान्ताचे प्रतिपादन आहे. करदाता गरीब किंवा श्रीमंत असला तरी त्याच्यावर सारख्याच दराने करआकारणी झाली पाहिजे. म्हणजेच सम प्रमाणात करआकारणी झाली पाहिजे. परंतु त्यात करदात्याच्या त्यागाचे अचूक आणि योग्य अनुमान करणे कठीण असते.

(ii) प्रमाणशीर त्यागाचा सिद्धान्त : प्रत्येक करदात्यावर पडणारा कराचा भार

त्या करदात्याच्या उत्पन्नाच्या प्रमाणात असला पाहिजे असे या सिद्धान्ताचे प्रतिपादन आहे. म्हणजेच कर अधिप्रमाण असले पाहिजेत. वाढत्या उत्पन्नाबरोबर करांचे दर देखील वाढते असले पाहिजेत. गरीब व्यक्तीपेक्षा श्रीमंत व्यक्तींना तुलनात्मकदृष्ट्या पैशाची उपयोगिता कमी असते. तसेच श्रीमंतांचे उत्पन्न जास्त असल्यामुळे त्यांची त्याग करण्याची शक्तीसुद्धा जास्त असते. त्यामुळे श्रीमंतांवर जास्त दराने कर आकारला गेला पाहिजे.

(iii) किमान एकूण त्यागाचा सिद्धान्त : सरकारने केलेल्या करआकारणीमुळे करदात्यांना किमान त्याग करावा लागला पाहिजे या सिद्धान्ताचे प्रा. मार्शल, प्रा. पिगू, डॉ डाल्टन इत्यादी अनेक अर्थशास्त्रज्ञांनी समर्थन केले आहे. याचाच अर्थ असा की सरकारने सर्वच करदात्यांवर सरसकट कर लावण्यापेक्षा उत्पन्नाची एक विशिष्ट मर्यादा निश्चित करून त्या मर्यादेपेक्षा कमी उत्पन्न असणाऱ्या जनतेला करमुक्त ठेवून त्या मर्यादेपेक्षा जास्त उत्पन्न असणाऱ्या व्यक्तींवर अधिप्रमाण दराने कर लावावेत. व्यक्तीचे उत्पन्न जसजसे वाढत जाते तसतसा कराचा दर देखील वाढता असला पाहिजे. वाढत्या उत्पन्न गटातील व्यक्तीसाठी पैशाची उपयोगिता सामान्यपणे कमी असल्यामुळे त्यांना गरीब व्यक्तीच्या तुलनेत कमी त्याग करावा लागतो. म्हणूनच विशिष्ट मर्यादेखालील उत्पन्न गटातील व्यक्तींना करमुक्त ठेवून जास्त उत्पन्न गटातील व्यक्तींवर करआकारणी केल्यास संपूर्ण समाजाद्वारे केला जाणारा त्याग कमीत कमी राहील.

शास्त्रीय दृष्टीने त्यागाचा सिद्धान्त योग्य असला तरी व्यावहारिक दृष्टीने या सिद्धान्ताचा अवलंब करणे कठीण असते. कारण त्याग ही 'मानसिक संकल्पना' आहे. त्यागाचे मूल्यमापन करणे कठीण असल्याने काही अर्थशास्त्रज्ञांच्या मते त्यागाच्या आधारावर करदेय क्षमता निश्चित करता येत नाही.

(ब) वस्तुनिष्ठ दृष्टिकोन : काही अर्थशास्त्रज्ञांनी व्यक्तीच्या करदेय क्षमतेचे मापन करण्यासाठी वस्तुनिष्ठ दृष्टिकोन प्रतिपादन केला आहे. त्यात पुढील बाबींचा समावेश होतो.

(i) व्यक्तीचा खर्च : काही अर्थशास्त्रज्ञांच्या मते व्यक्तीच्या खर्चाच्या प्रमाणावरून व्यक्तीची करदेय क्षमता निश्चित करता येते. प्रत्येक व्यक्तीला आपला जीवनावश्यक खर्च करावाच लागतो. ज्या व्यक्तीचे उत्पन्न जीवनावश्यक खर्च करून जास्तीचा खर्च करू शकेल इतके असते. त्या व्यक्तीवर कर लावणे योग्य ठरते.

(ii) व्यक्तीची संपत्ती : काही अर्थशास्त्रज्ञांनी व्यक्तीची करदेय क्षमता निश्चित करण्यासाठी व्यक्तीची संपत्ती आधारभूत मानली आहे. ज्या व्यक्तीजवळ जास्त संपत्ती असते त्या व्यक्तीची करदेय क्षमता जास्त असते.

(iii) व्यक्तीचे उत्पन्न : काही अर्थशास्त्रज्ञांनी व्यक्तीचे मौद्रिक उत्पन्न हा व्यक्तीच्या करदेय क्षमतेचा आधार मानला आहे. व्यक्तीचे उत्पन्न जेवढे जास्त तेवढी त्या व्यक्तीची करदेय क्षमता जास्त असते. म्हणून जास्त उत्पन्न असणाऱ्या व्यक्तीवर जास्त प्रमाणात कर लावले पाहिजेत.

(iv) व्यक्तीच्या उत्पन्नातील वाढ : व्यक्तीचे उत्पन्न ज्या प्रमाणात वाढते त्या प्रमाणात त्या व्यक्तीची करदेय क्षमता वाढत असते. उदा. कराचा दर १०% असेल तर १०,००० रुपये उत्पन्न असणाऱ्या व्यक्तीला १०% दराने, १००० रुपये कर द्यावा लागेल. त्यामुळे त्याचे उत्पन्न ९,००० रुपये होईल. परंतु २,००,००० उत्पन्न असणाऱ्या व्यक्तीला जर १०% प्रमाणेच कर लावला तर त्याच्याजवळ १,८०,००० रुपये उरतात. म्हणून जास्त उत्पन्न असणाऱ्या व्यक्तीवर अधिकप्रमाणात कर लावल्यास समतेच्या तत्त्वाचे पालन होते.

(v) कुटुंबातील व्यक्ती : व्यक्तीला आपल्या कुटुंबातील किती व्यक्तींचे पालनपोषण करावे लागते, यावर देखील व्यक्तीची करदेय क्षमता अवलंबून असते. समजा – 'अ' आणि 'ब' या दोघांचेही उत्पन्न १०,००० रुपये आहे. 'अ' वर अवलंबून असणाऱ्या व्यक्ती ६ असतील आणि 'ब' वर अवलंबून असणाऱ्या व्यक्ती २ असतील तर 'ब' ची कर देय क्षमता 'अ' च्या करदेय क्षमतेपेक्षा जास्त आहे. अशाप्रकारे करदात्यावर आश्रित असणाऱ्या व्यक्तींची संख्या त्याची करदेय क्षमता निश्चित करीत असते.

Acceleration Principal - प्रवेग तत्त्व

प्रेरित गुंतवणुकीतील बदल आणि उपभोग खर्चातील बदल यांचे गुणोत्तर म्हणजे प्रवेग होय.

$$\text{प्रवेग} = \frac{\text{गुंतवणुकीतील बदल}}{\text{उपभोगातील बदल}}$$

किंवा $a = \frac{\Delta I}{\Delta C}$ येथे a = प्रवेग

ΔI = गुंतवणुकीतील बदल

ΔC = उपभोगातील बदल.

प्रवेग ही संख्या एक अथवा एकापेक्षा कमी किवा अधिकही असू शकते. प्रवेग हा उपभोग्य वस्तूच्या मागणीतील वाढीमुळे भांडवली वस्तूच्या मागणीत होणाऱ्या वाढीमधील कार्यात्मक संबंध स्पष्ट करतो.

उदा. उपभोग खर्चात १०० कोटी रु. वाढ झाली असता गुंतवणुकीत ३०० कोटी रुपये वाढ घडून आल्यास

$$प्रवेग = \frac{३००}{१००}$$

$$= ३$$

प्रवेग ३ इतका येईल. दुसऱ्या शब्दात उपभोग खर्चात रु. १ ने वाढ झाली असता गुंतवणुकीत रु. ३ नी वाढ होते. प्रवेग तत्त्वानुसार गुंतवणुकीचे निर्णय हे प्रामुख्याने उपभोगाच्या खर्चातील वाढीवर अवलंबून असतात, हे स्पष्ट होते.

आर्थिक विवेचनासाठी प्रवेग तत्त्वाचा उपयोग प्रा. क्लार्क यांनी १९१७ साली केला. या तत्त्वाचा अधिक विकास हा प्रा. हिक्स सॅम्यूलसन, हॅरोड इ. लेखकांनी आपल्या व्यापारचक्राच्या अभ्यासात केल्याचे दिसून येते. प्रा. केन्स यांनी गुणक तत्त्वाचा विस्तृत प्रमाणावर उपयोग केला. गुणक तत्त्व हे गुंतवणुकीत वाढ झाली असता राष्ट्रीय उत्पन्नात मोठी वाढ होते व रोजगाराचे प्रमाण वाढते ते स्पष्ट करते. परंतु गुंतवणुकीचे दोन प्रकार केले जातात. ते म्हणजे स्वायत्त गुंतवणूक आणि प्रेरित गुंतवणूक हे होत. जी गुंतवणूक आपोआप वाढत जाते, तिला स्वायत्त गुंतवणूक म्हणतात. ही गुंतवणूक सार्वजनिक क्षेत्रात होत असते. याउलट प्रेरित गुंतवणूक ही उपभोग खर्चाने वाढ झाल्यामुळे करण्यात येते. ती बहुधा खासगी क्षेत्रात केली जाते. उपभोक्त्याच्या उत्पन्नात वाढ झाली असता त्याचा उपभोगखर्च वाढतो, त्यामुळे विविध वस्तू आणि सेवा यांची मागणी वाढते ही मागणी पुरविण्यासाठी उत्पादकांना उत्पादन वाढवावे लागते. त्यासाठी त्यांना भांडवली गुंतवणुकीत वाढ करावी लागते. ही जी गुंतवणुकीत वाढ होते. तिला प्रेरित गुंतवणूक म्हटले जाते. प्रवेग तत्त्व हे उपभोग खर्चातील वाढीचा प्रेरित गुंतवणुकीवर जो परिणाम होतो तो स्पष्ट करते.

प्रवेग तत्त्व हे काही गृहीतावर आधारलेले आहे. ती गृहीते पुढीलप्रमाणे सांगता येतील.

(१) अर्थव्यवस्थेत आवश्यक ती साधनसामग्री सहज उपलब्ध असते. (२) उपभोग्य वस्तूच्या मागणीतील वाढ कायम स्वरूपाची आहे. (३) भांडवल उत्पादन गुणोत्तर स्थिर असते. म्हणजे तंत्रज्ञानात बदल होत नाही. (४) भांडवली ऐवजांची प्रस्थापित उत्पादन क्षमता पूर्णपणे वापरली जात आहे. (५) भांडवल आणि पत यांचा पुरवठा लवचीक स्वरूपाचा आहे.

प्रवेगप्रक्रिया प्रत्यक्ष व्यवहारात कशी घडली असते ते उदाहरणाच्या साहाय्याने स्पष्ट करणे सुलभ जाते. समजा, उपभोग्य वस्तूंचे १००० नग तयार करण्यासाठी १०० यंत्रांचा कार्यकाळ हा दहा वर्षांचा आहे. म्हणजे दहा वर्षे वापर केल्यानंतर ते मशीन काढून टाकून दुसरे नवीन मशीन स्थापन करावे लागते. यावरून असे

म्हणता येईल की, दरवर्षी १० यंत्रे बदलावी लागतील. तरच उत्पादनाचे कार्य
सुरळीतपणे चालू राहील. उपभोग्य वस्तूंची मागणी १००० नग ही कायम राहिल्यास
दरवर्षी दहा मशिन्सची गरज पडते. यालाच पुन:स्थापन मागणी असे म्हणतात.
आता आपण असे समजूया की, उपभोग्य वस्तूची मागणी दहा टक्क्यांनी वाढली
आहे. म्हणजे ही मागणी ११०० नग इतकी आहे. ही वाढलेली मागणी पुरवठ्यासाठी
मशिनरीमध्येही दहा टक्के वाढ होईल. त्यामुळे आता दरवर्षी १० मशिन्स पुन:स्थापनांसाठी
व अधिक १० मशिन्स वाढलेली मागणी पुरविण्यासाठी लागतील म्हणजे एकूण
२० मशिन्स दरवर्षी लागतील. थोडक्यात, उपभोग्य वस्तूंची मागणी दहा टक्क्यांनी
वाढली असता मशिनरीची मागणी १० वरून २० वर जाते म्हणजे १०० टक्क्यांनी
वाढली जाते. यावरून असे म्हणता येईल की, उपभोगाच्या वस्तूत अल्प प्रमाणात
म्हणजे केवळ १० टक्क्यांची वाढ होताच मशिनरी किंवा भांडवली वस्तूच्या
मागणीत १०० टक्क्यांनी वाढ होते. त्यामुळे मशिन निर्माण करणाऱ्या उद्योगात
रोजगारात १०० टक्के वाढ होते. यावरून आता निष्कर्ष काढता येईल की, उपभोग्य
वस्तूंच्या उद्योगात थोडासा बदल होताच. त्या वस्तूसाठी यंत्रसामग्री निर्माण करणाऱ्या
उद्योगात मोठ्या प्रमाणावर बदल होतात. हे खालील कोष्टकाच्या साहाय्याने स्पष्ट
करता येईल.

कालखंड	उपभोग्य वस्तू (नग)	भांडवली वस्तू (नग)	पुन:स्थापना साठी गुंतवणूक	प्रेरित गुंतवणूक	एकूण गुंतवणूक	% बदल
०	१०००	१००	१०	–	१०	–
१	११००	११०	१०	१०	२०	१००

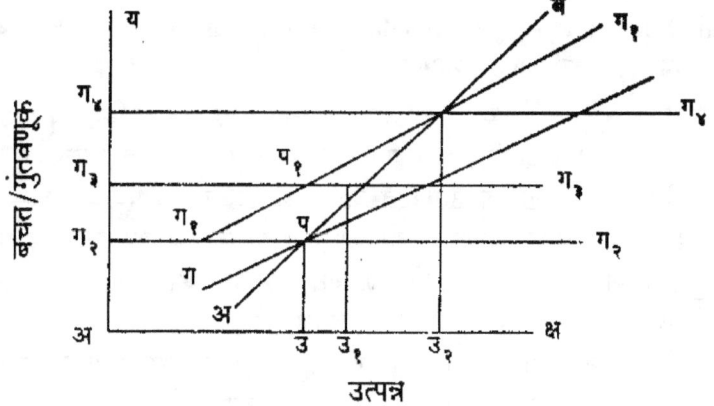

मागील कोष्टकावरून असे दिसून येते की, उपभोग्य वस्तूच्या मागणीत १० टक्के वाढ झाली असता एकूण गुंतवणुकीत १०० टक्के इतकी वाढ होते. दुसऱ्या शब्दांत सांगावयाचे झाल्यास असे म्हणता येईल की, उपभोग्य वस्तूच्या उद्योगात अल्प प्रमाणात बदल घडून आला की, भांडवली वस्तूच्या उद्योगात फार मोठ्या प्रमाणात बदल होतात. वरील उदाहरणात प्रवेग ही १० इतका आहे. कारण उपभोग्य वस्तूच्या वाढीच्या दहा पटीने गुंतवणुकीत वाढ झाल्याचे दिसून येते.

प्रवेग तत्त्वांचे महत्त्व आणि उपयोग पुढीलप्रमाणे आहेत.

१. उत्पन्ननिर्मितीचे स्वरूप स्पष्ट करणे. २. व्यापारचक्राचे स्पष्टीकरण देणे. ३. भांडवली उद्योगातील अस्थिरतेची कारणे स्पष्ट करणे. ४. व्यापारचक्रावर नियंत्रण ठेवण्यासाठी धोरणे सुचविणे. ५. गुंतवणुकीबाबतचे निर्णय घेणे इ.

गुणक आणि प्रवेग यामध्ये महत्त्वाचा फरक आहे. कारण त्यांच्या परिणामांची दिशा एकमेकांत उलट स्वरूपाची आहे.

गुणक सिद्धान्त हा गुंतवणुकीतील बदलाचा उपभोगावर होणारा परिणाम दर्शवितो. याउलट प्रवेगतत्त्व हे उपभोगातील बदलाचा गुंतवणुकीवर होणारा परिणाम स्पष्ट करते.

प्रो - हॅन्सन यांनी गुणक आणि प्रवेग तत्त्वांचा एकत्रपणे उपयोग करून गुंतवणूक आणि उपभोग यांतील परस्पर संबंध स्पष्ट केला आहे. उपभोग्य वस्तूंच्या मागणीतील वाढ आणि भांडवली वस्तूंच्या मागणीतील वाढ ह्यांचा संख्यात्मक सहसंबंध स्पष्ट केला आहे. अर्थव्यवस्थेत उपभोगाची सीमांत १/२ असेल व प्रवेग २ असेल तर मूळ गुंतवणूक ४१२.५ कोटी रुपये इतकी भर पडते. मात्र, पाचव्या फेरीच्या अखेरीस ही भर फक्त ३४३.७ कोटी रुपयांपर्यंत घसरते. कारण उत्पन्नाच्या प्रसाराच्या कामी अर्थव्यवस्थेत अडथळे निर्माण होतात.

Adam Smith's Theory of Absolute Cost Advantage - ॲडम स्मिथचा निरपेक्ष खर्च लाभ सिद्धान्त

ॲडम स्मिथने आपल्या 'वेल्थ ऑफ नेशन्स' या ग्रंथात हा सिद्धान्त मांडला. त्यांच्या मते, जर एखादा परका देश एखादी वस्तू आपल्याला जेवढा उत्पादन खर्च येतो, त्यापेक्षा कमी खर्चात उत्पादित करीत असेल, तर आपण ती वस्तू त्या देशाकडून विकत घ्यावी आणि आपल्याला ज्या वस्तूच्या उत्पादनात लाभ आहे, अशी वस्तू मोबदला म्हणून द्यावी. जोपर्यंत एखाद्या देशाला एखाद्या वस्तूच्या उत्पादनात लाभ आहे आणि दुसऱ्या देशाला त्या वस्तूची गरज आहे, अशा परिस्थितीत दुसऱ्या देशाने स्वत:च अशा वस्तूचे उत्पादन करण्यापेक्षा ती पहिल्या देशाकडून विकत घेणे नेहमीच जास्त लाभ मिळवून देईल. थोडक्यात, एखादा देश

काही वस्तूंच्या उत्पादनात इतर देशांपेक्षा अधिक कार्यक्षम असू शकतो, तर इतर काही वस्तूंच्या उत्पादनात इतर देशांपेक्षा कमी कार्यक्षम असू शकतो. यामागे कारण कोणतेही असो. जर प्रत्येक देशाने आपण ज्या उत्पादनात अधिक कार्यक्षम आहोत त्या उत्पादनात विशेषीकरण केले, तर अशा वस्तूंचा अन्य देशांशी व्यापार करून सर्वच देशांना लाभ होऊ शकतो.

याप्रकारच्या व्यापाराचे दोन परिणाम याप्रमाणे दिसून येतील. (१) वस्तूच्या उत्पादनाबाबत आंतरराष्ट्रीय विशेषीकरण घडून येईल. (२) आंतरराष्ट्रीय विशेषीकरणाबरोबरच श्रमाचे आंतरराष्ट्रीय विभाजन घडून येईल.

असे गृहीत धरू की, 'अ' आणि 'ब' हे दोन देश असून ते 'क्ष' आणि 'य' या दोन वस्तूंचे उत्पादन करतात.

श्रमाचा घटक किंवा मात्रा किंवा एकक (units) च्या अटीत मोजलेले उत्पादन खर्च आहे.

उत्पादनाचा श्रम खर्च

वस्तू/देश	क्ष	य	
अ	२	१	म्हणून १ य = २ क्ष
ब	१	२	म्हणून १ य = $\frac{१}{२}$ क्ष

ॲडम स्मिथ यांच्या मते, 'अ' आणि 'ब', देश 'क्ष' आणि 'य' वस्तूंच्या आपापसातील व्यापारातून लाभ मिळवू शकतील. तर 'अ' देश 'क्ष' वस्तूच्या आणि 'ब' देश 'य' वस्तूच्या उत्पादनात विशेषीकरण करतो म्हणजेच 'अ' देश 'य' वस्तूचे उत्पादन थांबवून फक्त 'क्ष' वस्तूच्या उत्पादनात विशेषीकरण करतो व 'य' ची आयात करतो. कोणत्याही वस्तूचे देशांतर्गत उत्पादन महाग असेल म्हणजेच परदेशातून त्या वस्तूची आयात करणे कमी खर्चाचे असेल तर देशांतर्गत उत्पादनापेक्षा त्या वस्तूची आयात करणे सोयीस्कर व फायद्याचे ठरते. म्हणून 'अ' देशाला 'य' वस्तूची आयात करणे आणि 'ब' देशाला 'क्ष' वस्तूची आयात कणे लाभप्रद ठरते. याचाच अर्थ 'अ' देश 'क्ष' ची तर 'ब' देश 'य' ची निर्यात करेल. या व्यापारामुळे दोन्हीं देशांचा लाभ कसा होतो हे स्पष्ट करता येते.

जर व्यापारात 'क्ष' च्या दोन मात्रांच्या विनिमयात 'य' ची एक मात्रा येते. त्याचप्रमाणे 'य' वस्तूच्या एक मात्रा विनिमयात 'अ' देशाला 'क्ष' पासून जास्तीत जास्त $\frac{१}{२}$ मात्रा ब देशाला जास्त मिळते. 'य' वस्तूची एक मात्रा विनिमयात 'अ' देशाला अधिक मिळते. 'क्ष' ची जास्तीत जास्त $\frac{१}{२}$ मात्रा 'ब' देशाला जास्त मिळते.

अशाप्रकारे दोन देश दोन वस्तूंचे साधे प्रतिमान घेऊन त्या आधारे स्मिथ यांनी आंतरराष्ट्रीय व्यापारापासून होणारे लाभ स्पष्ट केले व मुक्त व्यापाराची आवश्यकता दाखवून दिली. थोडक्यात एखाद्या देशाला वस्तूच्या उत्पादनात निरपेक्ष खर्च लाभ जास्त असेल तर दोन्ही देश व्यापारापासून लाभ प्राप्त करून घेऊ शकतात.

निरपेक्ष लाभाचा सिद्धान्त स्मिथ यांनी विकसित केला. त्याची गृहिते खालीलप्रमाणे.

(१) श्रम मात्रा (units) च्या शर्तीत परिमाण फक्त उत्पादनाच्या खर्चाचे आहे. म्हणून उत्पादनाच्या मात्रा फक्त श्रमिक आहेत.

(२) उत्पादनाची आवश्यकता श्रमिक मात्रांची संख्या वस्तूमधील विनिमयात ठरवतो.

(३) अर्थव्यवस्थेत पूर्ण रोजगार आहे.

(४) श्रमिक देशात गतिमान असतात; परंतु पूर्णपणे देशात अगतिमान असतात.

(५) अनुमाप प्रत्यय कृतीत स्थिर किंवा कायम (Constant) तत्त्व दिसून येते.

(६) आंतरराष्ट्रीय व्यापारात दोन देश दोन, वस्तू सहभागी होतात.

Balance of Payment Theory - व्यवहारतोल सिद्धान्त

विनिमयदराचा सर्वसाधारण समतोल सिद्धान्त म्हणूनही हा सिद्धान्त ओळखला जातो. या सिद्धान्ताला विनिमयदराचा समाधानकारक सिद्धान्त म्हणून समजला जातो. या सिद्धान्तानुसार दोन देशातील विनिमयदर परकीय विनिमय बाजारात मागणी आणि पुरवठ्याच्या आंतरक्रियेतून ठरवला जातो. विनिमयाचा दर हा देशांतर्गत चलनाच्या शर्तीत परकीय चलनाची किंमत असते. म्हणून विनिमयदराचा समझोता, पुरवठा आणि मागणीच्या समतोलाच्या बिंदूच्या ठिकाणी होतो. म्हणून त्याला विनिमयदराचा समतोल म्हणतात. हा दर देशांतर्गत चलनात एकतर ऊर्ध्वमूल्यात (Over valuation) अथवा अधोमूल्यात (Undervaluation) विनिमयदराच्या बदलात होतो. मुक्त विनिमयदरपद्धतीमध्ये एका देशाच्या चलनाचे दुसऱ्या देशाच्या चलनातील मूल्य हे व्यवहारतोलाच्या स्थितीवर अवलंबून असते असे विनिमयदरासंबंधीच्या व्यवहारतोल सिद्धान्तात स्पष्ट करण्यात आले आहे.

जेव्हा परकीय विनिमयाचा पुरवठा वाढतो तेव्हा भारतीय निर्यातदार वस्तू आणि सेवा यांची निर्यात परकीय देशात करतात. विनिमयबाजारात डॉलर विकला जातो, त्या बदल्यात भारतीय खर्चासाठी रुपया मिळवला जातो. भारतातून वस्तू व सेवांची निर्यात होते. त्याचप्रमाणे अमेरिकन भारतीय वस्तूंवर खर्च करतात. या आंतरविभागणीचा लाभ भारतीय नागरिकांना होतो व त्यातून सुरक्षितता लाभते. भारताचे येणे त्यांच्या परकीय खात्यात जमा होते. काही बाबी व्यवहार तोलात जमा दाखविल्या जातात. म्हणून परकीय विनिमयात पुरवठ्याच्या जमा बाबींमुळे व्यवहारतोलात वाढ दाखविली जाते. भारतीय आयातदार इतर देशातून आयात करतात तेव्हा

परकीय चलनाला मागणी वाढते. जेव्हा भारतीय अमेरिकेतून वस्तू खरेदी करतात तेव्हा विनिमयबाजारात डॉलरला मागणी वाढते. भारताच्या आयातीत वस्तू आणि सेवांचे घटक आणि लाभांश असतो. परकीय देशांना भारतात खर्चासाठी सुरक्षितता दिली जाते. त्यामुळे व्यवहारतोल खर्चाच्या बाबतीत परकीय विनिमयाच्या मागणीत वाढ घडून येते.

जेव्हा निव्वळ आधिक्य देशाच्या व्यवहारतोलात होते तेव्हा परकीय विनिमयाचा पुरवठा मागणीपेक्षा अधिक होतो. म्हणून विनिमयाचा दर घटतो. देशाच्या चलनाचे विनिमयमूल्य परकीय चलनांच्या शर्तीत वाढते, दुसऱ्या बाजूस जेव्हा देशाच्या व्यवहारतोलात निव्वळ तूट होत असेल, परकीय विनिमय पुरवठ्यापेक्षा मागणी अधिक राहिली तर विनिमयाचा दर वाढतो. परकीय विनिमयाच्या शर्तीत आधिक्यामुळे देशाच्या चलनाचे विनिमयमूल्य कमी होते.

कोणत्याही देशाला निर्यात तसेच इतर अनेक कारणांमुळे विदेशातून रक्कम प्राप्त होत असते. याउलट आयात तसेच इतर अनेक कारणांमुळे रक्कम द्यावी लागत असते. या दोन रकमांमधील अंतर म्हणजे 'शोधन शेष' होय. यालाच 'देण्या-घेण्याचा आढावा' असे सुद्धा म्हणतात. देशाच्या शोधन शेषात होणाऱ्या बदलांचा देशाच्या विनिमय दरावर देखील परिणाम होतो. कोणताही देश इतर देशांकडून जेवढे घेणे प्राप्त करतो तेवढेच देणे तो इतर देशांना देऊ शकतो. परंतु बरेचदा देशांचा शोधन शेष 'अनुकूल' किंवा 'प्रतिकूल' असा असू शकतो. शोधन शेषात व्यापारातील देण्यांव्यतिरिक्त इतर अदृश्य आयात-निर्यातींचाही समावेश असतो. त्यामुळे शोधन शेष अनुकूल किंवा प्रतिकूल असू शकतो. वस्तूंच्या व्यापारातून भांडवली देवघेव निर्माण होते. जर एखाद्या देशाची आयात ही निर्यातीपेक्षा जास्त असेल तर त्या देशाला आपली तूट भरून काढण्यासाठी विदेशी कर्ज घ्यावे लागते. त्यामुळे कोणत्याही देशाच्या विनिमय दरासाठी चालू आणि भांडवली अशा दोन्ही शोधन शेषांचा विचार करावा लागतो.

मागणी - पुरवठ्याचा आधार : विनिमय दर म्हणजे स्वदेशी चलनाचे विदेशी चलनातील मूल्य होय. इतर वस्तूंप्रमाणेच विनिमय दर हा सुद्धा मागणी आणि पुरवठ्यावर अवलंबून असतो. ज्या चलनाची मागणी जास्त आणि पुरवठा कमी त्या चलनाचा विनिमय दर जास्त, याउलट ज्या चलनाचा पुरवठा जास्त आणि मागणी कमी त्या चलनाचा विनिमय दर कमी असतो. ज्यावेळी एखादा देश विदेशातून आयात करतो, त्यावेळी विदेशी चलनाची मागणी वाढते आणि देशी चलनाचा पुरवठा वाढतो. याउलट ज्यावेळी एखादा देश निर्यात करतो, त्यावेळी देशी चलनाची मागणी वाढते आणि विदेशी चलनाचा पुरवठा वाढतो. अशाप्रकारे चलनांच्या

मागणी-पुरवठ्यानुसार विनिमय दर ठरत असतो.

आयात-निर्यात व्यापार संतुलन : या सिद्धान्तानुसार विदेशी विनिमयाची मागणी आणि पुरवठा समान असतो. देशाची घेणी आणि देणी संतुलित असतात. म्हणजेच, देशात होणाऱ्या आयातीची किंमत निर्यातीद्वारे फेडावयाची असल्यामुळे देशाची एकूण आयात आणि एकूण निर्यात समान असली पाहिजे. जर देशाची निर्यात आयातीपेक्षा कमी झाली तर तूट भरून काढण्यासाठी देशाने सुवर्णाची निर्यात केली पाहिजे किंवा विदेशी कर्ज घेतले पाहिजे. कोणत्याही देशाच्या शोधन शेषाचा विचार करताना त्या देशाने सर्व देशांशी केलेले वस्तू आणि भांडवलाचे व्यवहार लक्षात घ्यावे लागतात. तरच शोधन शेषाचे संतुलन होऊ शकते.

विनिमय दर आणि शोधन शेष एकमेकांवर अवलंबून असताना शोधन शेषाने दाखविलेल्या मागणी-पुरवठ्याचा विनिमय दरावर परिणाम होत असतो. त्याचप्रमाणे विनिमय दराचा सुद्धा शोधन शेषावर परिणाम होत असतो. पुढील उदाहरणाद्वारे ही बाब अधिक स्पष्ट होईल. समजा – १ डॉलर = ४० रुपये असा विनिमय दर आहे. भारताची आयात जास्त आणि निर्यात कमी झाल्यामुळे शोधन शेष प्रतिकूल झाला. त्यामुळे डॉलरची मागणी वाढली आणि रुपयाचा पुरवठा वाढला. त्याचा परिणाम डॉलरचा रुपयातील विनिमय दर वाढून समजा - १ डॉलर = ५० रुपये झाला. त्यामुळे अमेरिकेला भारतीय माल आता स्वस्त पडतो. याउलट भारताला अमेरिकेन माल महाग पडतो. त्यामुळे भारताची अमेरिकेन मालाला असणारी मागणी कमी होते आणि म्हणून आयात कमी होते. भारताच्या रुपयाची किंमत कमी झाल्याने भारताची निर्यात वाढते. अशाप्रकारे भारताच्या शोधन शेषातील तूट भरून निघेल आणि शोधन शेष संतुलित होईल. याउलट भारताचा शोधन शेष अनुकूल असेल तर रुपयाची मागणी वाढेल आणि डॉलरचा पुरवठा वाढेल. त्याचा परिणाम भारताची आयात वाढेल आणि निर्यात कमी होईल. भारताच्या शोधन शेषातील आधिक्य नाहीसे होऊन शोधन शेष संतुलित होईल. अशाप्रकारे शोधन शेष आणि विनिमय दर हे दोन्ही परस्परांवर प्रभाव टाकीत असतात.

शोधन शेषाची उपयुक्तता : विनिमय दर निर्धारित करण्यासाठी शोधन शेष सिद्धान्त इतर सर्व सिद्धान्ताच्या तुलनेत अधिक उपयुक्त मानण्यात आला आहे. पुढील मुद्यांवरून या सिद्धान्ताची उपयुक्तता स्पष्ट होईल.

(अ) उपयुक्त सिद्धान्त : या सिद्धान्तात मागणी-पुरवठ्याचे योग्य विवेचन केले आहे. मागणी-पुरवठ्यातील फरकांमुळे विनिमय दरात होणाऱ्या चढ उतारांचे स्पष्टीकरण या सिद्धान्तात केले आहे. त्यामुळे विदेशी विनिमयाचे व्यवहार करताना हा सिद्धान्त उपयुक्त ठरतो.

(ब) व्यापक सिद्धान्त : या सिद्धान्तात दृश्य आणि अदृश्य अशा दोन्हीं प्रकाराच्या आयात-निर्यातीचा विचार केला असल्याने इतर सिद्धान्तापेक्षा हा सिद्धान्त अधिक व्यापक झाला आहे. प्रत्येक देशाच्या दृश्य आयात-निर्याती बरोबरच अदृश्य आयात-निर्यातीमुळे देखील देणी-घेणी निर्माण होतात याचा या सिद्धान्तात विचार केला आहे.

(क) सर्वस्पर्शी सिद्धान्त : हा सिद्धान्त सर्वस्पर्शी आहे. कारण देशातील चलनाचा आधार सुवर्णमान किंवा पत्रमुद्रामान कोणताही असला तरी देखील हा सिद्धान्त दोन्ही प्रकारच्या परिस्थितीत उपयुक्त ठरतो.

(ड) विनिमयातील चढउतारांचे स्पष्टीकरण : शोधन शेष सिद्धान्ताला मागणी-पुरवठ्याचा आधार आहे. त्यामुळे या सिद्धान्तामुळे विनिमय दरात चढ उतार का होतात आणि ते कशामुळे होतात याचे योग्य स्पष्टीकरण मिळते.

(इ) विनिमय दराच्या संतुलनाचे स्पष्टीकरण : शोधन शेष सिद्धान्तात आयात-निर्यात संतुलन कसे होते हे स्पष्ट केल्यामुळे दोन देशातील विनिमय दराचे संतुलन कशा रीतीने होते, याचे स्पष्टीकरण मिळते. त्यामुळे या सिद्धान्ताचे महत्त्व अधिकच वाढले आहे.

Balanced Budget Theorem - संतुलित अर्थसंकल्प गुणक / प्रतिमान

सार्वजनिक खर्चात होणाऱ्या बदलामुळे राष्ट्रीय उत्पादनात जो बदल होतो, त्या बदलाच्या प्रमाणास संतुलित अर्थसंकल्प गुणक किंवा प्रतिमान म्हणतात.

राष्ट्रीय उत्पन्नात होणारी वाढ $\frac{1}{1-C}\Delta G$ च्या बरोबर असते म्हणजेच हा सार्वजनिक खर्चातील वाढीचा राष्ट्रीय उत्पन्न वाढीवर होणारा परिणाम आहे. तर $\frac{C}{1-C}\Delta T$ हा कर आकारणीचा राष्ट्रीय उत्पन्न घटीवर होणारा परिणाम आहे.

या दोघांचा एकत्रित परिणाम $\frac{1}{1-C}\Delta G - \frac{C}{1-C}\Delta T = \Delta G$ असतो. याचाच अर्थ उत्पन्नातील वाढ सार्वजनिक खर्चाच्या वाढी एवढीच असते, यालाच संतुलित अर्थसंकल्प प्रतिमान म्हणतात.

Benefit Principle - सेवा परिव्यय तत्त्व

सरकार सामान्य माणसाच्या हितासाठी अर्थव्यवस्थेत ज्या विविध सेवा (आरोग्य, शिक्षण, न्याय, संरक्षण इ.) पुरविते, त्यांच्यावर झालेला खर्च कराच्या रूपाने वसूल करावा व हा कर सेवांच्या लाभाच्या प्रमाणात असावा, असे सेवा परिव्यय तत्त्व

मानते. ह्या तत्त्वाला व्यावहारिक अर्थ नाही. कारण त्यानुसार गरिबांना जास्त व श्रीमंतांना कमी कर द्यावा लागतो.

Benefit Theory - लाभ सिद्धान्त

लाभ सिद्धान्त हा कर आकारणी संदर्भात सांगितला जातो. सरकारच्या सेवा व सुविधांच्या लाभानुसार कर आकारावेत असे लाभतत्त्व मानते. याचाच अर्थ असा की, ज्या लोकांना सरकारच्या सेवांचा लाभ किंवा फायदा जास्त होतो, त्यांना जास्त कर आकारावेत. या तत्त्वानुसार कर आकारणी केली असता ती प्रतिगामी कर संरचना स्वरूपाची होते. कारण सरकारच्या सेवा व सुविधांचा लाभ गरिबांना मिळतो. म्हणून त्यांनी जास्त कर द्यावा असे लाभतत्त्व मानते.

Big Push Theory - प्रबळ चालना सिद्धान्त

आर्थिक विकास ही तुटकपणे घडून येणाऱ्या घटनांची मालिका आहे. त्यामुळे विकासाची गती निर्धारित करताना प्रक्रियेची ही तुटकपणाची बाजू मांडण्याचे काम १९४३ मध्ये एक लेख लिहून पॉल. एन. रोझेन्स्टीन रोडान यानी प्रभावीपणे केले. विशेष म्हणजे या विचारातील मूळ कल्पना बाह्य बचतीची (External Economies) असून, फक्त या जुन्या कल्पनेला विकासाच्या सिद्धान्तात नव्याने स्थान देण्यात आले.

रोझेन्स्टीन रोडानच्या मते विकासाच्या प्रक्रियेतील अपरिहार्य स्वरूपाचा तुटकपणा (Discontinuities) विचारात घेता, त्यासाठी ठरावीक धोरण असायला हवे. जर विकासाचा कोणताही कार्यक्रम यशस्वीपणे पार पाडावयाचा असेल तर त्यासाठी किती संसाधने वापरावी याचे काही प्रमाण राहील, यापेक्षा कमी संसाधने वापरल्यास तो कार्यक्रम यशस्वी होणे कठीण होईल, म्हणजेच कार्यक्रमाच्या सफलतेसाठी संसाधनांची एक किमान पातळी आवश्यक असते. संसाधनांच्या या किमान आवश्यक मात्रेमुळे अर्थव्यवस्थेत 'प्रबळ चालना' (Big Push) निर्माण होऊन ती विकास मार्गावर पुढे जाईल, असे रोडानचे मत आहे. अर्थात वेगवान विकासासाठी प्रबळ चालनेची गरज असते.

रोडानच्या विवेचनानुसार, बाह्य बचतीची कल्पना जुनी आहे, पण स्थिर संतुलनाच्या विवेचनात या बचतीला त्यामानाने फार कमी महत्त्व होते. विकास प्रक्रियेच्या संदर्भात त्यांच्यावर जास्त भर द्यायला हवा.

अविभाज्यता (Indivisibilities) – या संदर्भात रोडानने तीन प्रकारच्या अविभाज्यतेची चर्चा केली आहे. सामाजिक मूलभूत भांडवलाचा पुरवठा, मागणीची पूरकता आणि बचतीचा पुरवठा याबाबतीत ही अविभाज्यता दिसून येते.

(१) उत्पादनातील अविभाज्यता : रोडानच्या मते, आदान, उत्पादन आणि त्यातील प्रक्रिया यांच्या अविभाज्यतेमुळे वर्धी उत्पन्नत्तीच्या प्रवृत्तीला चालना मिळते. अमेरिकेच्या आर्थिक विकासात भांडवल-उत्पादन प्रमाण कमी करण्याच्या दृष्टीने वर्धी उत्पन्नत्तीची भूमिका अतिशय महत्त्वाची होती. पुरवठ्याच्या बाजूने विचार केल्यास, वाहतूक, दळणवळण, शक्ती, गृहनिर्माण हे मूलभूत सामाजिक भांडवल म्हणजे अविभाज्यतेचे आणि बाह्य बचतीचे उत्तम उदादरण आहे. ही मूलभूत गुंतवण अप्रत्यक्षपणे उत्पादक असते आणि तिचा फलनकाळ (Gestation Period) दीर्घ असतो. म्हणजे गुंतवण केल्यानंतर त्यापासून लाभ मिळण्यास बराच कालावधी लागतो. या सोयी निर्माण करण्यास प्रचंड गुंतवण करावी लागते व ती केल्याशिवाय इतर प्रत्यक्ष उत्पादक कार्ये सुरू होऊ शकत नाहीत. पण एकदा या सोयी निर्माण झाल्यावर त्यामुळे उत्पादनाला प्रेरणा मिळते व आर्थिक विकास वेगाने होऊ शकतो. मूलभूत सोयींच्या अविभाज्यतेचा विकासाशी कसा संबंध येतो? या स्पष्टीकरणानुसार, या सोयींची विकासाच्या सुरुवातीस असणारी आवश्यकता, पुढील अन्य उत्पादनांचे या सोयींवरील अवलंबित्व, सोयींना लागणारी प्रचंड गुंतवण आणि सुरुवातीला निर्माण होऊ शकणारी अतिरिक्त क्षमता, त्यांना लागणारा दीर्घ फलनकाळ या सर्व उत्पादनाच्या अविभाज्यता आहेत. त्यांच्यामुळे विकसनशील देशांच्या विकासात अडथळे निर्माण होतात. जर हे अडथळे दूर करायचे असतील तर त्यावर इतर उत्पादन अवलंबून असल्याने विकासासाठी ती आवश्यक आहे.

(२) मागणीची अविभाज्यता : वस्तूंच्या मागणीची अविभाज्यता किंवा निरनिराळ्या वस्तूंच्या मागणीची पूरकता रोडानने स्पष्ट केली आहे. पुढे संतुलित विकासाचे स्पष्टीकरण देताना रॅग्नर नर्क्सने त्यावर अधिक भर दिला. रोडानच्या मते देशात एखाद्या उद्योगात गुंतवण करताना त्यामधील उत्पादित वस्तूंना मागणी, बाजारपेठ मिळेल किंवा नाही हा महत्त्वाचा प्रश्न असतो. सामान्यत: जर एकच उद्योग स्वतंत्रपणे सुरू केला तर त्याच्या उत्पादनाला बाजारपेठ मिळण्याची निश्चिती राहणार नाही. त्यामुळे एक उद्योग स्वतंत्रपणे न सुरू करता अनेक उद्योग एकत्रितपणे सुरू केल्यास परस्परांच्या वस्तूंना बाजारपेठ निर्माण होऊन ते स्थापन करणे फायद्याचे ठरेल. दुसऱ्या शब्दात, गुंतवणीचे निर्णय हे परस्परसंबद्ध असतात. हा मुद्दा स्पष्ट करण्यासाठी रोडानने पादत्राण व्यवसायाचे उदाहरण दिले आहे. त्यानुसार, एका बंद अर्थव्यवस्थेत एक पादत्राणाचा कारखाना सुरू करण्यात आला. या कारखान्यात सुप्त बेकार असलेल्या १०० व्यक्तींना काम देण्यात आले. ते सुप्त बेकार असल्याने आता त्यांचे वेतन हे जास्तीचे उत्पन्न ठरेल. जर हे जास्तीचे उत्पन्न त्यांनी पूर्णपणे त्याच व्यवसायातील पादत्राणे विकत घेण्यासाठी खर्च केले तर या उत्पादनाला

बाजारपेठ मिळून व्यवसाय यशस्वी ठरेल. परंतु हे मजूर सर्व उत्पन्न पादत्राणांवरच खर्च करतील हे अशक्य आहे व बाजारपेठेच्या अभावी हा व्यवसाय बंद करावा लागेल. (The risk of not finding a market reduces the incentive to invest, the shoe factory investment project will probably be abandoned.) याचा अर्थ असा की एखादा व्यवसाय स्वतंत्रपणे यशस्वी होणे कठीण आहे. पण अनेक व्यवसाय एकदम सुरू करण्याचा निर्णय घेतल्यास हे चित्र बदलते. समजा, एकाचवेळी १०० विविध उद्योग करून त्यात १०,००० श्रमिकांना काम दिले. या उद्योगांमधून श्रमिकांना आवश्यक अशा वस्तू तयार होत असल्याने ते त्यांच्यावर आपले उत्पन्न खर्च करतील. आता एक उत्पादक हा दुसऱ्यासाठी मागणी निर्माण करणारा ठरेल. निरनिराळ्या उद्योगांमधील श्रमिक या वस्तूंची मागणी करतील आणि अशा रीतीने प्रत्येक वस्तूला बाजारपेठ उपलब्ध होईल. दुसऱ्या शब्दात, वस्तूंच्या मागणीची ही पूरकता गुंतवणुकीस प्रोत्साहक राहील. कारण या परिस्थितीत बाजारपेठ उपलब्ध न होण्याचा धोका कमी असतो. अर्थात असे अनेक उद्योग एकदम सुरू करण्यास बरीच गुंतवण किमान आवश्यक ठरेल, व त्यामुळे अर्थव्यवस्थेत प्रबळ चालना निर्माण होऊ शकेल.

(३) बचतीच्या पुरवठ्याची अविभाज्यता : विकासासाठी बरीच गुंतवण आवश्यक आहे हे मान्य केल्यावर त्यासाठी बचत जास्त होणे आवश्यक ठरेल. परंतु या देशांमध्ये उत्पन्नाची पातळी बरीच कमी असल्याने जास्त बचत शक्य होत नाही. त्यावर उपाय म्हणजे जेव्हा होत असलेल्या गुंतवणीमुळे उत्पन्नात वाढ होते, तेव्हा बचतीचा सीमांत दर हा सरासरी बचत दरापेक्षा बराच जास्त असायला हवा. ही गोष्ट साध्य करणे विकसनशील देशात कठीण असल्याने विकासाच्या मार्गात अडथळा निर्माण होतो.

वरील अविभाज्यतांचा विचार केल्यावर रोडानने असे मत व्यक्त केले आहे की तुरळक आणि कमी प्रभावी प्रयत्नांनी विकासाच्या प्रक्रियेकडे फारसा परिणाम होणार नाही. जर विकास-प्रवृत्त वातावरण तयार करायचे असेल तर त्यासाठी विशिष्ट मात्रेत गुंतवण आणि विशिष्ट वेग यांची नितांत गरज राहील. हीच प्रबळ चालना असून त्याशिवाय गतिमान विकास होणार नाही.

मूल्यमापन : रोझेन्स्टीन - रोडानने प्रबळ चालनेच्या सिद्धान्तात विकसनशील देशांमधील विकासाच्या प्रक्रियेतील सातत्य अमान्य करून त्यातील तुटकपणा दाखवून दिला. केवळ संतुलनाच्या परिस्थितीचे विवेचन करणाऱ्या स्पष्टीकरणांना अपूर्ण ठरवून त्यांनी या सिद्धान्तात संतुलनाचा मार्गसुद्धा स्पष्ट केला आहे, व ही गोष्ट विकासाच्या सिद्धान्तासाठी महत्त्वाची आहे. विकसनशील देशांमधील विपणीची

अपूर्णता विचारात घेता प्रबळ चालनाने सिद्धान्त महत्त्वपूर्ण ठरतो. आंतरराष्ट्रीय व्यापाराच्या माध्यमातून विकासाला प्रेरणा मिळत असली तरी त्यामुळे देशांतर्गत मोठी गुंतवण करणे स्थगित करता येत नाही अशी वास्तववादी भूमिका रोडानने घेतली.

Break -Even Analysis - समविच्छेदन विश्लेषण (समखर्चप्राप्ती पातळी बिंदू)

ज्या बिंदूवर वस्तू अथवा सेवेच्या विक्रीपासून मिळणारे उत्पन्न त्या वस्तू अथवा सेवेच्या निर्मिती आणि विक्रीसाठी येणाऱ्या खर्चाच्या बरोबर असते आणि त्यामुळे फायदा अथवा तोटा होत नाही, त्या बिंदूला 'समविच्छेदन बिंदू' असे म्हणतात.

कोणत्याही उद्योगव्यवसायात नफ्याची बाब नशिबावर सोडून चालत नाही. त्यासाठी नफ्याचे सुयोग्य नियोजन करणे अपरिहार्य ठरते. या नियोजनात नफा कमविण्याच्या कुवतीचा अभ्यास करावा लागतो. नफा कमविण्याच्या क्षमतेचे सूक्ष्म आणि वास्तव मूल्यमापन केल्याशिवाय नफ्याच्या नियोजनाचे कार्य पार पाडता येत नाही. व्यवसायाजवळ उपलब्ध असलेली संसाधने आणि उत्पादनक्षमता यांच्या संदर्भात विक्री उत्पन्नाचा आणि एकूण खर्चाचा साकल्याने अभ्यास करून विक्रीच्या विविध स्तरांवर नफ्याचे प्रमाण कसे राहील हे ठरविणे आवश्यक असते. त्यासाठी सीमान्त खर्च पद्धतीचा आधार घेऊन समविच्छेदन बिंदूच्या तंत्राचा उपयोग करण्यात येतो. समविच्छेदन बिंदूवरून नुकसान टाळण्यासाठी आणि नफा मिळविण्यासाठी किमान विक्री किती असली पाहिजे हे कळते. याशिवाय खर्चात होणारे बदल, वस्तूच्या किमतीत होणारे बदल, विक्रीच्या प्रमाणात होणारे बदल इत्यादींचा व्यवसायाच्या नफ्यावर नेमका काय परिणाम होईल याची माहिती समविच्छेदन बिंदूच्या पृथक्करणावरून उपलब्ध होते. म्हणूनच प्रवर्तकांच्या/उद्योजकांच्या दृष्टीने समविच्छेदन बिंदूचा अभ्यास करणे महत्त्वाचे ठरते.

'ना नफा ना तोटा' विश्लेषणाचा मुख्य हेतू व्यावसायिक संस्थेचा नुकसानापासून बचाव करणे आणि तिला अधिकाधिक नफ्याची उपलब्धता करून देण्यासाठी उत्पादनाचे आणि विक्रीचे प्रमाण ठरवून देणे हा असतो. समविच्छेदन बिंदू विक्रीचे असे प्रमाण ठरवून देतो की, ज्यासाठी होणारा खर्च विक्रीपासून होणाऱ्या उत्पन्नाइतका असतो. या विक्रीच्या प्रमाणालाच 'समविच्छेदन बिंदू' असे म्हणतात. वस्तूचे उत्पादन वाढविले किंवा घटविले तर त्याचा नफ्यावर काय परिणाम होईल हे समविच्छेदन बिंदूवरून समजते आणि म्हणूनच उत्पादनात वाढ/घट करण्याचा निर्णय घेण्यापूर्वी समविच्छेदन बिंदूचा विचार करणे अत्यंत आवश्यक असते. याव्यतिरिक्त इतर अनेक प्रकारचे निर्णय घेताना समविच्छेदन बिंदूचा उपयोग पुढीलप्रमाणे होतो-

१. *संचालन धोरण :* संचालनाशी संबंधित धोरण ठरविताना पुढील समस्या सोडविण्यासाठी समविच्छेदन बिंदूचा उपयोग करतात.

 (अ) नफा आणि किमतीबाबत पूर्वानुमान,

 (ब) नफा आणि मजुरीतील फेरबदलाचे परिणाम,

 (क) नफा आणि साठ्यांचा आकार अथवा साठवणुकीच्या प्रक्रियेतील बदल,

 (ड) नफा आणि वितरण पद्धतीत फेरबदल.

२. *व्यवस्थापकीय नियंत्रण :* व्यवस्थापकीय समस्या सोडविण्यासाठी समविच्छेदन बिंदूचा उपयोग पुढील परिस्थितीत केला जातो.

 (अ) नवीन उद्योगाच्या प्रवर्तनाची शक्यता तपासण्यासाठी,

 (ब) दोन संस्थांच्या नफ्यांचा तुलनात्मक अभ्यास करण्यासाठी,

 (क) नफ्यावर भरावयाच्या आयकराचे विश्लेषण करण्यासाठी,

 (ड) व्यवसाय संचालनाचा खर्च किमान करण्यासाठी विश्लेषण अभ्यास करण्यासाठी.

Budget Line - अंदाजपत्रक रेषा

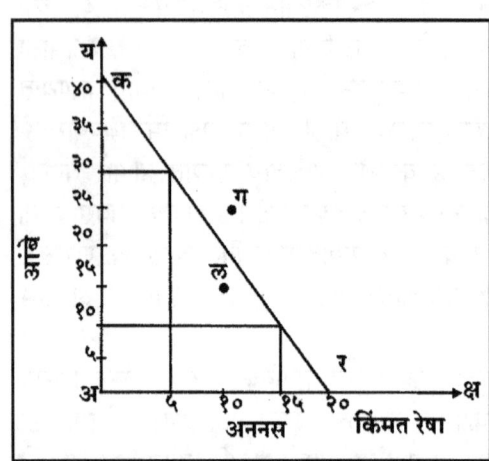

ठरावीक उत्पन्नात ग्राहक कोणत्या प्रकारच्या किती वस्तू खरेदी करू शकेल याची सीमा दर्शविणारी रेषा, म्हणजे अंदाजपत्रक रेषा होय.

व्यक्तीजवळ जेवढा पैसा आहे तो त्या व्यक्तीने पूर्णपणे पुस्तके खरेदीसाठी वापरला तर व्यक्ती OB एवढी पुस्तके खरेदी करेल. याउलट व्यक्तीने सर्व पैसा वह्या खरेदीसाठी वापरला तर व्यक्ती OA एवढ्या वह्या खरेदी करू शकेल. आकृतीमध्ये AB ही अंदाजपत्रक किंवा किंमत रेषा आहे. उत्पन्नाची मर्यादा ही रेषा दाखविते, म्हणून या रेषेला उत्पन्न रेषा असे म्हणतात.

उपभोक्त्याचा समतोल अभ्यासण्यासाठी उपभोक्त्याचे उत्पादन व वस्तूंची किंमत समजणे महत्त्वाचे असते. विशिष्ट उत्पन्न व विशिष्ट किंमतीला तो वेगवेगळ्या वस्तूंचे किती नग खरेदी करतो, हे समजणे आवश्यक असते. त्यावरून उपभोक्त्याला कोणत्या वस्तूच्या गटामुळे जास्तीत जास्त समाधान मिळेल हे समजते. म्हणून

अंदाजपत्रक रेषेचा अभ्यास आवश्यक आहे.

समवृत्ती वक्राच्या साहाय्याने वस्तूच्या मागणीचा अभ्यास करण्यासाठी ''किंमत रेषा'' हे एक महत्त्वाचे साधन आहे. किंमत - रेषा ही अशी रेषा असते, की जी रेषा, उपभोक्ता त्याच्या मर्यादित उत्पन्नात खरेदी करू शकत असलेल्या दोन वस्तूंचे सर्व संच किंवा गट दर्शवीत असते. किंमत रेषा काढताना उपभोक्त्याच्या मर्यादित उत्पन्नात खरेदी केले जाऊ शकणारे दोन्ही वस्तूंचे जास्तीत जास्त परिमाण उभ्या व आडव्या अक्षावर अनुक्रमे दाखविले जाते. परिमाण दर्शविणारे बिंदू जोडल्यास किंमत - रेषा मिळते.

समजा एखाद्या व्यक्तीजवळ २०० रुपये आहेत. ही रक्कम आंबे आणि अननस या दोन वस्तूंवर खर्च करावयाची आहे. आंब्याची किंमत ५ रुपयास एक आंबा व अननसाची किंमत १० रुपयास एक अननस अशी आहे. या उपभोक्त्याला २०० रुपयातून फक्त आंब्यासाठी खर्च करावयाचा झाल्यास ४० आंबे विकत घेता येतील. किंवा २०० रुपये फक्त अननसासाठी खर्च करावयाचे झाल्यास २० अननस विकत घेता येतील. अशा रितीने ४० आंबे किंवा २० अननस ह्या अंतिम मर्यादा ठरतात. प्रत्यक्षात या उपभोक्त्याला या दोन मर्यादांमधील कोणताही वस्तूचा गट किंवा संच निवडता येईल.

आकृती मध्ये 'कर' ही किंमत रेषा आहे. उपभोक्त्याला आपल्या मर्यादित उत्पन्नातून म्हणजेच २०० रुपयातून आंबे आणि अननस या दोन वस्तूंचे वेगवेगळे किती गट खरेदी करता येतील हे किंमत रेषेद्वारे दर्शविले जाते. जर त्याने सर्वच्या सर्व रक्कम म्हणजे २०० रुपये फक्त आंब्यासाठी खर्च केले तर त्याला ४० आंबे खरेदी करता येतील. तसेच सर्व रक्कम अननसासाठी खर्च केली तर त्याला २० अननस मिळतील किंवा त्याला ३० आंबे व ५ अननस असा संच / गट खरेदी करता येईल.

जर त्याला आंब्याची खरेदी कमी करून अननसाची खरेदी वाढवावयाची असेल तर १० आंबे व १५ अननस असा दुसरा संच / गट खरेदी करता येईल.

अशा प्रकारे सर्व उत्पन्न खर्च करून उपभोक्त्याला वेगवेगळ्या गटाची / संचाची खरेदी करता येईल. अय अक्षावरील ४० आंबे दर्शविणारा बिंदू व अक्ष अक्षावर २० अननस दर्शविणारा बिंदू एकमेकांस जोडल्यास कर ही रेषा मिळते. या रेषेलाच ''किंमत रेषा'' किंवा उत्पन्न रेषा किंवा खर्च रेषा असे म्हणतात. कर या किंमत रेषेच्या उतारावरून आंबे आणि अननस यांच्या किंमतीचे गुणोत्तर समजते. या उदाहरणामध्ये २० अननस = ४० आंबे अशा प्रकारे हे किंमत गुणोत्तर राहील.

कर या रेषेच्या बाहेर असणाऱ्या बिंदूचा विचार उपभोक्त्याला करता येणार

नाही. वरील आकृतीमध्ये असा ग बिंदू दर्शविलेला आहे. ग या बिंदूने सूचित होणारा वस्तुसंच खरेदी करण्यासाठी आवश्यक तेवढी रक्कम त्याच्याजवळ नाही. त्याचप्रमाणे कर या रेषेच्या अलीकडील ल बिंदू अशा प्रकारचा वस्तूंचा गट दर्शवितो की, ज्यामुळे उपभोक्त्याला आपली सर्व रक्कम खर्च करता येत नाही. त्यामुळे त्याला सर्व रक्कम खर्च करावयाची असेल तर त्याने कर या किंमत रेषेवरील बिंदूने सूचित होणारा एखादा वस्तू गट खरेदी केला पाहिजे. तरच त्याला २०० रुपये खर्च करून जास्तीत जास्त समाधान प्राप्त होऊ शकेल.

Cambridge Equations - केंब्रिज समीकरणे

इंग्लंडमधील केंब्रिज विद्यापीठातील अर्थशास्त्रज्ञ मार्शल, पिगू, केन्स आणि रॉबर्टसन यांनी रोख-शिल्लक दृष्टिकोन (Cash Balance Approach) मांडला. या दृष्टिकोनाला 'केंब्रिज दृष्टिकोन' किंवा केंब्रिज समीकरणे, असेही म्हणतात.

केंब्रिज विद्यापीठातील अर्थशास्त्रज्ञांनी 'मूल्य संग्रहण' या मुद्रेच्या कार्याला विशेष महत्त्व देऊन मुद्रा परिमाण सिद्धान्त मांडला आहे. डॉ. मार्शल, प्रा. पिगू, प्रा. रॉबर्टसन आणि लॉर्ड केन्स हे केंब्रिज विद्यापीठातील मान्यताप्राप्त अर्थशास्त्रज्ञ आहेत. या अर्थशास्त्रज्ञांनी मुद्रेच्या मागणी पक्षाला प्राधान्य दिले आहे. मूल्य संग्रहणासाठी समाजाद्वारे मुद्रेची मागणी केली जाते असे केंब्रिज अर्थशास्त्रज्ञांचे म्हणणे आहे.

(१) मुद्रेची मागणी (Demand for Money) : समाजातील प्रत्येक व्यक्ती आणि संस्था स्वत:जवळ रोख रक्कम बाळगण्याची इच्छा ठेवीत असते असे केंब्रिज अर्थशास्त्रज्ञांचे मत आहे. यालाच 'रोखता अभिलाषा' (Liquidity Preference) असे म्हणतात. आपल्या प्राप्तीचा काही विशिष्ट भाग समाज स्वत:जवळ बाळगतो. असा समाजाने स्वत:जवळ बाळगलेला प्राप्तीचा हिस्सा जेवढा असतो तेवढी समाजाची मुद्रेसाठी असणारी मागणी जास्त असते. याउलट जेवढा कमी हिस्सा समाजाने स्वत:जळ बाळगला तेवढी समजाची मुद्रेसाठी असणारी मागणी कमी असते. समाजाची मुद्रेसाठी एकूण मागणी म्हणजे एका विशिष्ट वेळी समाजातील सर्व व्यक्तींजवळ असलेली रोख शिल्लक होय.

(२) मुद्रेचा पुरवठा (Supply of Money) : एका विशिष्ट वेळी मुद्रेचे एकूण परिमाण किती आहे हे विचारात घेतले जाते. मुद्रा परिणाम (M) स्थिर असते आणि मुद्रेला चलन प्रवेश (V) नसतो असे त्यांनी गृहीत धरले आहे. यावरून एका विशिष्ट वेळी समाजाचे स्वत:जवळ, बाळगलेल्या एकूण रोख रकमेच्या आधारे 'मुद्रेचा पुरवठा' निश्चित होतो. या सिद्धान्तानुसार मुद्रेचे मूल्य हे मुद्रेच्या मागणी-पुरवठ्याच्या संतुलनाने निश्चित होत असते. "मुद्रेसाठी मागणी स्थिर असताना मुद्रेच्या पुरवठ्यात वाढ झाली तर वस्तूची किंमत पातळी वाढते आणि मुद्रेचे मूल्य कमी होते. याउलट

मुद्रा पुरवठ्यात घट झाल्यास वस्तूची किंमत पातळी कमी होते आणि मुद्रेचे मूल्य वाढते. यालाच समाजाची रोकड प्रवृत्ती असे म्हणतात.''

मुद्रेची मागणी आणि मुद्रेचा पुरवठा या संदर्भात वस्तूची किंमत पातळी कशी ठरते हे सांगण्याकरिता केंब्रिज अर्थशास्त्रज्ञांनी 'रोख शिल्लक समीकरणे' मांडली.

ही समीकरणे खालीलप्रमाणे :

(१) केंब्रिज अर्थशास्त्रज्ञांपैकी सर्वप्रथम डॉ. मार्शलने रोख शिल्लक दृष्टिकोनातून पैशाच्या मूल्यासंबंधी विश्लेषण केले.

डॉ. मार्शलच्या मतानुसार, पैशाचा पुरवठा कायम ठेवला असता स्वत:जवळ रोख रक्कम ठेवण्याची लोकांची इच्छा किंवा प्रवृत्ती एकदम किंवा वेगाने बदलली तर त्याचा वस्तूंच्या किंमतीवर फार मोठा परिणाम होतो. पैशाच्या पुरवठ्यातील बदलाप्रमाणेच लोकांच्या प्रवृत्तीत किंवा अपेक्षांमध्ये होणारे बदलही लक्षात घेणे आवश्यक ठरते, म्हणजेच पैशाच्या एकूण संख्येपेक्षा (m पेक्षा) वास्तव उत्पन्नातील जे प्रमाण रोख पैशाच्या स्वरूपात लोक आपल्याजवळ मूल्यसंचयाच्या हेतूने शिल्लक ठेवू इच्छितात, ते प्रमाण (k) अधिक महत्त्वाचे ठरते.

डॉ. मार्शलचे समीकरण याप्रमाणे :

M = KY

येथे M = लोकांजवळील पैशाचा पुरवठा
         (सरकारी पैसा + बँकांमधील ठेवी)

K = रोख पैशाच्या स्वरूपात वास्तव उत्पन्नापैकी जे प्रमाण लोक आपल्याजवळ शिल्लक ठेवू इच्छितात ते प्रमाण-

Y = एकूण वास्तव उत्पन्न

(२) पिगू यांच्या मते पैशाच्या पुरवठ्यापेक्षाही रोख पैशाची मागणी (k) हा घटक अधिक महत्त्वाचा आहे. रोख पैशाची मागणी निमपट झाली तर पैशाचे मूल्यही निमपट होते.

पिगू यांनी मांडलेले समीकरण याप्रमाणे :-

$$P = \frac{KR}{M}$$

येथे P = पैशाचे मूल्य

R = एकूण वास्तव उत्पन्न (कोणत्याही एका कालखंडातील, कोणत्याही विशिष्ट वस्तूच्या स्वरूपातील)

K = वास्तव उत्पन्नाचा रोख स्वरूपात बाळगला जाणारा भाग

M = विधिग्राह्य पैशाची संख्या

(३) रॉबर्टसनने पैशाच्या मूल्यसंचयाच्या कार्यावर भर दिला आहे. रॉबर्टसनच्या समीकरणाची तुलना फिशरच्या समीकरणाशी करता येणे सहज शक्य आहे. रॉबर्टसन यांचे समीकरण या प्रमाणे-

$$M = KPT$$

येथे P = किंमत पातळी

M = पैशाचा पुरवठा किंवा चलन संस्था

T = एका वर्षात खरेदी केल्या जाणाऱ्या वस्तू व सेवा

K = वस्तूंच्या आणि सेवांच्या नग संख्येचे जितके प्रमाण लोक आपल्याजवळ रोख पैशाच्या स्वरूपात ठेवू इच्छितात, ते प्रमाण

या समीकरणात P हा घटक M शी सरळ प्रमाणात किंवा K किंवा T शी व्यस्त प्रमाणात बदलतो, हे स्पष्ट होते.

(४) पिगूचे समीकरण असमाधानकारक वाटल्याने, केन्सने वास्तव शिल्लक समीकरण मांडले.

केन्सचे समीकरणाप्रमाणे-

$$M = PK \text{ किंवा } P = \frac{M}{K}$$

येथे M = परिचलनातील पैशाची संख्या

P = उपभोग परिमाणाची किंमत

K = उपभोग परिमाणाची जी संख्या लोक रकमेच्या स्वरूपात ठेवू इच्छितात, ती संख्या.

केंब्रिज समीकरणावर विविध प्रकारे टीका होत असली तरी केंब्रिजच्या समीकरणांचे महत्त्व कमी होत नाही. केंब्रिज समीकरणांचे महत्त्व पुढील घटकांवरून स्पष्ट होते.

(१) किंमत पातळीवर प्रभाव टाकणाऱ्या मानवी हेतूंचा विचार : केंब्रिज समीकरणात मुद्रा विषयक आर्थिक व्यवहारांना प्रभावित करणारी समाजाची मानसिक प्रवृत्ती, विविध हेतू, अनिश्चितता इत्यादी घटकांचा विचार केल्यामुळे केंब्रिज समीकरणाचे महत्त्व लक्षात येते.

(२) वस्तूची किंमत पातळी स्पष्ट करण्यास पुरेसे : प्रा. हॅन्सेन यांच्या मते वस्तूची किंमत पातळी निश्चित करण्यास डॉ. मार्शलचे समीकरण अत्यंत उपयोगी पडते. मुद्रेचा पुरवठा जरी स्थिर असला तरी समाजाच्या रोकड प्रवृत्तीत बदल झाल्यास त्याचा परिणाम किंमत पातळीवर होतो हे डॉ. मार्शल यांच्या समीकरणावरून कळून येते.

(३) रोकड प्रवृत्तीची मोजदाद शक्य : प्रा. कुरिहारा यांच्या मते प्रा. फिशर यांच्या P = MV या समीकरणात T वर किती खर्च झाला याचे मापन करता येत नाही. तर P = M/KT या केंब्रिज समीकरणात T' चे योग्य मापन करता येते. त्यामुळे प्रा. फिशर यांच्या समीकरणापेक्षा केंब्रिजचे समीकरण अधिक श्रेष्ठ आहे.

(४) अल्पकाळाचा विचार : केंब्रिज समीकरणात अल्पकाळाचाही विचार केला आहे. त्यामुळे ते समीकरण योग्य झाले आहे.

(५) प्रवेगातील (V) बदलाचे स्पष्टीकरण : केंब्रिज समीकरणात मुद्रेच्या प्रवेगात (V) किती आणि कसे बदल होतात याचे योग्य स्पष्टीकरण आढळते. त्यामुळे हे समीकरण उपयुक्त आहे.

(६) उत्पन्न पातळीचा विचार : केंब्रिज समीकरणात उत्पन्न पातळीचा विचार केला आहे. उत्पन्न पातळीत बदल झाल्यास किंमत पातळीत बदल होतात असे या समीकरणात म्हटले आहे. त्यामुळे हे समीकरण जास्त व्यापक झाले आहे.

(७) व्यापार चक्रातील किंमत बदलांचे स्पष्टीकरण : तेजीमध्ये जनतेच्या रोकड प्रवृत्तीत (K) घट होते. त्यामुळे समाज आपला जास्तीत जास्त पैसा खरेदीवर खर्च करतो. म्हणून किंमती वाढतात. याउलट मंदीमध्ये समाजाच्या रोकड प्रवृत्तीत (K) वाढ होते आणि जनतेचा खर्च कमी होऊन बचत वाढते. त्यामुळे किंमती कमी होतात. अशाप्रकारे तेजी-मंदीमध्ये किंमतीत बदल का होतात याचे योग्य स्पष्टीकरण मिळते.

(८) मागणी आणि पुरवठा दोन्ही पक्षांना महत्त्व : केंब्रिज समीकरणात किंमत पातळी ठरविताना मुद्रेची मागणी आणि मुद्रेचा पुरवठा या दोन्ही घटकांना महत्त्व दिले आहे. त्यामुळे हा सिद्धान्त अधिक व्यापक झाला आहे.

(९) नवीन दृष्टिकोन : डॉ. मार्शल यांच्या मुद्रा परिमाण सिद्धान्तामुळे मुद्रा आणि किंमती यांच्याकडे पाहण्याचा नवीन दृष्टिकोन विकसित झाला.

Capitalised Earning Concepts - भांडवली उत्पन्न सिद्धान्त

नफा मिळविण्याची क्षमता ही प्रत्येक व्यवसायाच्या यशाची मुख्य कसोटी आहे. कोणत्याही व्यवसायात करण्यात येणारी भांडवली गुंतवणूक आणि त्या व्यवसायात मिळविलेल्या उत्पन्नाची एकूण रक्कम या दोन्ही गोष्टी परस्परांवर अवलंबून असतात, व्यवसायाची उत्पन्नक्षमता टिकून राहील अशा रीतीने भांडवली गुंतवणूक करण्यात येते. उदा. समजा एका कंपनीने साधारणपणे रु. २,००,००० नफा दरवर्षी मिळवला आहे असे गृहीत धरल्यास रु. २,००,००० त्या कंपनीची उत्पन्न मिळविण्याची क्षमता मानता येईल. भांडवलगुंतवणुकीवर गुंतवणूकदारांना २०% मोबदला मिळत असल्यास रु. २,००,००० उत्पन्न मिळविण्याच्या क्षमतेचा आधार

देऊन भांडवली गुंतवणुकीचे प्रमाण ठरविण्याच्या तत्त्वालाच 'भांडवलीकृत उत्पन्नाचा सिद्धान्त' असे म्हणतात. या सिद्धान्ताचा उपयोग करून भांडवलीकरणाचे प्रमाण निश्चित करण्याकरता भांडवलीकरणाचा दर तसेच कंपनीने मिळविलेल्या एकूण उत्पन्नाची रक्कम ही उपलब्ध असली पाहिजे. एखाद्या कंपनीचे सरासरी उत्पन्न किती आहे तसेच भांडवलीकरणाचा दर किती आहे, हे समजल्यास त्या कंपनीत एकूण किती भांडवल गुंतवण्यात आले आहे, हे ठरविण्यात येईल. हा सिद्धान्तदेखील गृहीतावर आधारलेला आहे. या परिस्थितीबद्दल अज्ञान असल्यास या सिद्धान्ताचा फारसा उपयोग होत नाही.

Cash Deposit Ratio - ठेव-रोकड गुणोत्तर

बँकेच्या रोखतेच्या दृष्टीने 'रोकड गुणोत्तर प्रमाण' हे विशेष महत्त्वाचे असते. प्रत्येक देशातील बँकेला, बँकिंग अधिनियमातील तरतुदीनुसार देशातील मध्यवर्ती बँकेकडे काही पैसा सुरक्षित ठेवावा लागतो. तसेच ठेवीदारांची मागणी पूर्ण करण्यासाठी काही पैसा स्वत:जवळदेखील ठेवावा लागतो. हे प्रमाण प्रत्येक देशाच्या परिस्थितीनुसार निश्चित होते.

सामान्यपणे बँकेच्या रोकड गुणोत्तर प्रमाणाची निश्चिती खालील सूत्रानुसार केली जाते.

$$\text{रोकड गुणोत्तर प्रमाण} = \frac{\text{बँकेजवळील रोख निधी}}{\text{बँकेतील ठेवींची एकूण राशी}} \times १००$$

रोकड गुणोत्तर प्रमाण जर खूप जास्त असेल तर त्याचा बँकेच्या लाभप्रदतेवर विपरीत परिणाम होतो. तसेच जास्त पैसा रोख स्वरूपात ठेवल्याने बँकेचे उत्पन्न मिळविण्याचे मार्ग कमी होतात. त्यामुळे बँकेच्या आर्थिक क्षमतेत घट होते.

Cash Reserve Ratio (CRR) - रोख राखीव निधि प्रमाण

रोख राखीव निधि प्रमाण व्यापारी बँकांसाठी मध्यवर्ती बँकेने निर्देशित केलेले किमान प्रमाण. या प्रमाणानुसार व्यापारी बँकांना रिझर्व्ह बँकेकडे रोख/तरल प्रमाणात निधी ठेवावा लागतो. पतनियंत्रणाचे काम परिणामकारकरीत्या होण्यासाठी रिझर्व्ह बँक (मध्यवर्ती बँक) हे हत्यार वापरत असते.

हा रोखता निधी सर्व अनुसूचित बँका, गैर अनुसूचित बँका, सहकारी बँका, क्षेत्रीय ग्रामीण बँका यांना किमान ३ टक्के एवढा आहे. अनिवासी भारतीयांच्या भारतातील बँक ठेवीवरही हे प्रमाण लागू आहे. जर एखाद्या बँकेने हे प्रमाण पाळले नाही तर बँक दराच्या वर ३ टक्के दंडात्मक व्याज पहिल्या आठवड्यात वापरले

जाते. तसेच अशा बँकांना पुनर्वित्त सुविधा नाकारल्या जाऊ शकतात.

१९७० ते १९८० या काळात हे हत्यार रिझर्व्ह बँकेकडून वारंवार वापरले गेले आणि त्यामुळे चलनवाढ रोखण्यास मदत झाली. १९८० च्या दशकात तरलतेच्या वाढीवर नियंत्रण ठेवण्यासाठी ठेवलेले हे प्रमाण १५ टक्क्यांवरून जून २००३ मध्ये ४.५ टक्क्यांवर येऊन ठेपले आहे. उदारीकरणाच्या धोरणाचा हा परिणाम आहे.

Chaos Theory - अस्तव्यस्तता सिद्धान्त

ही गणिताच्या सिद्धान्तातील एक संज्ञा आहे. एखाद्या गुंतागुंतीच्या, अवघड प्रणालीचा समतोल लहानसा बदल घडताच विखरून जातो. त्याला (Chaos Theory) असे नाव दिले जाते.

साहित्यिक भाषेत ''फुलपाखराच्या फडफडण्याने आकाश फाटू शकते'' असे वर्णन सांगता येईल.

राजकीय व आंतरराष्ट्रीय क्षेत्रात ही संकल्पना वापरली जाते. एखाद्या बदलाचा प्रभाव इतका दूरगामी असतो की त्याचे वर्णन शास्त्रीय परिभाषेत करता येत नाही. त्यासाठी ही संज्ञा वापरली जाते.

Circuit Breaker - सर्किट ब्रेकर (वर्तुळ छेदक)

शेअर बाजारात नित्य घडणाऱ्या घटनांशी निगडित असा हा शब्दप्रयोग आहे. याचा संबंध मानवी मनोवृत्तीशी आहे. शेअरच्या भावात आकस्मिक चढ-उतार झाल्यावर गुंतवणूकदारांचे नुकसान होऊ नये म्हणून, 'सर्किट ब्रेकर' या यंत्रणेची उपाययोजना केली जाते.

जेव्हा एखाद्या शेअरचा भाव किमान वा कमाल मर्यादा ओलांडतो, त्यावेळी 'सर्किट ब्रेकर' ही यंत्रणा आपोआप कार्यान्वित होते. त्यामुळे त्या शेअरपुरता व्यवहार थांबवला जातो. थांबलेला व्यवहार काही ठराविक कालखंडासाठी किंवा त्या संपूर्ण दिवसासाठी असू शकतो.

शेअरच्या भावाच्या चढ-उताराची (किमान आणि कमाल) पातळी काय असावी, हे ठरविण्याचा अधिकार 'सेबी' Security Exchange Board of India (SEBI) या संस्थेला असतो. सर्किट ब्रेकर च्या अशा कारवाईमुळे भांबावलेल्या मन:स्थितीत असणाऱ्या शेअरबाजारातील ग्राहकास विचार करण्यास थोडा वेळ मिळतो.

सर्किट ब्रेकरचे दोन प्रकार आहेत. (१) निर्देशांकाबाबत (सेन्सेक्स आणि निफ्टी) आणि (२) एकट्या कंपनी शेअरसंबंधी. थोडक्यात, असामान्य परिस्थितीत गुंतवणूकदारांना विचार करण्यास वेळ मिळवून देणे हे 'सर्किट ब्रेकर' चे कार्य होय.

Circular Causation Theory - चक्रीकार्यकारण सिद्धान्त

आंतरराष्ट्रीय आर्थिक विषमतेच्या मीमांसेत प्रो. गुनार मिर्डल्‌चे नाव अग्रगण्य आहे. अॅडम स्मिथला त्याच्या 'वेल्थ ऑफ नेशन्स' या ग्रंथामुळे, कार्ल मार्क्सला 'दास कॅपिटल' मुळे, किंवा लॉर्ड केन्सला 'जनरल थिअरी' या ग्रंथामुळे जी प्रसिद्धी मिळाली, तशीच प्रसिद्धी मिर्डल्‌ला 'एशियन ड्रामा' ने मिळवून दिली.

आंतरराष्ट्रीय आर्थिक विषमतेची चर्चा करताना विविध घटकांच्या चक्रीकार्यकरणसंबंधाची (Circular Causation) मिर्डल्‌ने चर्चा केली आहे. या संबंधातून, अर्थव्यवस्थेतील (व आंतरराष्ट्रीय) विस्तारक व प्रतिसारक परिणामांमधून आणि वर्धमान प्रक्रियेतून ही विषमता स्पष्ट होते असे मिर्डल्‌चे मत आहे. म्हणजे विषमतेच्या स्पष्टीकरणासाठी आपल्या सिद्धान्तात मिर्डल्‌ने पुढील कल्पनांचा आधार घेतला आहे.

(१) चक्रीकार्यकरणसंबंध (Circular Causation)

(२) वर्धमान प्रक्रिया (Cumulative Process)

(३) विस्तारक व प्रतिसारक परिणाम (Spread & Backwash Effects)

सिद्धान्ताच्या सुरुवातीस मिर्डल्‌ने अर्थव्यवस्थेची स्थिर संतुलनाची (Stable Equilibrium) प्रवृत्ती नाकारली आहे. त्याच्या मते, अर्थव्यवस्थेत अशा तऱ्हेची प्रवृत्ती तर नसतेच, पण विविध गतिमान घटकांच्या व सामाजिक प्रक्रियेच्या (Social Process) स्पष्टीकरणासाठी विवेचनाची ही जुनी चौकट निरुपयोगी आहे.

मिर्डल्‌च्या मते, अर्थव्यवस्थेतील विविध चल-कारक (Variables) हे परस्परांशी चक्रीय संबंधाने निगडित असतात, संबंधित चल-कारक हे एकमेकांचे कारण तसेच परिणामही असतात. विकसनशील देशात दरडोई उत्पन्न कमी असते, त्यामुळे उपभोग व बचत कमी, त्यामुळेच गुंतवणूक व उत्पादनक्षमताही कमी, परिणामत: शेवटी दरडोई उत्पन्नसुद्धा कमीच असते. म्हणजे तो देश वरील चल-कारकांच्या वैशिष्ट्यपूर्ण संबद्धतेमुळे आणि वर्धमान प्रक्रियेमुळे मागासलेलाच राहातो. हा मुद्दा स्पष्ट करण्यासाठी प्रो. मिर्डल्‌ने अमेरिकेतील निग्रो समस्येचा उल्लेख केला आहे.

Classical Theory of Development - विकासाचा अभिमतपंथी सिद्धान्त

अर्थशास्त्रातील निरनिराळ्या विचारधारांपैकी अभिमतपंथी किंवा परंपरावादी विचारधारा (Classical School) ही अतिशय समृद्ध व प्रभावी म्हणावी लागेल. आजही ज्यांचा उल्लेख वारंवार होतो असे अॅडम स्मिथ, डेव्हिड रिकार्डो, जॉन मिल, थॉमस माल्थस वगैरे अर्थशास्त्रज्ञ या विचाराशी जोडलेले होते. या सर्वापुढील प्रधान प्रश्न आर्थिक विकासाचा होता, व त्याचे विवेचन प्रत्येकाने केले. वरील सर्व

अर्थशास्त्रज्ञांचे सिद्धान्त वेगवेगळे आहेत, पण त्यामधील सारखेपणा जाणवण्याइतपत असून त्यालाच या धारेचा प्रातिनिधिक विचार म्हणता येईल. प्रथम विकासाचे अभिमतपंथी स्पष्टीकरण काय होते ते विचारात घेऊन नंतर प्रत्येक अर्थशास्त्रज्ञाचे विचार आपण स्पष्ट करू.

अभिमतपंथी सिद्धान्ताचे प्रमुख मुद्दे

(१) भांडवल संग्रहण : आर्थिक विकास हा भांडवल संग्रहणावर अवलंबून असतो. जर देशात उत्पादन वाढवायचे असेल तर भांडवलाची गुंतवण व्हायला हवी, आणि गुंतवण होण्यासाठी बचत करणे आवश्यक आहे. परंतु समाजात बचतीचे कार्यभूमिपती किंवा श्रमिक करू शकत नाहीत, कारण ते आपले बहुतांश उत्पन्न उपभोगावरच खर्च करतात. भांडवलदारांचा वर्ग मात्र उपभोग स्थगित करून बचत करतो. म्हणून भांडवल संग्रहणात आणि पर्यायाने आर्थिक विकासात भांडवलदारांचे स्थान अतिशय महत्त्वाचे आहे.

(२) नफ्याची भूमिका : भांडवलदारांचे विकासातील महत्त्व मान्य केल्यावर त्यांना भांडवल संग्रहणासाठी (म्हणजे बचतीसाठी) वातावरण उपलब्ध करून देणे ओघानेच आले. बचत नफ्यातून होते, व नफा जास्त असेल तरच पुन्हा गुंतविण्याची प्रेरणा निर्माण होईल. म्हणून सरकारने भांडवलदारांच्या नफ्यावर अवाजवी कर लादू नयेत. कारण अतिरेकी करारोपणामुळे नफ्याचा दर घटून बचत, भांडवल संग्रहण, गुंतवण, उत्पादन हे सर्व घटक प्रतिकूलरित्या प्रभावित होतील आणि विकासाची प्रक्रिया धोक्यात येईल.

(३) विकासाची मर्यादा : वर स्पष्ट केल्याप्रमाणे, सरकारने अतिरेकी करारोपण करू नये, किंवा अवाजवी हस्तक्षेप टाळून मुक्त वातावरणात विकास होऊ द्यावा. पण असे केले तरी किती काळ विकास होऊ शकेल? अभिमतपंथी विवेचनानुसार, असीमित आर्थिक विकास शक्य नाही. कारण सर्वात शेवटी नफ्याचा दर घटणे अपरिहार्य आहे. तो घटताच विकास संपुष्टात येतो. नफ्याचा दर घटण्याचे कारण पुढीलप्रमाणे सांगता येईल : जस-जसे भांडवल संग्रहण जास्त होते (विकासाची सुरवातीची अवस्था) तसतसा वेतन निधी व पर्यायाने वेतनाचा दर वाढतो. वेतन वाढल्यामुळे श्रमिकांनी बचत करायला हवी, पण तसे न होता त्याचा परिणाम केवळ लोकसंख्या-वाढीत झालेला दिसून येतो. लोकसंख्येची वाढ म्हणजे अन्नधान्याची जास्त मागणी, परिणामत: अन्नधान्याच्या किंमतीत व नंतर खंडातही वाढ होते. भांडवलदाराच्या खर्चामध्ये या घटकांचा समावेश असल्याने त्याचा नफा घटतो, त्यामुळे बचत कमी, संग्रहण कमी, गुंतवण कमी हे चक्र सुरू होऊन शेवटी विकासाची प्रक्रिया मंद होते.

(४) स्थैतिकता : अशा रीतीने नफा कमी झाल्याने शेवटी अर्थव्यवस्थेत येणारी स्थैतिकता (Stagnation) अपरिहार्य आहे. ती काही काळ लांबविली तरी शेवटी येणारच. या अवस्थेत नफ्याचा दर नगण्य असतो, भांडवली संग्रहण थांबते, लोकसंख्येची वाढ मंदावते आणि वेतनाचा दर खालच्या पातळीला स्थिरावतो.

(५) आऱ्हासी उत्पन्नत्ती : या विवेचनात आऱ्हासी उत्पन्नत्तीच्या प्रवृत्तीला महत्त्वाचे स्थान आहे. ही प्रवृत्ती टाळता येण्यासारखी नाही. फार तर शेतीच्या तंत्रात सुधारणा करून काही काळ ती स्थगित करता येईल. म्हणजे शेवटी विकासाच्या प्रक्रियेला थांबविण्यास कारणीभूत ही निसर्गाची मर्यादाच असेल. 'निसर्ग (आऱ्हासी प्रवृत्ती) आणि मानव (लोकसंख्या वाढ) यांच्या संयुक्त कृतीमुळे अर्थव्यवस्थेच्या प्रगतीला मर्यादा पडते' असे अभिमतपंथीयांचे मत होते.

मूल्यमापन :

(१) गृहीत चौकट : ज्या गृहीत परिस्थितीच्या चौकटीत या पंथाने विवेचन केले ती वास्तविक स्थितीशी जुळणारी नाही. पूर्ण स्पर्धेचे अस्तित्व, लोकांच्या वृत्ती व क्षमता, विकासाला पोषक संस्था असणे इत्यादी गृहीते प्रत्यक्षात खरी ठरणे कठीण आहे.

(२) तांत्रिक प्रगती : आऱ्हासी उत्पन्नत्तीच्या प्रवृत्तीबाबत या पंथाची इतकी खात्री होती की विकासामध्ये तांत्रिक प्रगतीचीही काही भूमिका असते याचा त्यांना विसर पडला. निरनिराळ्या शोधांमुळे उत्पादनाच्या तंत्रात आमूलाग्र परिवर्तन झाले आहे. अनेक गोष्टींना यशस्वी पर्याय शोधण्यात आले आहेत. वस्तुतः याच शोधामुळे अमेरिका, इंग्लंड वगैरे देश प्रगत अवस्थेला गेले आहेत. पण या बदलांची व्यापकता व परिणामकारकता अभिमतपंथीयांच्या लक्षात येऊ शकली नाही.

(३) निर्वाह वेतन : या पंथाने निर्वाह वेतनाच्या सिद्धान्ताला अवास्तव महत्त्व दिले. वेतनातील वाढीमुळे लोकसंख्या वाढते हे विधान अनेक देशांमध्ये चुकीचे ठरलेले दिसते. उलट वेतनवृद्धीचा परिणाम बरेचदा राहणीमानाचा स्तर उंचावण्यात झालेला दिसून येतो. आजच्या विकसित देशांमध्ये श्रमिकांच्या वेतनात सातत्याने वाढ होऊनसुद्धा नफ्याचा दर घटलेला नाही, किंवा अर्थव्यवस्थेचा विकासही थांबलेला नाही.

(४) निराशावाद : लोकसंख्येची वाढ व तिचे भयानक परिणाम आणि जमिनीमध्ये आऱ्हासी उत्पन्नत्तीची प्रवृत्ती लागू होणे या दोन्ही बाबतीत अभिमतपंथीयांचे विचार निराशावादी आहेत, व हा निराशावाद अनावश्यक असल्याचे इतिहासाने सिद्ध केले आहे. निदान पाश्चिमात्य देशांमध्ये तरी माल्थसचा निराशावाद खरा ठरलेला नाही. अशा चुकीच्या आधारावर मांडलेले मत, (अर्थव्यवस्थेतील स्थैतिकता)

हेसुद्धा योग्य ठरणार नाही.

सारांश, या पंथाचा निराशावाद, श्रमाबद्दलची अनास्था, भांडवलदारांवरील अवाजवी विश्वास हे सर्व तर्कसंगत वाटत नाहीत. म्हणूनच जेव्हन्सने रिकार्डो आणि मिल यांना "अर्थशास्त्रांचे वाहन चुकीच्या मार्गाने नेल्याबद्दल" प्रामुख्याने दोषी ठरविले आहे.

Classical Theory of Employment - सनातनवादी रोजगार सिद्धान्त

फ्रेंच अर्थशास्त्रज्ञ जे. बी. से (१७६७-१८२२) ह्यांनी आपल्या (Traited Economic Politics) या ग्रंथात बाजारविषयक नियमाची (प्रत्येक पुरवठा मागणी निर्माण करतो) मांडणी केली. से यांचा हा नियम म्हणजे रोजगार सिद्धान्ताचा मूळ आधार आहे. सनातनवाद्यांच्या मते अर्थव्यवस्थेत किंमत स्वातंत्र्य दिले गेले आणि सरकारचा कोणताही हस्तक्षेप नसताना जर अर्थव्यवस्थेत अडथळा आला तर पूर्ण रोजगाराची स्थिती असत नाही. ज्यावेळी अर्थव्यवस्थेतील स्थिती पूर्ण रोजगारापासून ढळते, जेथे किंमत धोरण मुक्त असते, तेथे आपोआप पूर्ण रोजगाराची स्थिती किंमत यंत्रणेच्या मुक्ततेमुळे सहजच प्राप्त होते.

या सिद्धान्ताच्या आधारावर ॲडम स्मिथ आणि रिकार्डो या सनातनवादी अर्थशास्त्रज्ञांनी निष्कर्ष काढला, की अर्थव्यवस्थेत अनिश्चिततेचा बेरोजगार असूच शकत नाही.

सनातनवादी अर्थशास्त्रीय विश्लेषण पुढील गृहीतांवर आधारलेले आहे.

(१) अर्थव्यवस्थेची नैसर्गिक प्रवृत्ती ही दीर्घकालीन पूर्ण रोजगाराच्या परिस्थितीस समतोल साधण्याकडे असते. या प्रवृत्तीत काही बदल आढळून आल्यास तो तात्पुरत्या स्वरूपाचा असतो. थोडक्यात अर्थव्यवस्थेत नेहमी पूर्ण रोजगाराची परिस्थिती असते.

(२) अर्थव्यवस्थेत मुक्त स्वरूपाची बाजार यंत्रणा कार्य करीत असते. मागणी आणि पुरवठा यांच्या आंतरक्रियेतून बाजारात वस्तूची किंमत ठरते.

(३) वस्तूंच्या बाजारात आणि उत्पादन घटकांच्या बाजारात नेहमी पूर्ण स्पर्धेचे वातावरण असते.

(४) अर्थव्यवस्था ही बंदिस्त स्वरूपाची असते आणि तेथे सरकारी यंत्रणेचा हस्तक्षेप मर्यादित स्वरूपाचा असतो.

(५) श्रम हा घटक संपूर्णपणे एकसारखा असतो.

(६) वेतन आणि किमती लवचिक असतात.

(७) अर्थव्यवस्थेतील एकूण उत्पादन हे उपभोग आणि गुंतवणूक या कामी खर्च होते.

(८) चलन पुरवठ्याचे आकारमान ठरलेले असते.

(९) 'से' ह्यांच्या बाजार विषयक सिद्धान्तानुसार वस्तूंच्या पुरवठ्याच्या प्रक्रियेतूनच मागणी निर्माण होते. त्यामुळे मागणीची कमतरता कधीच भासत नाही.

(१०) पैशाच्या स्वरूपातील वेतन आणि वास्तव वेतन हे परस्परांशी प्रत्यक्ष संबंधित असतात व ते समप्रमाणात असतात.

(११) भांडवलाचा साठा आणि तांत्रिक ज्ञान हे अल्पकाळात स्थिर असतात.

सनातनवादी अर्थशास्त्रज्ञांनी आपले लक्ष दीर्घकालीन आर्थिक वृद्धीवर आणि पूर्ण रोजगाराच्या पातळीवर साधन सामग्रीच्या प्रभावी वाटपावर केंद्रित केले होते. त्यामुळे मागणीच्या बाजूपेक्षा पुरवठ्याच्या बाजूवर त्यांनी भर दिला होता. त्यामुळे त्यांच्या विवेचनात विविध वस्तू आणि सेवा यांचे उत्पादन साधनसामग्रीचे पर्यायी वाटप, उत्पादित वस्तू व सेवा यांची सापेक्ष मूल्यसंरचना आणि अर्थव्यवस्थेतील वास्तव उत्पन्नाचे उत्पादन घटकामधील वाटप इत्यादी बाबींचा समावेश झालेला दिसून येतो. सनातनवादी अर्थशास्त्रज्ञांनी दीर्घकालावधीतील पूर्ण रोजगारांची संकल्पना ही 'से' ह्यांच्या बाजाराच्या सिद्धान्तावर आणि वेतन व किमती यांच्या लवचिकतेच्या स्वरूपावर आधारित आहे.

Classical Theory of Interest - व्याजाचा सनातनवाद्यांचा सिद्धान्त

व्याजाच्या सनातनवादी सिद्धान्ताला बचत आणि गुंतवणुकीचा सिद्धान्त असे देखील म्हणतात.

डेव्हिड रिकार्डो, डॉ. पियाजे, कॅसेल, वॉलरस, हॉसिंग, नाईट इ. सनातन अर्थशास्त्रज्ञांनी हा सिद्धान्त मांडला. व्याज म्हणजे काय? व्याजाचा दर कसा ठरतो याचे स्पष्टीकरण त्यांनी आपल्या सिद्धान्तात केले.

सनातन अर्थशास्त्रज्ञांच्या मते; 'वास्तविक स्वरूपातील भांडवलाच्या उपयोगाचा मोबदला किंवा किंमत म्हणजे व्याज होय.' भांडवलात उत्पादन क्षमता असते म्हणून व्याज दिले जाते.

सनातन अर्थशास्त्रज्ञांच्या मतानुसार व्याजाचा दर हा किंमत ह्या स्वरूपात असतो. भांडवलाचा पुरवठा आणि भांडवलाला असलेली मागणी यावरून व्याजाचा दर निश्चित होतो. भांडवलाला जी मागणी येते ती भांडवलाच्या सीमान्त उत्पादन क्षमतेवरून ठरत असते.

भांडवलाच्या उत्पादन क्षमतेप्रमाणे भांडवलाची मागणी कमी जास्त होत असते. परंतु भांडवल गुंतवणूक वाढू लागली म्हणजे भांडवलाची उत्पादनक्षमता कमी होऊ लागते. व्याजाचा दर जास्त असतो तेव्हा भांडवलाला असणारी मागणी कमी असते तर कमी व्याजदराला भांडवलाची मागणी जास्त असते. सनातनवादी

सिद्धान्ताप्रमाणे भांडवलाचा पुरवठा म्हणजे लोकांनी शिल्लक टाकलेली रक्कम होय. हातात आलेला पैसा खर्च न करता शिल्लक टाकण्यामध्ये संयम दाखवावा लागतो. अशी रक्कम किती शिल्लक ठेवली जाईल हे उत्पादनाची पातळी, आवश्यक खर्च, जबाबदारीची जाणीव आणि स्वभाव इ. गोष्टींवर अवलंबून राहते. व्याजाचा दर वाढू लागला तर भांडवलाचा पुरवठा वाढू लागतो. अर्थात भांडवलाचा पुरवठा वाढला तर भांडवलाची किंमत म्हणजेच व्याजाचा दर कमी होऊ लागतो. बाजारातील व्याजाचा दर हा भांडवलाच्या उत्पादनक्षमतेपेक्षा जास्त असेल तर भांडवलाची मागणी घटेल आणि व्याजाचा दर कमी होऊ लागेल. त्यामुळे लोकांकडून शिल्लक म्हणून टाकलेल्या रकमेचे प्रमाण घटेल. ह्या उलट बाजारातील व्याजाचा दर हा भांडवलाच्या उत्पादन क्षमतेपेक्षा कमी असेल तर भांडवलाची मागणी वाढेल आणि त्यामुळे व्याजाचा दर वाढून लोकांकडून जास्त रक्कम शिल्लक टाकली जाईल. शेवटी ज्या व्याज दरामुळे भांडवलाचा पुरवठा आणि भांडवलाला असलेली मागणी ह्या दोन्ही बाजू समान होतील तो दर बाजारात स्थिर होईल.

या सिद्धान्तानुसार व्याजाचा दर भांडवलाची मागणी व पुरवठा या दोन घटकांवर अवलंबून असतो.

भांडवलाची मागणी : भांडवलात उत्पादकता असल्याने भांडवलाला मागणी निर्माण होते. भांडवलाची मागणी भांडवलाच्या सीमान्त उत्पादन क्षमतेवरून ठरते. उत्पादकाकडून भांडवलाला मागणी उद्योगधंद्यात गुंतवणूक करण्यासाठी येते. उत्पादक भांडवलासाठी द्यावी लागणारी किंमत म्हणजेच व्याज आणि भांडवलाची सीमान्त उत्पादनक्षमता व्याजदरापेक्षा जास्त असते तोपर्यंत उत्पादक भांडवल गुंतवणूक करीत असतो. ज्या ठिकाणी भांडवलाची सीमान्त उत्पादन क्षमता व व्याज दर समान होतो, त्या ठिकाणी भांडवल गुंतवणूक करणे बंद करतो. बाजारातील प्रचलित व्याजदराशी उत्पादक जुळवून घेतो. व्याजदर वाढला की भांडवलाचा वापर कमी केला जातो व व्याजदर कमी झाला की भांडवलाचा वापर वाढतो. म्हणजे व्याजदर व भांडवल गुंतवणूक या दोहोत व्यस्त प्रमाण संबंध असतात. त्यामुळे गुंतवणुकीसाठी भांडवलाला येणारा मागणी वक्र डावीकडून उजवीकडे खाली जाणारा असतो.

भांडवलाचा पुरवठा : बचतीमधून भांडवलाचा पुरवठा होतो. भांडवलाचा पुरवठा लोकांच्या बचतीमधून होतो. बचत ही बचत करण्याची इच्छा, बचत करण्याची शक्ती (उत्पन्न), राहणीमान, बचतीसाठी आवश्यक परिस्थिती, भविष्यकालीन तरतूद इ. वरून बचतीचा पुरवठा ठरतो. या सर्व घटकात व्याजदर जास्त तर बचत जास्त याउलट व्याजदर कमी तर बचतसुद्धा कमी असते. म्हणजेच व्याजदर व बचत या दोन घटकांत प्रमाणशीर संबंध असतात. त्यामुळे भांडवलाचा (बचत) पुरवठा वक्र

डावीकडून उजवीकडे वर जाणारा असतो.

मागणी पुरवठ्याचा समतोल किंवा व्याज दराची निश्चिती :

ज्या ठिकाणी भांडवलाची मागणी व भांडवलाचा पुरवठा दोन्ही समान होतात, त्या ठिकाणी व्याजाचा दर ठरतो. या समतोल बिंदूला बचत व गुंतवणूक दोन्ही समान होतात. अशा रितीने बचत व गुंतवणुकीच्या समतोलातून व्याजदर निश्चित होतो.

आकृतीच्या साहाय्याने भांडवलाच्या मागणी व पुरवठ्याच्या समतोलातून व्याज दर पुढीलप्रमाणे स्पष्ट केला जातो.

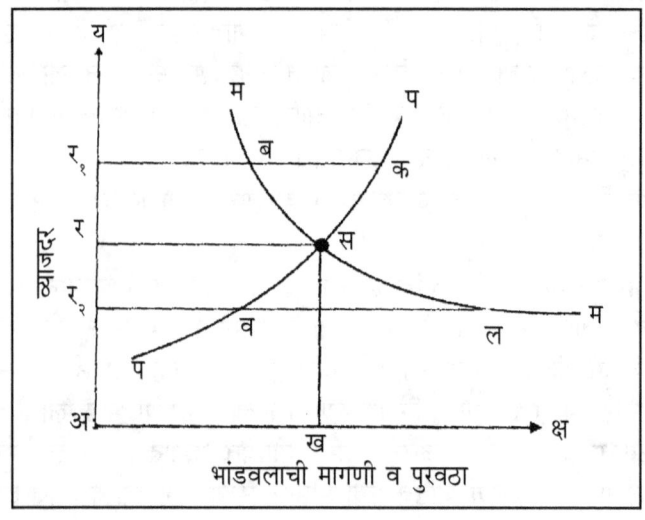

भांडवलाची मागणी व पुरवठा

आकृतीमध्ये 'मम' हा भांडवलाचा मागणी वक्र व 'पप' हा पुरवठा वक्र आहे. दोन्ही वक्र एकमेकांना 'स' बिंदूत भांडवलाची मागणी व पुरवठा दोन्ही समान होऊन 'अर' हा व्याजाचा दर ठरतो. समजा व्याज दर वाढून तो 'अर' झाला तर या व्याजदराला पुरवठा मागणी-पेक्षा जास्त असल्यामुळे तो कमी होऊन 'अर' होतो. तसेच व्याज दर कमी होऊन तो 'अर' इतका कमी झाल्यास मागणी जास्त व पुरवठा कमी होऊन व्याज दर वाढतो व पुन्हा तो 'अर' इतका होतो. अशा रीतीने भांडवलाच्या मागणी व पुरवठ्याच्या समतोलातून 'अर' हा स्थिर व्याज दर ठरतो.

या सिद्धान्तानुसार व्याजाचा दर मागणी-पुरवठ्याने निर्धारित होतो. भांडवलाची मागणी गुंतवणुकीसाठी केली जाते, तर भांडवलाचा पुरवठा बचतीतून केला जातो. त्यामुळे ज्या व्याजदरावर भांडवलाची मागणी म्हणजे गुंतवणूक व भांडवलाचा

पुरवठा म्हणजे बचत समान होते, तो व्याजदर निश्चित होतो. या सिद्धान्तात वास्तविक गुंतवणूक व बचत विचारात घेतली जाते. त्याचबरोबर व्याजाच्या संबंधात उत्पादकता, मितव्ययता इ. वास्तविक कारणेही विचारात घेतली जातात. म्हणून त्याला 'व्याजाचा वास्तविक सिद्धान्त' असेही म्हणतात. सनातनवादी अर्थतज्ज्ञांच्या मते व्याजदर म्हणजे भांडवलास असणारी मागणी व भांडवलाचा पुरवठा होय. दुसऱ्या शब्दात व्याजदर म्हणजे बचत आणि गुंतवणुकीतील परस्परांवरील क्रिया होय. या सिद्धान्तानुसार जेव्हा उत्पन्न पातळी ठरलेली असते व पूर्ण रोजगाराची स्थिती असते तेव्हा व्याजदर बचतीचा पुरवठा आणि बचतीला असलेली मागणी या दोन घटकांवर अवलंबून असतो.

Classical Theory of International Trade - आंतरराष्ट्रीय व्यापाराचा सनातन सिद्धान्त

व्यापारवादी विचारसरणीचा सर्वात मोठा दोष म्हणजे त्यात आंतरराष्ट्रीय व्यापाराची शक्यता व त्यातील संभाव्य लाभ याचे तर्कसंगत आणि तटस्थ सिद्धान्तन करता आले नाही. ॲडम स्मिथने आपल्या 'वेल्थ ऑफ नेशन्स' (१७७६) या ग्रंथातून व्यापारवादी धोरणावर मोठा हल्ला चढवला आणि त्यानंतर व्यापारवादाचे युग अस्तंगत झाले.

व्यापाराशी संबंधित मुद्यांची चर्चा व्यापारवाद्यांचे युग अस्तंगत झाल्यावर सुरू झाली. याची सुरवात सनातन पंथीय अर्थशास्त्रज्ञ ॲडम स्मिथ यांनी केली आणि डेव्हिड रिकार्डो, रॉबर्ट टॉरेन्स, जॉन स्टुअर्ट मिल यांनी ती पुढे चालू ठेवली.

सनातनपंथीय अर्थशास्त्रज्ञांच्या मते खुला व्यापार व पूर्ण स्पर्धा यामुळे एका देशाच्या प्रगतीत इतर देशांनाही सहभागी होता येते. निरनिराळ्या देशात निरनिराळी उत्पादन सामग्री विपुल प्रमाणात उपलब्ध असते. त्यामुळे त्या त्या सामग्रीच्या साहाय्याने ते देश कमी खर्चात अधिक उत्पादन करून इतर देशांमध्ये त्याची निर्यात करतात व ज्या वस्तूंचे उत्पादन देशात करणे तुलनात्मक दृष्ट्या जास्त खर्चिक असते त्या वस्तूंची ते आयात करतात. यामुळे सर्व देशांना कमी खर्चात अधिक वस्तू उपभोगावयास मिळून जगाच्या आर्थिक कल्याणात वाढ होते, परंतु कोणाला किती लाभ होईल हे व्यापाराच्या शर्तीवर अवलंबून असते.

आंतरराष्ट्रीय व्यापाराचा आधुनिक सिद्धान्त आणि सनातन सिद्धान्त हे आंतरराष्ट्रीय व्यापाराचे एकत्रित सिद्धान्त आहेत.

Cobb-Douglas Function - कॉब-डग्लस फल (अनुवर्त)

नवसनातन अर्थशास्त्रात उत्पादन फलाची (Production Function) संकल्पना

जुनी आहे. विकस्टीड, विकसेल वगैरे अर्थशास्त्रज्ञांनी एकोणिसाव्या शतकाच्या शेवटी ती प्रथम अर्थशास्त्रात आणली. पहिल्या महायुध्दानंतर सांख्यिकीचा विकास झाला व निगमनाने निघणारे सिध्दान्त सांख्यिकीय माहितीच्या आधारे विगमनाने (प्रत्यक्ष प्रमाणाने) तपासून पाहण्याचा प्रयत्न सुरू झाला.

अशाच एका प्रयत्नातून विख्यात कॉब-डग्लस उत्पादन फलाचा उदय झाला. १९२५च्या सुमारास पॉल डग्लस यांनी अमेरिकेतील औद्योगिक उत्पादनासंबंधी उपलब्ध असलेल्या सांख्यिकीय माहितीच्या आधारे उत्पादनफल प्रत्यक्षात कसे होते व आहे हे तपासण्याचे काम आरंभिले. त्यांनी १९०० ते १९२३ या काळातील औद्योगिक उत्पादनासंबंधीच्या सांख्यिकीय माहितीचे विश्लेषण करून त्यात अनुस्युत असलेल्या उत्पादन फलाचे स्वरूप ठरविण्याचा प्रयत्न केला. हे करण्याचा सांख्यिकीय मार्ग म्हणजे उपलब्ध माहितीस सर्वात चपखल बसणारा वक्र अन्वायोजित (fit) करणे व त्या वक्राचे बैजिक सूत्र ठरविणे. डग्लस यांनी आपले सहकारी कॉब यांच्या सल्ल्याने अशा बैजिक सूत्राचे सर्वसामान्य स्वरूप याप्रमाणे केले.

$$P = bL\,\alpha C\beta$$

येथे $P =$ उत्पादन, $L =$ श्रम, $C =$ भांडवल आणि b, α, β स्थिरांक होय.

या वरील सूत्रालाच कॉब-डग्लस सूत्र असे म्हटले जाते. उपलब्ध सांख्यिकीय माहितीचे परिष्करण करून तिला चपखल बसणारा या बैजिक सूत्राच्या स्वरूपाचा वक्र जेव्हा डग्लस यांनी काढला तेव्हा त्याचे प्रत्यक्ष स्वरूप (समीकरण) खालीलप्रमाणे येते असे त्यांना आढळले.

$$P = bL^{\alpha}C^{(1-\alpha)}$$

म्हणजे त्यांच्या चलांच्या घातांची संख्या ($\alpha + \beta$) ही एक असते (वरील सूत्रात $\beta = 1- \alpha$). अशा स्वरूपाचे फल उपलब्ध सांख्यिकीय माहितीतून निघते असे आपल्या संशोधनाचे फलित डग्लस यांनी १९२७ मध्ये जाहीर केले व त्याबरोबरच कॉब-डग्लस फल अर्थशास्त्रात प्रविष्ट झाले. तेव्हापासून आतापर्यंत ते अर्थशास्त्रात महत्त्वाचे स्थान व्यापून आहे.

Cobweb Theorem - कॉबवेब सिद्धान्त

निकोलस काल्डरने व्यापारचक्रांचे स्पष्टीकरण देण्यासाठी 'कॉबवेब' हा सिद्धान्त मांडला. कॉबवेब या शब्दाचा अर्थ आहे कोळ्याचे जाळे. या सिद्धान्ताच्या आकृतीमधील रेषांचे साधर्म्य कोळ्याच्या जाळ्याशी असल्यामुळे हे प्रतीकात्मक नाव देण्यात आले. हा सिद्धान्त प्रामुख्याने त्या वस्तूंच्या संदर्भात लागू होतो, ज्या वस्तूंचा पुरवठा त्वरित बदलता येत नाही. शेतमालाच्या किंमतीत परिवर्तन झाल्यास शेतकरी

मालाच्या पुरवठ्यात बदल करण्याचा प्रयत्न करतात. किंमती जास्त असल्यास लागवड जास्त व किंमती कमी असल्यास लागवड कमी केली जाते. परंतु पुरवठ्यात त्वरित बदल होत नाही. त्याला काही अवधी लागतो. आज किंमतीची प्रवृत्ती वाढीची असल्यामुळे जर शेतकऱ्यांनी त्या मालाचे उत्पादन जास्त घेण्याचे ठरवले तर कालांतराने पुरवठा वाढेल, पण त्यावेळी पुरवठा जास्त झाल्याने किंमती घटतील. या घटलेल्या किंमतीमुळे जर उत्पादन कमी करण्याचा निर्णय घेतला, तर काही काळाने पुरवठा कमी होईल व पुन्हा किंमतीत वाढ होईल. म्हणजे ठराविक काळाने किंमतीची वाढ व घट आणि त्यानुसार उत्पादनातील बदल यांचे चक्रीय परिवर्तन सुरू असते. शेतमालाच्या किंमतीतील बदलानुसार उत्पादनात बदल होण्याला जो अवधी लागतो त्यावर कॉबवेब सिद्धान्ताची उभारणी करण्यात आली आहे.

Coefficient of Correlation - सहसंबंध गुणक

एखाद्या चलघटकाचा दुसऱ्या चलघटकाशी काय संबंध आहे हे शोधणे म्हणजे सहसंबंध पहाणे. या सहसंबंधामुळे शिक्षणशास्त्र व मानसशास्त्र यात नवीन संशोधनाचे मार्ग सापडले. सहसंबंध गुणक ही एक संख्या असते. या संख्येमुळे आपणास दोन वस्तूतील किंवा दोन बाबींतील संबंध समजतो. एकातील बदलामुळे दुसऱ्यात कितपत बदल झाला आहे हे समजते. दोन चलामधील संबंधाचा दर्शक म्हणजे सहसंबंध गुणक होय. + १ चा अर्थ एका चाचणीतील यशावरून दुसऱ्या चाचणीतील यश अजमावता येणे. ० संबंध असेल तर दोन चलात काहीही संबंध नाही. -१ चा अर्थ दोन्ही चलात व्यस्त (नकारात्मक) संबंध आहे.

कार्ल पिअर्सनने सहसंबंध गुणक काढण्याचे सूत्र असे दिले आहे.

यात x, y हे दोन चाचण्यातील प्रत्येक वितरणाच्या मध्यमानापासून प्राप्तांकांचे विचलन दाखवितात. स्पिअरमनच्या पद्धतीप्रमाणे (Rank Difference Method) सूत्र असे आहे.

P = 1 – P = Rho (ऱ्हो) ग्रीक अक्षर.

Coefficient of Linkage - एकत्रीकरण गुणांक

सार्जंट फ्लॉरेन्स यांनी औद्योगिक स्थाननिश्चितीच्या सिद्धान्ताचे विश्लेषण करताना 'एकत्रीकरण गुणांक' या संकल्पनेचा उपयोग केला. स्थानियीकरणाच्या बाबतीत दोन उद्योगांना परस्परांचे किती आकर्षण आहे, याचे मोजमाप एकत्रीकरण गुणांकाच्या साहाय्याने केले जाते. एकत्रीकरणाचा गुणांक अधिक असेल, तर दोन प्रकारचे उद्योग काही कारणाने परस्परांवर अवलंबून असून, त्यांना प्रादेशिक समानतेचा आश्रय घ्यावा लागतो.

Coefficient of Localisation - स्थानियीकरणाचा गुणांक

सार्जंट फ्लॉरेन्स यांनी औद्योगिक स्थाननिश्चितीच्या सिध्दान्ताचे विश्लेषण करताना 'स्थानियीकरणाचा गुणांक' या संकल्पनेचा उपयोग केला. फ्लॉरेन्स यांच्या मते एखाद्या उद्योगाच्या केंद्रीकरणाची किंवा विकेंद्रीकरणाची स्थिती स्थानियीकरणाच्या गुणांकाद्वारे स्पष्ट होऊ शकते. त्यांच्या मते उद्योगात जे उत्पादन होते, त्याची आकडेवारी जमा केली, तर या आकडेवारीच्या साहाय्याने, उद्योगाच्या स्थानियीकरणाचा गुणांक शोधून काढता येतो. गुणांक शून्य असेल उद्योगाचे देशाच्या विविध भागांत समान वाटप झाले आहे, असा त्याचा अर्थ होतो. गुणांक एक असेल तर उद्योग देशाच्या एकाच भागात केंद्रित झाले आहेत असा त्याचा अर्थ होतो. तसेच गुणांक एकापेक्षा अधिक असेल तर केंद्रीकरण झालेले नाही असा अर्थ होतो.

Coefficient of Range - अपस्परणमान गुणांक

एखाद्या प्रदेशामध्ये दरडोई उपभोग खर्चात (Per Capita Consumption) किती असमानता आहे हे काढण्यासाठी संख्याशास्त्रातील 'अपस्परणमान गुणांक' काढला जातो. या पद्धतीत प्रदेशातील सर्वात जास्त दरडोई उपभोग खर्च असलेला प्रदेश व सर्वात कमी उपभोग खर्च असलेला प्रदेश यामधील फरक काढला जातो व खालील सूत्र वापरून अपस्परणमान गुणांक काढला जातो.

$$\text{अपस्परणमान गुणांक} = \frac{\text{सर्वाधिक दरडोई उपभोग खर्च} - \text{किमान दरडोई उपभोग खर्च}}{\text{सर्वाधिक दरडोई उपभोग खर्च} + \text{किमान दरडोई उपभोग खर्च}}$$

अपस्परणमान गुणांकाच्या साहाय्याने दरडोई उत्पन्नातील दोन कालखंडातील तफावत सुद्धा काढता येतो. यासाठी खालील सूत्र वापरले जाते.

$$\text{अपस्परणमान गुणांक} = \frac{\text{कमाल दरडोई उत्पन्न} - \text{किमान दरडोई उत्पन्न}}{\text{कमाल दरडोई उत्पन्न} + \text{किमान दरडोई उत्पन्न}}$$

वरील गुणांकातील वाढ ही दरडोई उत्पन्नातील असंतुलनात वाढ दर्शविते.

Communist Theory of Property - संपत्तीचा साम्यवादी सिद्धान्त

साम्यवाद खाजगी मालमत्तेला विरोध करतो. साम्यवादाच्या मतानुसार उत्पादन साधने व वाटणी यांच्यावर राज्यसंस्थेचे नियंत्रण असावे. तसेच वस्तूच्या उपभोगावरही राज्याचे नियंत्रण असावे, तसेच प्रत्येकाच्या गरजेनुसार आणि पात्रतेनुसार वस्तू मिळाली पाहिजे. साम्यवाद संपूर्ण समाजाला एक विशाल कुटुंब मानतो. रशियन क्रांतीनंतर रशियन संविधानाने गरजेसाठी काम (Work for Need) व 'राज्याचा

अधिकार सर्वच गोष्टींवर असतो' हे तत्त्व मान्य केले. परंतु मिलच्या मतानुसार शारीरिकदृष्ट्या सर्वच माणसे काम करण्यास लायक नसतात. त्यांना सारखेच वेतन देणे अनैतिक आहे. तसेच राज्याचे कार्य जीवनासाठी चांगली परिस्थिती निर्माण करण्याचे आहे. राज्याचे कार्य संपूर्ण नियंत्रणात्मक नाही असे मत बोझांके या विचारवंताने व्यक्त केले आहे.

Critical Minimum Effort Theory - निर्णायक किमान प्रयत्नांचा सिद्धान्त

विकसनशील अर्थव्यवस्थेत दुष्ट चक्र भेदून विकासाच्या प्रक्रियेत सातत्य येण्याच्या दृष्टीने उपाय सुचविणाऱ्या 'निर्णायक किमान प्रयत्नांचा सिद्धान्त' या प्रबंधावर प्रो. लायबेन्स्टाईन यांना डॉक्टरेट मिळाली. दुष्टचक्रात सापडून कमी प्रतिव्यक्ती उत्पन्नाच्या संतुलनावस्थेत अडकलेल्या चीन, भारत अशा राष्ट्रांसाठी हा प्रबंध आहे. या सिद्धान्तात लायब्रेन्स्टाइनने विकासाच्या मौद्रिक व आंतरराष्ट्रीय व्यापाराच्या पैलूला स्थान दिलेले नाही. त्यांच्या मते "आर्थिक विकासाच्या प्रत्येक पैलूकडे लक्ष देण्याचा येथे उद्देश नसून, विकासाच्या महत्त्वाच्या प्रश्नांवर प्रकाश टाकणे एवढेच उद्दिष्ट आहे."

या सिद्धान्तानुसार विकसनशील अर्थव्यवस्थेत भांडवल निर्मिती कमी असते. कारण अर्थव्यवस्थेत दारिद्र्य असते, व दारिद्र्य असण्याचे कारण कमी भांडवल निर्मिती हे आहे. असे हे दुष्टचक्र भेदल्याशिवाय खऱ्या अर्थाने विकास सुरू होणे शक्य नाही. हे उद्दिष्ट साध्य करण्यासाठी होणारा प्रयत्न निर्णायक ठरायचा असेल तर तो विशिष्ट मात्रेचा असणे आवश्यक आहे. यालाच 'निर्णायक किमान प्रयत्न' असे म्हणतात. हा प्रयत्न किमान या अर्थाने ठरतो की त्या मात्रेएवढा असल्याशिवाय त्याचा प्रभाव दिसून येणार नाही. ही गोष्ट नेहमी पुरेशी नसली तरी आवश्यक आहे. या अर्थव्यवस्थेला मागासलेपणाच्या अवस्थेत संक्रामित करण्यासाठी तिला एखाद्या काळात किंवा घटकाबाबत विकासाची अशी प्रेरणा मिळायला हवी, की जिची मात्रा किमान प्रयत्नापेक्षा जास्त राहील.

प्रत्येक अर्थव्यवस्थेत काही प्रतिसारक तर काही विस्तारक घटक नीहित असतात. प्रतिसारक घटकांच्या प्रभावाने प्रतिव्यक्ती उत्पन्न कमी होण्याची, तर विस्तारक घटकांच्या प्रभावाने ते वाढण्याची प्रवृत्ती असते. अविकसितावस्थेचे हेच एक प्रमुख कारण आहे की, अर्थव्यवस्थेत प्रतिसारक घटक हे विस्तारक घटकापेक्षा अधिक असतात. उत्पन्नवर्धक घटकांना प्रतिसारक घटकांपेक्षा जास्त शक्तिशाली बनविल्याशिवाय विकास प्रक्रिया वेगाने सुरू होऊ शकत नाही, व त्यासाठीच निर्णायक स्वरूपाचा किमान प्रयत्न आवश्यक ठरतो.

Cross Elasticity of Demand - मागणीची छेदक/अन्योन्य लवचिकता

एका वस्तूच्या किंमतीत विशिष्ट प्रमाणात बदल झाल्यामुळे दुसऱ्या वस्तूच्या मागणीत ज्या प्रमाणात बदल होतो, त्याचा अभ्यास करणारी संकल्पना म्हणजेच मागणीची छेदक किंवा अन्योन्य लवचिकता होय.

बाजारात वस्तू परस्परपूरक किंवा पर्यायी असतात. त्यामुळे एका वस्तूच्या किमतीत बदल झाल्यास त्याचा दुसऱ्या वस्तूच्या मागणीवर काय परिणाम होतो हे छेदक लवचिकता स्पष्ट करते. दोन वस्तूंच्या मागणीतील परस्पर संबंध छेदक लवचिकतेवरून समजतो. एखाद्या वस्तूची मागणी वाढल्यास तिच्या पर्यायी वस्तूची मागणी घटते मात्र पूरक वस्तूची मागणी वाढते. त्यामुळे त्याच्या किमती बदलतात. एका वस्तूच्या मागणीचा दुसऱ्या वस्तूच्या मागणीवर होणारा परिणाम छेदक लवचिकता स्पष्ट करतो.

" एका वस्तूच्या किमतीत प्रमाणशीर बदल झाल्यामुळे दुसऱ्या वस्तूच्या मागणीत होणाऱ्या प्रमाणशीर बदलांचे गुणोत्तर म्हणजे छेदक लवचिकता होय. "

मागणीची छेदक लवचिकता काढण्यासाठी पुढील सूत्राचा वापर केला जातो.

$$\text{मागणीची छेदक लवचिकता} = \frac{\text{'क्ष' वस्तूच्या मागणीतील शेकडा बदल}}{\text{'य' वस्तूच्या किंमतीतील शेकडा बदल}}$$

मागणीची छेदक लवचिकता 'क्ष' आणि 'य' वस्तूंच्या छेदक मागणीच्या स्वरूपावर अवलंबून असते. त्या वस्तू पर्यायी किंवा पूरक असतात. मागणीची छेदक लवचिकता धन, ऋण व शून्य असते.

किंवा

$$\text{मागणीची छेदक लवचिकता} = \frac{\text{'क्ष' वस्तूच्या मागणीतील प्रमाणशीर बदल}}{\text{'य' वस्तूच्या किंमतीतील प्रमाणशीर बदल}}$$

$$E_{xy} = \frac{\Delta Qx}{\Delta Py} \times \frac{Py}{Qx}$$

अथवा

$$\text{ल}_{\text{क्षय}} = \frac{\Delta \text{ ख}_{\text{क्ष}}}{\Delta \text{ क}_{\text{य}}} \times \frac{\Delta \text{ क}_{\text{य}}}{\Delta \text{ ख}_{\text{क्ष}}}$$

येथे

$\Delta Qx = \Delta \text{ ख}_{\text{क्ष}}$ = ' क्ष ' वस्तूच्या मागणीतील बदल

$\triangle Py = \triangle क_{य}$ = 'य' वस्तूच्या किमतीतील बदल

$Py = क_{य}$ = य वस्तूची मूळची किंमत

$Qx = ख_{क्ष}$ = क्ष वस्तूची मूळची मागणी.

उदाहरणार्थ, कॉफीच्या १०० ग्रॅमच्या पुडीची किंमत २० रुपयांवरून २४ रुपयांपर्यंत वाढल्याने एका विक्रेत्याचा चहाचा खप १४० किलोवरून २०० किलोपर्यंत (एक आठवड्यात) वाढला तर कॉफी ऐवजी चहाची छेदक किंवा अन्योन्य लवचिकता पुढीलप्रमाणे :

$$ल_{क्षय} = \frac{\Delta ख_{क्ष}}{\Delta क_{य}} \times \frac{\Delta क_{य}}{\Delta ख_{क्ष}}$$

$$= \frac{६०}{४०} \times \frac{२०}{१४०}$$

$$= २.१४$$ ही छेदक लवचिकता येते.

Demand - Function - **मागणी फलन**

वस्तूची मागणी वेगवेगळ्या घटकांवर अवलंबून असते. वस्तूची किंमत, व्यक्तीचे उत्पन्न, पूरक व पर्यायी वस्तूंच्या किंमती, देशाची लोकसंख्या, वस्तूबाबतच्या लोकांच्या आवडी निवडी या घटकांत वाढ किंवा घट झाली की वस्तूच्या मागणीत देखील वाढ किंवा घट होत असते. म्हणून वस्तूची मागणी व या विविध घटकातील संबंध, मागणी फल दर्शविते.

मागणी फल म्हणजे वस्तूची मागणी व तिच्यावर परिणाम करणारे घटक यातील संबंध दर्शविणारे गणिती समीकरण होय. मागणी फल दर्शविणारे समीकरण याप्रमाणे

$d = f(a, b, c, d, e...n)$

d = वस्तूची मागणी	f = फल/फलन
a = वस्तूची किंमत	b = व्यक्तीचे उत्पन्न
c = इतर वस्तूंच्या किंमती	d = लोक संख्या
e = जाहिरात बाजी	n = शेवटचा घटक.

Dissonance Theory - **विसंवाद सिद्धान्त**

विसंवाद सिद्धान्त एका उदाहरणाने सांगता येईल. बाजारामध्ये खरेदीकरिता गेलेली व्यक्ती एखाद्या वेळेला विशिष्ट वस्तू घ्यायची नाही असा निर्णय घेते. पण

त्यासाठी एखादे लहानसे बक्षीस विक्रेत्याने ठेवले तर चटकन ग्राहकाचा निर्णय बदलू शकतो. अनिच्छेने, नकळत बदललेला निर्णय विसंवाद सिद्धान्ताचे उदाहरण सांगता येईल. डिश् ॲन्टेना घेतल्यास सहा महिन्याचे भाडे आकारणार नाही अशी घोषणा आपण पाहतो. या निर्णयाला बळी पडणारा विसंवाद सिद्धान्तांचे उदाहरण म्हणता येईल.

Emmanuel's Theory of Unequal Exchange - इमॅन्युएलचा विषम विनिमय सिद्धान्त

इमॅन्युएल यांनी "Unequl Exchange : A Study in the Imperalism of Trade' या पुस्तकात १९७० साली हा सिद्धान्त मांडला. त्याचा सिद्धान्त मार्क्सच्या उत्पादन किमतीवर आणि त्यातून ठरणाऱ्या आंतरराष्ट्रीय किमतीवर आणि उत्पादनातील तांत्रिक बदलावर अवलंबून आहे. त्याने विकसित आणि विकसनशील असे देश विचारात घेतले. त्या दोन्ही देशांत उत्पादनाच्या तंत्रात आणि वेतनात फरक असतो असे मानले. विकसित देशात एक श्रमतास वापरून निर्माण केलेली वस्तू निर्यात करताना एकापेक्षा अधिक श्रमतास वापरून केलेल्या विकसनशील देशातील वस्तूशी अदलाबदल होऊ शकते.

इमॅन्युएलच्या मते विकसनशील देशात तांत्रिक बदलांचा लाभ घेता येत नाही. विकसित देशात श्रम बचतीवर आधारित उत्पादन तंत्र विकसित होते. त्यातून व्यापारातील विनिमयात विषमता येते. ती विषमता वेतनदरावरील भिन्नतेमुळे निर्माण होते. जेव्हा दोन विषम देशात दोन वस्तूंची निर्मिती होते तेव्हा त्यातील विनिमय विषम असतो कारण ते देश प्रत्यक्ष स्पर्धेत नसतात. विकसनशील देशात वेतन कमी असते, उत्पादन खर्च आणि वस्तूची किंमत कमी असते. याउलट विकसित देशाची स्थिती असते, म्हणजेच विकसनशील देशातील स्वस्त वस्तू विकसित देशातील महाग वस्तूची अदलाबदल होताना हा विषम सौदा होतो.

या सिद्धान्ताची गृहीतके याप्रमाणे

(१) अमेरिकेसारखे विकसित देश आणि भारतासारखा विकसनशील देश आहे.
(२) क्ष आणि य वस्तूंचा विनिमय होतो.
(३) आंतरराष्ट्रीय पातळीवर भांडवल गतिमान आहे.
(४) दोन देशात श्रम गतिमान नाहीत.
(५) विकसित देशातील किमती उच्चपातळीवर व विकसनशील देशातील किमती नीच पातळीवर आहेत.
(६) दोनही देशात नफ्याचा दर सारखा आहे.
(७) वेतन किंमती व्यतिरिक्त निश्चित होते.

(८) वस्तूंचा अनिर्बंध व्यापार होतो.
(९) वाहतूक खर्च शून्य आहे.
(१०) तेथे पूर्वलक्षी आंतरराष्ट्रीय विशेषी पद्धती अस्तित्त्वात आहे.

हा सिद्धान्त आकृतीमध्ये स्पष्ट केला आहे.

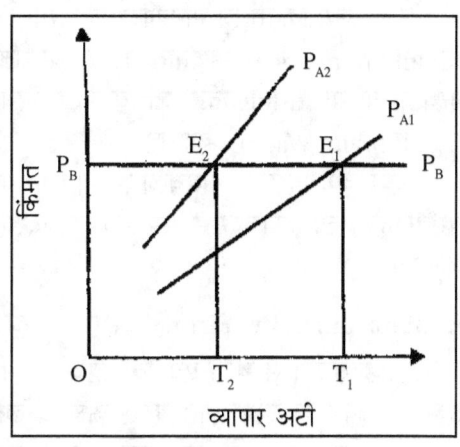

या आकृतीत किंमत उभ्या अक्षावर आणि व्यापार अटी क्षितिज समांतर अक्षावर दाखविल्या आहेत. विकसनशील B देशात Y वस्तूची किंमत PB = 1 हे क्षितिज समांतर रेषेवर PBPB वक्राने दाखविले आहे. अ देशातील क्ष वस्तूची किंमत PA_1 ने दाखवली आहे. या ठिकाणी OT_1 येथे समतोल व्यापार अटी प्रस्थापित होतात. वेतनात आणि खर्चात वाढ झाल्यामुळे अ देशात किंमती वाढतात. ब किंमत वक्र PA_2 इतका डावीकडे सरकतो त्यामुळे B देशातील व्यापारी अटी OT_2 इतक्या घसरतात विषम विनिमय OT_1 आणि OT_2 यातील फरकाने मोजतात तो T_1T_2 इतका आहे.

Engel's Law - एंजलचा नियम

अर्थशास्त्रज्ञ 'एर्नस्ट एंजल' (१८२१-९६) यांनी हा नियम मांडला. या नियमानुसार व्यक्तीच्या आवडीनिवडी व त्याचे प्राधान्य यानुसार जसजसे त्याचे उत्पन्न वाढत जाते तसतसे त्याच्या उत्पन्नातील खाद्यपदार्थावर होणाऱ्या खर्चाचे प्रमाण कमी होत जाते.

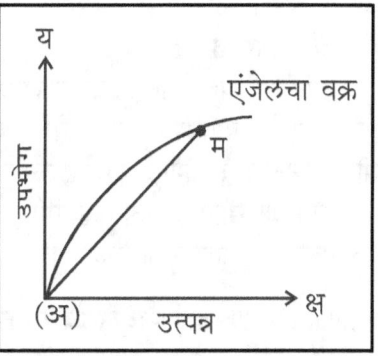

या नियमानुसार जो वक्र तयार होतो त्यास एंजल वक्र असे म्हणतात. खालील आकृतीत एंजल वक्र दर्शविला आहे.

वरील आकृतीत दाखविलेल्या एंजल वक्रावरील कुठलाही बिंदू हा व्यक्तीची सीमान्त उपभोग प्रवृत्ती दर्शवितो. तसेच 'अम' ही सरासरी सीमान्त उपभोग प्रवृत्ती दर्शविते.

Equilibrium - संतुलन

जेव्हा एकापेक्षा अधिक घटक एक दुसऱ्याबरोबर समान किंवा समतोल होतात तेव्हा त्यास संतुलन म्हणतात. आकृतीमध्ये ज्या बिंदूला दोन किंवा दोनपेक्षा अधिक घटक समान होतात त्या बिंदूस समतोल बिंदू (Equilibrium Point) म्हणतात.

उदा. ज्या किमतीला मागणीबरोबर पुरवठा होतो त्या किमतीस समतोल किंमत (Equilibrium Price) म्हणतात तसेच ज्या वेतनदराला श्रमाची मागणी व श्रमाचा पुरवठा यांच्या समतोलातून जो वेतनदर निर्धारित होतो त्यास समतोल वेतन (Equilibrium Wage) म्हणतात.

ज्या व्याजदराला भांडवलाची मागणी व भांडवलाचा पुरवठा परस्परांच्या बरोबर होतो त्या व्याजदरास समतोल व्याजदर (Equilibrium Rate of Interest) म्हणतात.

Equilibrium of the Firm - उद्योगसंस्थेचे संतुलन

जेव्हा उद्योग संस्थेला एक विशिष्ट उत्पादन केले असता कमाल नफा मिळतो, तेव्हा ती आपल्या उत्पादनात बदल करू इच्छित नाही. अशा अवस्थेत ती उद्योग संस्था संतुलित अवस्थेत आहे असे म्हटले जाते.

संतुलनाचा विचार (१) समस्त पद्धती (Total Methods) व (२) सीमान्त पद्धती (Marginal Method) अशा दोन प्रकारे करता येतो.

समस्त पद्धतीत एकूण उत्पादन खर्च व एकूण उत्पन्नाचा विचार केला जातो. ज्या उत्पादनाला एकूण उत्पन्नातून एकूण उत्पादन खर्च वजा केला असता सर्वात जास्त नफा मिळेल, असे उत्पादन स्थिर ठेवण्याचा प्रयत्न उद्योगसंस्था करते व संतुलित अवस्थेत राहते.

संतुलनाच्या सीमान्त पद्धतीमध्ये महत्तम नफा देणारी उत्पादन मात्रा व किंमत यांचे चांगले स्पष्टीकरण करता येते. या पद्धतीत सरासरी उत्पन्न, सरासरी खर्च, सीमान्त उत्पन्न व सीमान्त खर्च ह्या चार बाबींचा विचार केला जातो. या पद्धतीनुसार ज्या ठिकाणी सीमान्त उत्पन्न व सीमान्त खर्च समसमान असतात, त्याच ठिकाणी उत्पादकाला कमाल नफा मिळू शकतो.

Exchange Theory - विनिमय सिद्धान्त

सिमेलच्या (झिमेलच्या - Simmel) सूक्ष्म दृष्टीवर आधारलेला सैद्धान्तिक दृष्टिकोन म्हणजे विनिमय सिद्धान्त होय. समाजात परस्परांच्या संपर्कात आलेली माणसे असा सिद्धान्त मांडतात की त्यांचा संपर्क हा देवाण-घेवाणीवर आधारलेला असतो व या देवाण-घेवाणीत एक प्रकारची समानता अभिप्रेत असते. जेवढ्या

किमतीची वस्तू आपण दुसऱ्या व्यक्तीला भेट देतो तेवढ्याच किमतीच्या वस्तूच्या परतफेडीची अपेक्षा दुसऱ्या व्यक्तीच्या कडून केली जाते. पीटर ब्लॉ (Peter Blau) यांनी इ. सन १९६४ साली विनिमयाचा हा सिद्धान्त प्रतिपादन केला. या संदर्भात होमन्स असे म्हणतात की, व्यक्ती इतर व्यक्तींशी आंतरक्रियात्मक संबंध प्रस्थापित करताना स्वत:चा जास्तीत जास्त फायदा कसा होईल हे पाहतात. विनिमय सिद्धान्ताच्या माध्यमातून सामाजिक वर्तन प्रकाराचे विश्लेषण केले जाते. यावर भाष्य करताना ब्लॉ असे म्हणतात की, लोक अशाच वैवाहिक साथीदाराची निवड करतात की, जो आपल्या इतकीच सामाजिक मालमत्ता स्वत:जवळ बाळगत असेल. सामाजिक मालमत्तेत सत्ता, प्रतिष्ठा, आर्थिक स्थिती, सामाजिक स्थिती इत्यादी बाबी येतात. विनिमयात दोन घटक समान पातळीवर असणे चांगले मानले जाते.

Exchange Value, Marx's Concept - मार्क्सची विनिमयमूल्य संकल्पना

प्रत्येक वस्तूला स्वत:चे मूल्य असते. वस्तूच्या उपयुक्ततेनुसार तिचे मूल्य ठरत असते. या व्यवस्थेत मानवी गरजा भागविणे हा उद्देश नसतो. त्यामुळे सर्व वस्तू या क्रयवस्तू बनतात. या क्रयवस्तू मानवी श्रमशक्तीतून तयार झालेल्या असतात. वेगवेगळ्या समाजात त्या वस्तूंचे मूल्य कमी-अधिक असू शकते. त्या क्रय वस्तूंचे विनिमय मूल्य त्या वस्तूंच्या मूल्यावर आधारित असते. त्या आधारे वस्तूचे विनिमयमूल्य निश्चित केले जाते. म्हणजेच खरेदी-विक्रीच्या प्रक्रियेत वस्तूच्या किमतीमुळे ती वस्तू जे रूप धारण करते, त्यास विनिमय मूल्य म्हटले जाते. याद्वारे मार्क्स वस्तूचे मूल्य कसे निश्चित केले जाते, हे विशद करतो.

Expansion of Demand - मागणीचा विस्तार

इतर परिस्थिती कायम असताना विशिष्ट वस्तूची किंमत कमी झाल्यामुळे त्या वस्तूच्या मागणी परिमाणात जी वाढ होते, त्या वाढीला मागणीचा विस्तार असे म्हणतात.

Factor-Price Equalization Theorem - घटक किंमत समानीकरण प्रमेय

सॅम्युएल्सनने खुला वस्तू व्यापार विशिष्ट परिस्थितीत घटक किंमत समानतेकडे जातो असे म्हटले.

गृहीतके : सॅम्युएल्सनच्या सिद्धान्तात पुढील गृहीतके आहेत.

(१) अमेरिका व इंग्लंड असे दोनच देश.

(२) अन्न आणि वस्त्र अशा दोनच वस्तूंचा व्यापार.

(३) भूमी आणि श्रम हे दोनच उत्पादन घटक

(४) प्रत्येक वस्तूचे उत्पादन फलन एकसारखे आहे. तेथे स्थिर उत्पादन फलसिद्धान्त लागू होतो.

(५) उत्पादन घटक घटत्या सीमांत उत्पादन फलसिद्धान्ताचे अमलाखाली आहेत.
(६) प्रत्येक वस्तूसाठी घटक तीव्रता भिन्न आहे. अन्नधान्य, भूमी घटकाशी निगडित तर वस्त्र श्रम घटकाशी निगडित आहे.
(७) दोन्ही देशात प्रत्येक वस्तूच्या तांत्रिक, उत्पादन फलन प्रक्रिया सारख्या आहेत.
(८) भूमी आणि श्रम हे घटक गुणात्मक दृष्ट्या सारखेच आहेत.
(९) 'अ' देशाकडे भूमी विपुल तर 'ब' देशाकडे श्रम विपुल आहेत.
(१०) पूर्ण स्पर्धा गृहीत आहे.
(११) जकातीची बंधने नाहीत.
(१२) वाहतूक खर्च नाही.
(१३) उत्पादन घटक एका देशतून दुसऱ्या देशात जात नाहीत.
(१४) प्रत्येक देशात प्रत्येक घटक पूर्ण रोजगारात आहे.
(१५) उत्पादनात वापरलेली घटक संख्या स्थिर आहे.
(१६) दोन्ही देशातील ग्राहकांच्या आवडी-निवडी सारख्या आहेत.
(१७) दोन्ही देश दोन्ही वस्तू दोन्ही उत्पादन घटकाच्या मदतीने निर्माण करू शकतात. म्हणजे कोणत्याही देशाने विशेषीकरणाचा अवलंब केलेला नाही.

सिद्धान्ताचे स्पष्टीकरण : वर दिलेली गृहीतके लक्षात घेता दोन्ही देशातील वास्तविक किमती सारख्याच आहेत. अमेरिकेत अन्नधान्य उत्पादनावर आणि ब्रिटनमध्ये कापडउत्पादनावर भर दिला आहे. त्यात सॅम्युएल्सनने पुढील उत्स्फूर्त पुरावा दिला आहे. पूर्ण स्पर्धेमध्ये अन्नधान्य किंमतीचे कापड किंमतीशी असलेले एका देशातील प्रमाण प्रत्येक देशातील अउत्पादनाचे सीमांत खर्चाचे कापड उत्पादनाचे सीमांत खर्चाच्या प्रमाणाएवढे असते. तेथे व्यापार अनिर्बंध युक्त आणि मुक्त आहे आणि वाहतूक खर्च नाही असे गृहीत धरले आहे.

किमती सीमांत खर्च दर्शवितात म्हणून दोन देशातील किमती जेव्हा सारख्या असतात तेव्हा याचे सीमांत खर्च सारखे असतात. यात सारखेच उत्पादन तंत्र फलन गृहीत धरले आहे. दोन्ही देशात श्रमिकाची सीमांत उत्पादन क्षमता सारखी आहे. दोन्ही देशात वेतन समान आहे. हाच नियम भूमी घटकाला लागू आहे. सॅम्युएल्सनच्या उत्स्फूर्त पुराव्याची चाचणी करताना ब्रिटनमधील वेतनदर अमेरिकेपेक्षा कमी आहेत असे गृहीत धरू. उत्पादनघटक मूल्याआधारे खर्च निश्चित होतो असे मानल्यास ब्रिटनमधील श्रमप्रधान कापड उत्पादन खर्च कमी येतो. त्यामुळे अमेरिकेची कापडाची मागणी वाढते. त्यातून वेतन वाढते. खंडापेक्षा वेतन वाढल्याने श्रमप्रधान कापडाच्या किमती भूमिप्रधान अन्नधान्याच्या किंमतीपेक्षा जास्त वाढतात. म्हणून ब्रिटनमध्ये

अमेरिकेतून अन्नधान्याची आयात केली जाते व वेतन आणि खंड यातील तफावत कमी होते. हाच नियम अमेरिकेतील अन्नधान्य उत्पादन आणि कापड उत्पादन यास लागू होतो. हा सिद्धान्त आकृती १३ च्या आधारे पुढीलप्रमाणे स्पष्ट करता येतो.

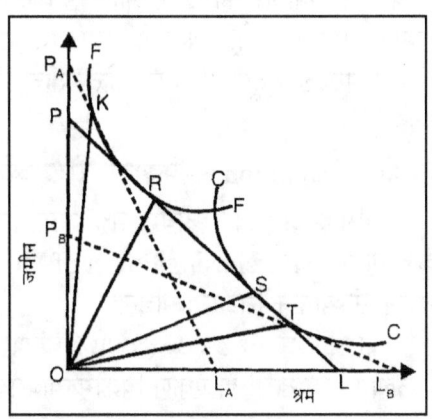

घटक किंमत प्रमेय आकृतीमध्ये मांडले आहे. F F आसाठी आणि CC हा कापडासाठी सम उत्पादन वक्र (Isoquant) आहे. त्या आधारे दोन्ही देशातील दोन्ही वस्तूंची उत्पादन फलने स्पष्ट होतात. OR आणि OS यांना विविधतेचे शंकू (Cone of Diversification) म्हणतात. शंकू ROS ने दाखवले आहे. व्यापारानंतर इंग्लड, अमेरिकेतील दोन वस्तूंच्या घटक किमतीचा प्रमाण दर PL वक्राने दाखविला आहे. तो FF वक्रास R बिंदूपाशी FF सम उत्पादन वक्रास आणि S बिंदू CC पाशी सम उत्पादन वक्रास स्पर्श करतो. याचा अर्थ अमेरिकेतील अन्नधान्य व कापड यांच्या घटक मूल्यात आंतरराष्ट्रीय व्यापारापूर्वी असलेला संबंध PALA या वक्राने दाखविला आहे. हा वक्र FF समान उत्पादन वक्राशी K बिंदूपाशी स्पर्श करतो. त्यातून OK देणगी किरण निर्माण होतो. हा ROS या शंकूच्या बाहेर असल्याने अमेरिका भूमि प्रधान अन्नधान्य उत्पादनाचे विशेषीकरण करते. मात्र तेथे घटक किंमती समान होत नाहीत. येथे भूमी धमिप्रधान प्रमाणदर अन्नधान्य उत्पादनाबाबतीत जास्त आहे. भूमीच्या खंडापेक्षा सीमांत उत्पादन कमी आहे आणि श्रमाच्या सीमांत उत्पादन वेतनापेक्षा जास्त आहे म्हणून जास्त श्रम आणि कमी भूमी वापरून R बिंदूपाशी PL या आंतरराष्ट्रीय किंमत वक्रावर PALA या वक्रावर भूमीची सीमांत उत्पादन क्षमता खंडा इतकी येते.

तसेच ब्रिटनमध्ये दोन वस्तूंच्या अंतर्गत घटक किमती प्रमाणदराबाबत म्हणता येईल. PBLB या तुटक रेषा सम उत्पादन वक्र CC ला T बिंदूपाशी स्पर्श करतात. त्यातून OT देणगीकिरण तयार होतो. तो आकृतीतील ROS शंकूबाहेर आहे. म्हणून ब्रिटनने श्रमप्रधान कापड उत्पादनावर भर द्यावा. पण तेथे घटक किमतीत समानता नाही. दुसऱ्या शब्दात कापड श्रमप्रधान असल्याने श्रमिकांचे सीमांत मूल्य PC वेतनापेक्षा कमी आहे आणि भूमीची सीमांत उत्पादकता अन्नधान्याबाबतीत खंडापेक्षा (PF) जास्त आहे.

या सिद्धान्तात OR भूमी श्रमप्रमाणदर अन्नधान्य उत्पन्नोदनासाठी आणि OS भूमी श्रमप्रमाणदर कापड उत्पादनासाठी दाखविले आहेत. आंतरराष्ट्रीय किमत प्रमाण PL वक्राने दर्शविले आहे. त्या ठिकाणी अमेरिका व ब्रिटन यांच्यातील घटक मूल्यातील समानता होते. R आणि S बिंदूपाशी भूमी श्रमप्रमाण OR आणि OS वक्रावर समान होतो. त्यामध्ये कापड उत्पादनाच्या संदर्भात भूमी आणि श्रमाचे सीमांत मूळ S बिंदूपाशी समान होते. तीच स्थिती अन्नधान्य उत्पादनाच्या बाबतीत आहे.

Fisher's Equation - फिशरचे रोख व्यवहार समीकरण

प्रसिद्ध अमेरिकन अर्थशास्त्रज्ञ आयर्विन फिशर यांनी १९११ मध्ये प्रसिद्ध केलेल्या 'The Purchasing Power of Money' या ग्रंथात समीकरणाच्या साहाय्याने चलन संख्यामान सिद्धान्त मांडला.

प्रा. फिशर (१८६७-१९४७) यांच्या मते 'विशिष्ट कालमर्यादेत समाजाने केलेला एकूण खर्च' हा एकूण विक्रीमूल्याबरोबर असतोच. या सिद्धान्ताचे समीकरण याप्रमाणे-

मुद्रेची मागणी = मुद्रेचा पुरवठा

$$PT = MV$$

परंतु आधुनिक अर्थव्यवस्थेत कायदेशीर मुद्रेबरोबरच अधिकोषांनी निर्माण केलेल्या प्रत्यय- मुद्रेला देखील विशेष महत्त्व प्राप्त झाले आहे. यामुळे मुद्रेच्या पुरवठ्यात प्रा. फिशर यांनी नंतर प्रत्यय- मुद्रेचा समावेश केला असल्याने, त्यांनी आपले सुधारित सूत्र खालील प्रमाणे मांडले.

मागणी = पुरवठा

$$PT = MV + M_1 V_1$$

किंवा
$$P = \frac{MV + M_1 V_1}{T}$$

या सूत्रात M = कायदेशीर मुद्रा

V = कायदेशीर मुद्रेचा चलनप्रवेग

M_1 = अधिकोषनिर्मित प्रत्ययमुद्रा

V_1 = प्रत्ययमुद्रेचा चलनप्रवेग

T = खरेदी-विक्री होणाऱ्या वस्तूंची संख्या

प्रा. फिशर यांच्या मते ''इतर परिस्थिती समान असताना मुद्रेच्या परिमाणात

(MV) होणाऱ्या प्रत्येक परिवर्तनामुळे वस्तूच्या किंमतपातळी (P) मध्ये प्रत्यक्षपणे आनुपातिक बदल होतात" यालाच फिशरचे रोख व्यवहार समीकरण असे म्हणतात.

Game Theory - द्यूत सिद्धान्त

प्रा. जेव्हान न्यूमन आणि ओ. मॉगेन्स्ट्रन यांनी आपल्या 'Theory of Games and Economic Behaviour' या पुस्तकात अल्पधिकारी किंमत निश्चितीचा प्रश्न सोडविण्यासाठी द्यूत सिद्धान्ताचा वापर केला.

द्यूत सिद्धान्तात प्रतिस्पर्धी वापरत असलेल्या युक्तीचे अनेक प्रकार आहेत. प्रामुख्याने (अ) स्थिर बेरीज खेळ (Constant Sum Game) आणि (ब) शून्य बेरीज खेळ (Zero Sum Game) हे दोन प्रकार जास्त प्रचलित आहेत.

(१) स्थिर बेरीज खेळात प्रतिस्पर्धी उद्योगसंस्थांना मिळणाऱ्या नफ्याची एकूण बेरीज कायम राहते, त्यामुळे एका उद्योग संस्थेचा नफा वाढल्यास दुसऱ्या उद्योगसंस्थेचा नफा कमी होतो.

(२) शून्य बेरीज खेळात एका उद्योगसंस्थेस जेवढा नफा मिळतो तेवढाच तोटा दुसऱ्या उद्योगसंस्थेस येतो.

प्रत्यक्षात उद्योगसंस्था तसेच परिणाम करणारे घटक अनेक असल्याने, हा सिद्धान्त वापरणे सोपे नाही. परंतु तरीही यात संशोधनास वाव आहे.

Gini Coefficient - गिनी गुणांक

कोणत्याही आर्थिक घटकाचे समाजात कसे विभाजन झाले आहे, हे मापन करण्यासाठी अर्थशास्त्रात 'गिनी गुणांक' या सांख्यिकीय पद्धतीचा वापर केला जातो. उदा. जमिनीचे वाटप, उत्पन्नाचे वाटप, उपभोग खर्च इत्यादी. गिनी गुणांकाचा आकडा जर वाढला तर असमानता कमी होत आहे असा निष्कर्ष निघतो.

Golden point Theory of Exchange Rate विनिमयदराचा सुवर्ण बिंदू सिद्धान्त

"विनिमय दर म्हणजे देशी चलनाच्या एका मात्रेचे विदेशी चलनातील मूल्य होय." म्हणजेच विदेशी विनिमय बाजारात देशी चलनाच्या एका मुद्रेच्या बदल्यात विदेशी चलनाच्या किती मात्रा मिळू शकतात हे ठरविणे म्हणजे 'विनिमय दर' होय. उदा. अमेरिकेच्या १ डॉलरच्या बदल्यात भारताचे ३८ रुपये प्राप्त होत असतील तर १ डॉलर = ३८ रुपये हा डॉलरचा रुपयातील विनिमय दर ठरेल. विनिमय दर कसा ठरतो हे सांगणारे पुढील तीन सिद्धान्त आहेत.

(१) सुवर्ण बिंदू समता सिद्धान्त (Gold Point Theory)

(२) क्रयशक्ती समता सिद्धान्त (Purchasing Power Parity Theory)

(३) शोधक शेष सिद्धान्त (Balance of Payments Theory)

जर दोन देशात सुवर्णमान असलेल्या देशांची नाणी ही सुवर्णाची असतात. तसेच त्या देशाची सुवर्णाची आयात-निर्यात मुक्त असते. सुवर्णमानात विनिमय दर हा टाकसाळी दरावर आधारित असतो. टांकसाळी दरात होणारे चढउतार हे दोन सुवर्ण बिंदूच्या दरम्यान सीमित असतात.

"ज्यावेळी दोन देशात मौद्रिक चलनासाठी एकाच धातूचा उपयोग केला जातो त्यावेळी एका देशात एका नाण्यातील शुद्ध सोन्याच्या बरोबरीचे सोने दुसऱ्या देशातील जेवढ्या कायदेशीर मौद्रिक चलनात समाविष्ट असते त्याला टांकसाळी समता विनिमय दर असे म्हणतात."

टांकसाळी समता दराची गणना : दोन देशातील टांकसाळी समता विनिमय दर हा त्या देशात प्रचलित असणाऱ्या नाण्यातील सोन्याच्या आधारे ठरत असतो. परंतु प्रत्यक्षातील विनिमय दर हा दोन देशातील शोधन शेषातील अनुकूलतेवर आणि प्रतिकूलतेवर आधारित असतो. शोधन शेषातील परिस्थितीनुसार दोन देशांच्या चलनाच्या मागणी-पुरवठ्यात बदल होत असतो. ज्या देशाचा शोधन शेष अनुकूल असतो त्या देशातील चलनाची मागणी वाढून किंमत पातळी वाढते आणि ज्या देशाचा शोधन शेष प्रतिकूल असतो त्या देशातील चलनाचा पुरवठा वाढून किंमत पातळी कमी होते. अशाप्रकारे शोधन शेषातील परिस्थितीनुसार विनिमय दरात बदल होत असतो. जेव्हा चलनासाठी असणारी मागणी आणि पुरवठा हे दोन्ही घटक समान असतात तेव्हा विनिमय दर टांकसाळी दराबरोबर असतो. विनिमय दरात सतत बदल होत असतात तरी सुध्दा हे बदल 'वरिष्ठ सुवर्ण बिंदू' आणि 'कनिष्ठ सुवर्ण बिंदू' यांच्या मर्यादेत असतात.

(i) वरिष्ठ सुवर्ण बिंदू (Upper Specie Point) : शोधन शेषातील अनुकूल आणि प्रतिकूल परिस्थितीचा दोन देशातील चलनाच्या मागणी-पुरवठ्यावर परिणाम होऊन विनिमय दरात बदल होत असतात. परंतु विनिमय दर कितीही वाढला तरी तो वरिष्ठ बिंदूच्या वर जाऊ शकत नाही. वरिष्ठ सुवर्ण बिंदू पुढील प्रमाणे ठरतो.

समजा - फ्रान्स आणि जपान हे दोन देश आहेत. या दोन देशांत आयात-निर्यात व्यापार सुरू आहे. फ्रॅंक आणि येन यांतील सोन्याच्या प्रमाणावरून टांकसाळी समता विनिमय दर हा १ येन = ५ फ्रॅंक असा ठरतो. समजा जपानची फ्रान्सला होणारी निर्यात जास्त आणि तेथून होणारी आयात कमी आहे त्यामुळे जपानचा शोधन शेष अनुकूल आणि फ्रान्सचा शोधन शेष प्रतिकूल आहे. फ्रान्सला जपानचे कर्ज फेडावयाचे आहे. त्यामुळे फ्रान्सच्या मुद्रा बाजारात येनची मागणी वाढेल. येनची मागणी वाढल्यामुळे येनचे फ्रॅंक मधील मूल्य वाढेल. म्हणजे १ येन = ५

जाईल. परंतु येनचा भाव कितीही वाढला तरी तो एका विशिष्ट मर्यादेच्या वर जाणार नाही. या मर्यादेला 'वरिष्ठ सुवर्ण बिंदू' असे म्हणतात. हा वरिष्ठ सुवर्ण बिंदू पुढील सूत्राद्वारे काढता येतो.

वरिष्ठ सुवर्ण बिंदू = टांकसाळी सुवर्ण समता दर + सुवर्ण वाहतूक खर्च
५.२० फ्रँक = ५ फ्रँक + ०.२० फ्रँक

वरील उदाहरणावरून वरिष्ठ सुवर्ण बिंदू ५.२० फ्रँक एवढा आहे. याचा अर्थ येनचा भाव कितीही वाढला तरी तो ५.२० फ्रँकपेक्षा जास्त होऊ शकत नाही. कारण फ्रँकचा भाव ५.२० येन पेक्षा जास्त झाल्यास फ्रान्स आपले देणे येन मध्ये न देता सोन्याची निर्यात करून फेडेल. सुवर्ण पाठविण्याच्या खर्चाला 'सुवर्ण वाहतूक खर्च' असे म्हणतात. या खर्चात सुवर्णाची बांधणी, जहाज किंवा विमान भाडे, विमा खर्च आणि व्याज इत्यादी खर्चांचा समावेश होतो. विनिमय दरात वाहतूक खर्च मिळविल्यास 'वरिष्ट सुवर्ण बिंदू' तयार होतो.

(ii) कनिष्ठ सुवर्ण बिंदू (Lower Specie Point) : कनिष्ठ सुवर्ण बिंदू पुढीलप्रमाणे काढता येतो.

कनिष्ठ सुवर्ण बिंदू = विनिमय दर - सुवर्ण वाहतूक खर्च
४.८० फ्रँक = ५ फ्रँक - ०.२० फ्रँक

फ्रान्सची निर्यात वाढल्यास आणि आयात कमी झाल्यास फ्रान्सचा शोधन शेष अनुकूल आणि जपानचा शोधन शेष प्रतिकूल होईल. जपानच्या व्यापाऱ्यांना फ्रान्सचे देणे फेडावयाचे असल्याने जपानमध्ये फ्रँकची मागणी वाढेल आणि येनची मागणी कमी होईल. त्याचा परिणाम येनची फ्रँकमधील किंमत कमी होईल. परंतु येनची किंमत कितीही कमी झाली तरी १ येनच्या बदल्यात ४.८० फ्रँकपेक्षा खाली घसरू शकत नाही. या कनिष्ठ सुवर्ण बिंदूपेक्षा जास्त किंमती घसरू लागल्यास जपान आपले देणे सोन्यात फेडील.

अशाप्रकारे 'वरिष्ठ सुवर्ण बिंदू' आणि 'कनिष्ठ सुवर्ण बिंदू' या विनिमय दरातील चढ उताराच्या मर्यादा आहेत. सुवर्णाची आयात-निर्यात मुक्त आहे तोपर्यंत वरिष्ठ सुवर्ण बिंदू आणि कनिष्ठ सुवर्ण बिंदू या मर्यादा राहतात. चलनाच्या मागणी-पुरवठ्यात कितीही चढउतार झाले तरी सुद्धा या दोन मर्यादांपेक्षा जास्त चढउतार होणार नाहीत.

Haberler- Opportunity Costs - हॅबर्लरचा संधी त्याग खर्च किंवा वैकल्पिक खर्च सिद्धान्त

वैकल्पिक खर्च सिद्धान्तानुसार एखाद्या देशात 'क्ष' किंवा 'य' वस्तूचे उत्पादन होत असेल तर 'क्ष'चा वैकल्पिक खर्च उत्पादन न केलेल्या किंवा त्याग केलेल्या

'य' वस्तूच्या किमतीइतका असतो. या दोन्ही वस्तूंचा विनिमयदर वैयक्तिक खर्च माध्यमातून व्यक्त केला जातो. वैकल्पिक खर्च उत्पादन शक्यता वक्रावर दाखविता येते. त्या वक्रावर दोन्ही वस्तूंच्या विविध संख्यांची समानता दर्शविली जाते. अशावेळी देशातील नैसर्गिक साधनसामग्रीचा विचार केला जातो. अशा रीतीने हॅबर्लरने सनातनवाद्यांचे गृहीतक नाकारले आहे. सनातनवाद्यांनी एकच घटक विचारात घेतला होता. हॅबर्लरने त्याच्या प्रतिमानात बहुविध घटकांचा विचार केला आहे.

हॅबर्लरचा सिद्धान्त खालील गृहितांवर आधारित आहे.

(१) फक्त दोन देश आहेत.
(२) प्रत्येक देशात श्रम आणि भांडवल उत्पादनासाठी दोन घटकांचे स्वामित्व आहे.
(३) प्रत्येक देश दोन वस्तूंचे उत्पादन करतो.
(४) पूर्ण स्पर्धेचे वर्चस्व वस्तूत आणि घटकांच्या बाजारात आहे.
(५) प्रत्येक घटकाचा पुरवठा स्थिर आहे.
(६) पूर्ण रोजगार दोन्हीं देशांत उपलब्ध आहे.
(७) दोन देशांमध्ये उत्पादन घटकांची अगतिमानता आहे.
(८) तंत्रज्ञानात स्थिरता राहाते.
(९) प्रत्येक वस्तूच्या किंमतीत सीमांत खर्चात समानता.
(१०) रोजगारात सीमांत उत्पादकता मूल्य प्रत्येक घटकाच्या किंमतीबरोबर.
(११) दोन देशांमधील व्यापार पूर्णपणे मुक्त आणि निर्बंधविरहित.

सिद्धान्ताचे स्पष्टीकरण : वैकल्पिक खर्च सिद्धान्तानुसार उत्पादन शक्यता वक्राचा उतार विविध खर्च अटीनुसार ठरतो. त्यातून आंतरराष्ट्रीय व्यापाराचा पाया आणि लाभ मिळतात.

(१) जर 'क्ष' वस्तूच्या संख्येत एका नगाने वाढ करावयाची असल्यास 'य' वस्तूच्या नगांचा किती त्याग करावयाचा हे निश्चित असेल तर उत्पादन शक्यता वक्र सरळ रेषा असते. कारण त्यातून वैकल्पिक खर्च स्थिर दर्शविता येतो.
(२) मात्र एक 'क्ष' ची अधिक वस्तू मिळविण्यासाठी 'य' च्या जास्त वस्तू सोडाव्या लागत असतील तर उत्पादन शक्यता वक्र आंतरवक्र (Concave to the origin) असतो. याचा अर्थ वैकल्पिक खर्च वाढत जातो असा आहे.
(३) जर 'क्ष' वस्तूच्या संख्येत एका नगाने वाढ करावयाची असेल आणि त्यासाठी 'य' च्या कमी वस्तूंचा त्याग करावा लागत असेल तर उत्पादन शक्यता वक्र आरंभस्थानाशी बहिर्वक्र असतो. याचा अर्थ वैकल्पिक खर्च कमी होत जातो (Convex to the origin.)

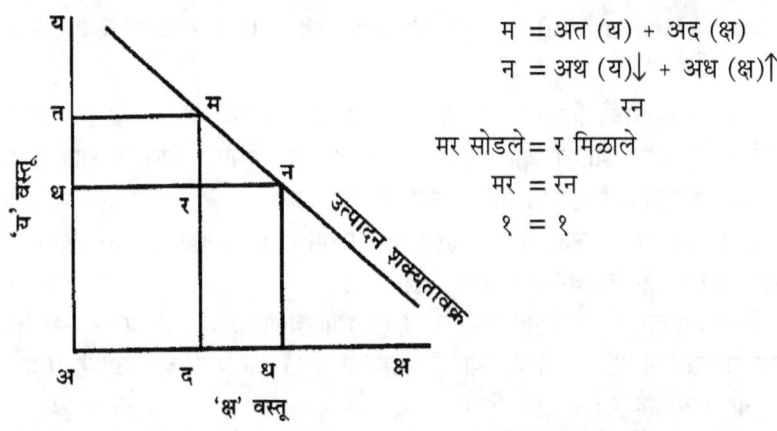

म = अत (य) + अद (क्ष)
न = अथ (य)↓ + अध (क्ष)↑
रन
मर सोडले = र मिळाले
मर = रन
१ = १

वैकल्पिक खर्च सिद्धान्ताचे श्रेष्ठत्व सनातन वास्तव खर्च सिद्धान्ताच्या तुलनेत मान्य केले पाहिजे. कारण सनातनवादी सिद्धान्त निरुपयोगी ठरला. त्यात अवास्तव गृहिते आणि संशयास्पद गृहितकृत्ये होती. वैकल्पिक खर्च वक्रात अंतर्वक उत्पादन शक्यता वक्राचा मोठा उपयोग होतो, असे सॅम्युअलसन यांचे मत होते. सॅम्युअलसन (Samuelson) यांच्या मते, वैकल्पिक खर्च दृष्टिकोन हा महत्त्वाचा गाभा आहे. कारण त्यात सर्वसाधारण समतोल पद्धतीत वाढीची तत्परता असते. म्हणून तो मोठ्या प्रमाणात उपयोगी ठरतो.

हॅबर्लरचा (Haberler) सिद्धान्त मान्य केला जातो. तो तुलनात्मक खर्च सिद्धान्तापेक्षाही श्रेष्ठ आहे. त्याची कारणे खालीलप्रमाणे आहेत.

(१) सनातनवादी सिद्धान्ताच्या तुलनेत वैकल्पिक खर्च सिद्धान्त जास्त वास्तव आहे. कारण त्याचा पाया अवास्तव नाही. त्यात श्रममूल्य सिद्धान्ताची गृहीते आहेत.

(२) वैकल्पिक खर्च सिद्धान्तात श्रमिक उत्पादन घटकांचा विस्तार मान्य केला आहे. जेव्हा सहभागी उत्पादनाचे घटक एकापेक्षा अधिक असतात तेव्हा खर्चस्वरूप एकत्र आणून समस्या कमी केल्या जातात.

(३) वैकल्पिक खर्च सिद्धान्ताचे पृथक्करण केल्यास व्यापारपूर्व आणि व्यापारानंतरची परिस्थिती यावर लक्ष दिले. वाढणारे आणि घटणारे वैकल्पिक खर्च, रिकार्डोच्या सिद्धान्ताचा पाया, दोन्ही देशांमध्ये फायदे त्याचबरोबर देशात तुलनात्मक उत्पादनाचा खर्च सारखाच असतो.

(४) व्यापारी सिद्धान्तात संबंधित घटकाची भूमिकासुद्धा स्पष्ट आहे.

(५) आंतरराष्ट्रीय व्यापाराचे प्रतिमान साधारण समतोलाच्या बाजूचे सामान्य स्थितीत मांडले.

Harrod - Domar Model of Steady Growth - हॅरड - डोमरचे प्रारूप / प्रतिमान

या प्रारूपामध्ये विकसित अर्थव्यवस्थेत विकास सतत कसा टिकविता येईल याची चर्चा आहे. भांडवलशाही अर्थव्यवस्थेच्या पार्श्वभूमीवर देण्यात आलेले हे विवेचन प्रामुख्याने विकसित अर्थव्यवस्थांसाठीच आहे.

जर आपण अर्थव्यवस्थेतील भांडवली संग्रहणाचा (Capital Accumulation) विचार केला, तर त्याचे दुहेरी कार्य दिसून येते.

(१) गुंतवणुकीमुळे उत्पन्नात भर पडते. (२) भांडवली संग्रहणामुळे अर्थव्यवस्थेतील उत्पादनक्षमता वाढते. केन्सने पहिल्या कार्याकडे लक्ष दिले, तर परंपरावादी अर्थशास्त्रज्ञांनी दुसऱ्या कार्याकडे जास्त लक्ष दिले.

हॅरड - डोमरने मात्र दोन्ही कार्यांचा योग्य विचार करून आपल्या प्रारूपात भांडवली (संग्रहणाला) निर्मितीला महत्त्वाचे स्थान दिले आहे.

या प्रारूपानुसार जर अर्थव्यवस्थेत प्रथमत: पूर्ण रोजगारउत्पन्नाची संतुलनपातळी (Full Employment Equilibrium Level of Income) साध्य झाली आहे असे गृहीत धरले, तर वर्षानुवर्षे ही पातळी टिकविण्यासाठी काय केले जावे हा महत्त्वाचा प्रश्न आहे. हॅरड - डोमरच्या मते, यासाठी निव्वळ गुंतवणूक व पर्यायाने वास्तविक राष्ट्रीय उत्पन्नात सतत वाढ व्हायला हवी. ही वाढ शक्य झाल्यास पूर्ण रोजगारसुद्धा टिकून राहू शकेल.

जर अर्थव्यवस्थेत प्रथमत: पूर्ण रोजगारउत्पन्नाची संतुलन पातळी (Full Employment Equilibrium Level of Income) साध्य झाली आहे असे गृहीत धरले, तर वर्षानुवर्षे ही पातळी टिकविण्यासाठी काय केले जावे हा महत्त्वाचा प्रश्न आहे. हॅरड-डोमरच्या मते, यासाठी निव्वळ गुंतवणूक व पर्यायाने वास्तविक राष्ट्रीय उत्पन्नात सतत वाढ व्हायला हवी. ही वाढ शक्य झाल्यास पूर्ण रोजगारसुद्धा टिकून राहू शकेल.

गृहीत परिस्थिती - प्रारूपात काही गोष्टी गृहीत धरण्यात आल्या असल्या तरी त्या सर्वच आवश्यक नाहीत. प्रारूप सुलभ व्हावे म्हणून ही गृहीते आहेत.

(१) अर्थव्यवस्थेत प्रथमत: पूर्ण रोजगारउत्पन्नाची पातळी साध्य झाली आहे.
(२) आंतरराष्ट्रीय व्यापाराचा अभाव असून सरकारी धोरण निर्हस्तक्षेपाचे आहे.
(३) सरासरी व सीमान्त बचतप्रवृत्ती समान आहेत.
(४) बचतप्रवृत्ती व भांडवल गुणांक स्थिर आहे.
(५) बचत, गुंतवणूक, उत्पन्न इत्यादींचे निव्वळ (Net) प्रमाण विचारात घेतले आहे.

वरील मर्यादांमध्ये हे प्रारूप आपला मुख्य प्रश्न (सतत विकासाचा) विचारात घेते.

हॅरडच्या प्रारूपात तीन तत्त्वे मूलभूत (Fundamental Elements) आहेत.

(१) श्रमशक्ती (Manpower), (२) दरडोई उत्पादन व (३) भांडवलाचे उपलब्ध प्रमाण

हँरडच्या मते, दरडोई उत्पादनातील बदलांची चर्चा नवीन शोधांच्या (Inventions) भाषेत करता येते-

(१) जर काही शोध भांडवली बचत करारे (Capital Saving) असतील तर साहजिकच त्यामुळे भांडवली गुणांक कमी होईल.

(२) जर काही शोध श्रमाची बचत करणारे (Labour Saving) असतील तर साहजिकच त्यामुळे भांडवली गुणांक वाढेल. म्हणजे श्रम-बचत करणारे शोध हे भांडवल सामाविणारे (Capital Absorbing) आहेत.

(३) जर हे शोध श्रम किंवा भांडवली बचतीबाबत निष्क्रिय असतील तर भांडवली गुणांक कायम राहील.

या विवेचनात हॅरडला नवीन शोध अभिप्रेत आहेत की अभिनव क्रिया (Inventions or Innovations?) अभिप्रेत आहेत याविषयी संदेह असला तरी अभिनव क्रियाच येथे खऱ्या अर्थाने महत्त्वाच्या ठरतात.

विवेचनाची सुरुवात हॅरडचे एक परिचित सत्य सांगून केली आहे.

हॅरडचे पहिले समीकरण :

GC = S ...(l)

जेथे,

G = उत्पन्नवाढीचा प्रत्यक्ष दर, (म्हणजे) उत्पन्नवाढीचे एकूण उत्पन्नाशी विशिष्ट काळातील प्रमाण ($\triangle$y/y)

S = उत्पन्नाचा बचत केलेला भाग (S/y).

C = विशिष्ट काळातील निव्वळ भांडवली संग्रह व त्याच काळातील उत्पन्नवाढीचे प्रमाण ($l/\triangle$y).

समीकरण (I) मध्ये या किंमती टाकल्यास –

$$\frac{\Delta y}{y} \times \frac{l}{\Delta y} = \frac{S}{y}$$

$$\therefore \frac{l}{y} = \frac{S}{y} \;\; \therefore l = S$$

हॅडरचे दुसरे समीकरण :

GW. Cr. = s...(11)

जेथे,

Gw = संकल्पित विकास दर, म्हणजे विकासाचा असा दर की जो प्रत्यक्षात अंमलात आल्यास संघटकांची मनोवृत्ती तीच प्रगती पुढे सुरू ठेवण्याची राहील. या उत्पादनवाढीच्या दरामुळे संघटक हे प्रत्यक्ष गुंतवणुकीबाबत समाधानी असतात, कारण या दराच्या वेळी वाढणाऱ्या भांडवली साठ्याचा पूर्ण उपयोग होतो.

Cp = संकल्पित विकास दर टिकवून ठेवण्यासाठी लागणारे भांडवल. संकल्पित दर असताना अनैच्छिक बेकारी (Involuntary Un-employment) नसेलच असे नाही, तरी पण संघटक हे स्वतःच्या निर्णयाबाबत समाधानी असतात.

या संकल्पित दरासाठी उत्पादनक्षमतेचा पूर्ण वापर होतो आहे. म्हणून या दराला विकासाचा संतुलित दर (Equilibrium Rate of Growth) म्हणता येईल.

येथे,

संकल्पित बचत = संकल्पित गुंतवण
(Ex-ante saving) (Ex-ante Investment)

त्यामुळे

वास्तविक गुंतवणूक = संकल्पित गुंतवणूक
(Ex-post Investment)

आणि

वास्तविक बचत = संकल्पित बचत.

त्यामुळे हा दर संतुलित ठरतो. वरील विवेचनात केन्सने वर्णन केलेली संतुलनावस्था (संकल्पित बचत = संकल्पित गुंतवणूक) गृहीत धरण्यात आल्याने विकासाचा फक्त एकच मार्ग असू शकतो; व तो म्हणजे सतत - प्रगती (Steady Advance)

हे संतुलन प्रत्यक्षात नसल्यास पुढील शक्यता असू शकतात.

काही शक्यता :

1) G > Gw : जर विकासाचा प्रत्यक्ष दर (G) हा संकल्पित दरापेक्षा (Gw) जास्त असेल, तर त्यामुळे प्रक्रियेतील साठे व साधने तत्कालीन उलाढाल (Turnover) टिकविण्यास असमर्थ ठरतील (म्हणजे (Cr) हा (C) पेक्षा जास्त राहील.) त्यामुळे विविध साधनांसाठी मागणी वाढविली जाईल. परिणामतः प्रत्यक्ष दर (G) वाढेल, त्यासाठी पुन्हा जास्त भांडवली संचय आवश्यक ठरेल व अशा रीतीने अर्थव्यवस्थेत विस्तारावस्था (Expansion Phase) सुरू होईल.

२) Gw > G : उलट बाजूने, जर संकल्पित दर हा प्रत्यक्ष दरापेक्षा जास्त राहिला तर प्रक्रिया उलट होऊन विविध साधनांची मागणी कमी केली जाईल.

परिणामत: प्रत्यक्ष दर कमी होईल व अशा रीतीने संकोचावस्था (Contraction Phase) सुरू होईल. अर्थात, अर्थव्यवस्थेत संकोच किंवा विस्तार सतत राहू शकत नाही. श्रम, नैसर्गिक साधने, इत्यादीच्या मर्यादेमुळे विस्ताराची सीमा निश्चित होते. स्वयंप्रेरित गुंतवणुकीने खालील सीमा निश्चित होते.

हॅंडरचे तिसरे समीकरण :

Gn. Cr = S

जेथे,

Gn = विकासाचा नैसर्गिक दर. विविध घटकांच्या (श्रम, नैसर्गिक संसाधने, वगैरे) मर्यादित उपलब्धतेमुळे विकासाच्या दराला ही मर्यादा निर्माण होते. संकल्पित दराच्या वेळी असू शकणारी अनैच्छिक बेकारी या दराच्या वेळी वगळली जाते.

हॅरडच्या मते, अवनतीच्या (Recession) काळात प्रत्यक्ष दर हा नैसर्गिक दरापेक्षा जास्त असण्याची प्रवृत्ती असते, जी सतत टिकून राहू शकत नाही. जेव्हा प्रत्यक्ष दर संकल्पित दरापेक्षा जास्त असतो तेव्हा नैसर्गिक मर्यादा गाठली जाईपर्यंत (Gn) विस्तार होतो. अशा रीतीने प्रत्यक्ष दर हा विस्तारामध्ये शेवटी नैसर्गिक दराइतका होतो व संकल्पित दरसुद्धा प्रत्यक्ष दराबरोबर असतो, परंतु प्रत्यक्ष दरातील वाढीचा वेग टिकू न शकल्याने संकल्पित दर प्रत्यक्ष दरापेक्षा जास्त होण्याची प्रवृत्ती राहील. यातूनच संकोचाची सुरुवात होते.

संकोचावस्थाही सतत राहू शकत नाही. कारण उत्पादनाचा बदलता व्यय (Variable Cost) पूर्णपणे थांबविला (सर्व ऑर्डर्स रद्द केल्या) तरी स्थिर व्यय (Fixed Cost) असतोच. संघटकांचे विविध संसाधनविषयक ज्ञान व विश्वासाची त्याला जोड मिळून अर्थव्यवस्थेची वाटचाल पुन्हा वरच्या दिशेने सुरू होते.

यावरून हे स्पष्ट होते की भांडवलशाही अर्थव्यवस्थेच्या विकासातच चक्रीय उच्चावचने नीहित आहेत. सतत - विकास तेव्हाच होईल की जेव्हा ही चक्रे टाळली जातील, म्हणजे संकल्पित बचत ही संकल्पित गुंतवणुकीबरोबर असेल.

डोमरचा सिद्धान्तही हॅरडच्या सिद्धान्तापेक्षा फारसा वेगळा नाही. सतत - विकासासाठी राष्ट्रीय उत्पन्नात (व गुंतवणुकीत) सतत वाढ व्हायला हवी असे डोमरचे म्हणणे आहे.

डोमरचे विश्लेषण : भांडवली संचयाची दुहेरी कार्ये विचारात घेऊन डोमर भांडवली वस्तूच्या नव्या निर्मितीतून पुढील शक्यता दर्शवितात.

(१) नवीन भांडवल वापरले न जाता तसेच पडून राहील.

(२) जुन्या भांडवलाच्या जागी नवे भांडवल वापरले जाईल.

(३) श्रमाचे प्रतिस्थापक म्हणून नवे भांडवल वापरले जाईल.

याचा अर्थ, भांडवलनिर्मितीबरोबर उत्पन्नात वाढ होणे आवश्यक आहे. असे न झाल्यास त्याचा परिणाम भांडवल किंवा श्रमाची बेकारी निर्माण होण्यात होईल. ही बेकारी टाळण्यासाठी उत्पन्नात वाढ होणे आवश्यक ठरते.

प्रारूपाच्या सुरुवातीस डोमरने एक प्रश्न उपस्थित केला आहे. ज्याअर्थी गुंतवणुकीने उत्पन्न व उत्पादनक्षमता वाढते, मग गुंतवणुकीच्या वाढीचा दर किती असावा की ज्यामुळे उत्पन्नातील वाढ व उत्पादकतेतील वाढ समान होऊन पूर्ण रोजगार टिकून राहील?

डोमरची समीकरणे

जर,

$\triangle y$ = राष्ट्रीय उत्पन्नातील शुद्ध भर,

$\triangle l$ = एकूण गुंतवणुकीतील शुद्ध भर.

∞ = बचतप्रवृत्ती.

पूर्ण रोजगारपातळी गृहीत धरल्यास अर्थव्यवस्थेतील शुद्ध गुंतवणुकीने उत्पन्नात वाढ होईल. ही वाढ $(\triangle y)$, गुंतवणुकीतील वाढ $(\triangle l) \times$ गुणक $\left(\dfrac{1}{\infty}\right)$ इतकी असेल. म्हणजेच,

$$\triangle y = \frac{1}{\infty} \times \triangle l \qquad ....(I)$$

आधी पाहिल्यानुसार, पूर्ण रोजगाराची संतुलनपातळी टिकविणे हे उद्दिष्ट आहे. जर राष्ट्रीय उत्पन्न हे उत्पादनक्षमतेइतकेच असेल, तर पूर्ण रोजगारासाठी त्यामधील वाढही समान असावी लागेल.

जर,

$(1 \times \theta)$ = संभाव्य उत्पादनक्षमतेतील वार्षिक वाढ,

(Annual increase in potential productive capacity)

आणि $\dfrac{1}{\infty} \triangle l$ = प्रत्यक्ष राष्ट्रीय उत्पन्नातील वाढ

यावरून पूर्ण रोजगारासाठी आवश्यक अट –

$$\frac{1}{\infty} \triangle l = l\,\theta \qquad ....(II)$$

समीकरण (II) ला ∞ ने गुणून व I ने भागून.

$$\frac{\triangle l}{l} = \infty \qquad .... (III)$$

याचा अर्थ, गुंतवणूक व वास्तविक उत्पन्न यांमध्ये वार्षिक शेकडा वाढही इतकी असावी की जी बचतप्रवृत्ती X गुंतवणुकीची सरासरी उत्पादकता याबरोबर राहील. त्यामुळे पूर्ण रोजगार टिकून राहील.

डोमरचे उदाहरण

जर,

θ = गुंतवणुकीची सरासरी उत्पादकता = २५% प्रतिवर्ष,

∞ = बचतप्रवृत्ती = १२% प्रतिवर्ष

γ = सुरुवातीस १५० अब्ज डॉलर्स

या परिस्थितीत जर पूर्ण रोजगार टिकवायचा असेल तर -

$$\text{गुंतवणूक} = \frac{१५०}{१} \times \frac{१२}{१००} = १८ \text{ अब्ज डॉलर्स}$$

या गुंतवणुकीमुळे अर्थव्यवस्थेतील उत्पादनक्षमताही वाढेल.

$$\text{उत्पादनक्षमतेतील वाढ} = \frac{१५०}{१} \times \frac{१२}{१००} \times \frac{२५}{१००} = ४.५ \text{ डॉलर्स}$$

या आधारे वास्तविक उत्पदनातील वाढीचा दर काढता येईल.

$$\frac{\frac{१५०}{१} \times \frac{१२}{१००} \times \frac{२५}{१००}}{१५०} = \frac{१२}{१००} \times \frac{२५}{१००} = \infty \theta = ३\%$$

प्रस्तुत वाढीचा वेग किती राहील हे पाहिल्यानंतर प्रश्न असा उद्भवतो की उत्पदनात आवश्यक ती वाढ होण्याइतकी गुंतवणूक होईल का? डोमरना हे अशक्य वाटत नाही. भांडवलशाहीत सतत विस्तार होणे (तिचा ऱ्हास न होता) शक्य आहे असे डोमर म्हणतात. म्हणजे मार्क्स वगैरे विचारवंतांच्या भांडवलशाहीच्या ऱ्हासाच्या विचारांशी डोमर पूर्णपणे सहमत नाहीत.

हॅरड - डोमर प्रारूपाचे प्रमुख मुद्दे –

(१) विकासाच्या दराचे निर्धारण प्रामुख्याने भांडवल - गुंतवणुकीने होते,

(२) भांडवल - गुंतवणुकीने उत्पन्नाशिवाय उत्पादनक्षमताही वाढते,

(३) उत्पादनक्षमतेच्या वाढीबरोबरच उत्पन्न - वाढ नसल्यास बेकारीही निर्माण होऊ शकते.

(४) पूर्ण रोजगारी टिकविण्यास बचतप्रवृत्तीत व त्यासाठी उत्पन्नात वाढ व्हायला हवी.

(५) तेजी किंवा मंदीची परिस्थिती अर्थव्यवस्थेत असणे हे शेवटी संकल्पित दर

(Gw) व प्रत्यक्ष दर (G) यांच्यातील संबंधावर अवलंबून राहील. व्यापारचक्रांमुळे भांडवलशाही अर्थव्यवस्था सतत विकासाच्या मार्गापासून विचलित होते. अर्थात, या चक्रांवर मर्यादा आहेत. (Constrained Cycles)

Hawtrey's Monetary Theory - हॉट्रेचा चलनविषयक सिद्धान्त

चलनविषयक सिद्धान्त मांडणाऱ्या अर्थतज्ज्ञांत प्रख्यात ब्रिटिश अर्थतज्ज्ञ आर. जी. हॉट्रे यांचा समावेश होतो. व्यापारचक्रविषयक जुना चलनविषयक सिद्धान्त मांडला गेला. जेव्हा सुवर्ण परिमाण अस्तित्वात होते, त्या काळातील व्यापारचक्राचा सिद्धान्त सांगितला गेला. अर्थव्यवस्थेत सोने चलनात होते किंवा चलनी नोटा काढण्यासाठी सोने हा आधार होता.

व्यापारचक्र ही चलनविषयक घटना आहे. ''लवचिक पैशाचा पुरवठा व्यापारचक्र निर्मितीचे मुख्य कारण आहे.''

पैशाचा पुरवठा लवचिक असल्यामुळे पैशाच्या पुरवठ्याचा विस्तार आणि संकोच असा बदल होतो.

पैशाचा पुरवठा वाढतो. बँकेच्या पतवाढीमुळे हे घडून येते. पैशाच्या गतिशील वाढीमुळे भरभराटीचा काळ येतो. पैशाच्या पुरवठ्यामुळे ग्राहकाच्या हातात अधिक पैसा येतो. प्रभावी मागणी वाढल्यामुळे उद्योग विस्तार होतो. रोजगार वाढतो. त्यातून उपभोग वाढतो आणि भरभराटीचा काळ येतो.

व्यापारचक्र वरच्या दिशेने का जाते याचा खुलासा या सिद्धान्तात आहे. बँकेच्या पतीत विस्तार होतो. पैशाचा पुरवठा वाढल्यामुळे व्याजाचा दर कमी होतो. व्यापारी, कारखानदार कमी व्याजदरामुळे बँकेकडे आकर्षिक होतात.

कमी व्याजदरामुळे अधिक कर्ज घेण्याची प्रवृत्ती वाढते. हे कर्ज स्कंध वाढीसाठी वापरले जाते. उदार कर्ज धोरणामुळे व्यापारी, उद्योगपती इन्व्हेन्टरीत (Inventory) वाढ करतात.

इन्व्हेन्टरी हा व्यापक अर्थाचा शब्द आहे. यात कच्ची सामग्री, अर्धवट अवस्थेतील वस्तू, विक्रीसाठी योग्य असलेल्या; परंतु विक्री न झालेल्या तयार वस्तू या सर्वांचा समावेश इन्व्हेन्टरीमध्ये होतो. इन्व्हेन्टरीतील वाढीमुळे उत्पादन वाढ होते. उत्पादन घटकाला मोबदला मिळतो. हा पैसा हे लोक अधिक वस्तू खरेदीसाठी वापरतात. अर्थव्यवस्थेत ग्राहकोपयोगी वस्तूला असणारी मागणी वाढते. वस्तूला मागणी वाढते. उत्पादकाचा व्यवहार वाढतो. नफा वाढतो. उद्योगपती अधिक गुंतवणूक करण्यास प्रवृत्त होतात. अधिक पैसा अर्थव्यवस्थेत येतो. किमती वाढतात. नफा वाढतो. संचयी परिणामांमुळे अर्थव्यवस्था तेजीकडे झुकते. ही स्थिती अमर्याद काळ टिकत नाही. उत्पादन घटकाचा पुरवठा दुर्मिळ होतो. उत्पादनात खंड पडतो.

कारखाने डबघाईला येतात. कर्जफेड होत नाही. बँका आखडता हात घेतात. भरभराटीचा काळ अनंत काळ टिकणारा नसतो.

सिद्धान्ताचा अर्धा भाग वरीलप्रमाणे कार्य होते असे स्पष्ट करतो. अर्धा भाग नेमकी विरोधी स्थिती दर्शवितो. पैशाच्या पुरवठ्यातील घटीमुळे, बँकेच्या पतपुरवठ्यातील संकोचामुळे, पैशाच्या गतीतील मंदीमुळे मंदीची स्थिती निर्माण होते. मंदीच्या काळात ग्राहकाच्या हातात कमी पैसा येतो. कमी खरेदी होते. उत्पादन घटवणे भाग पडते आणि व्यापारचक्र खालच्या दिशेने मार्गक्रमण करते. असे का घडते? याचा खुलासा सिद्धान्तात झाला आहे. ग्राहकाला, व्यापाऱ्यांना, कारखानदारांना अधिक पैसा आवश्यक असतो; परंतु कारखाने कोसळण्याच्या प्रकारामुळे, बँका पतनिर्मितीवर बंधन आणतात. अल्पकालीन कर्ज परत घेण्यावर बँकेचा भर असतो. बँकेच्या कर्ज वसुलीमुळे कारखानदारांना मिळेल ती किंमत देऊन स्टॉक विक्री करावी लागते. त्यामुळे बाजारपेठेवर अवकळा येते. किमती कोसळतात. कर्जफेडीच्या तगाद्यामुळे कारखानदारांचा उत्साह मावळतो. माफक नफ्यावर कशाबशा चालणाऱ्या उद्योगांना कारखाना बंद करण्याशिवाय पर्यायच उरत नाही. तोट्यामुळे बंद पडणाऱ्या उद्योगांचा इतर उद्योगावर विपरीत परिणाम होतो. निराशेचे ढग निर्माण होतात. आपण उद्योग चालवू शकत नाही, ही भावना वाढीला लागते आणि उतरणीची कळा अर्थव्यवस्थेला येते आणि मंदीची स्थिती निर्माण होते.

पैशाच्या विस्तारामुळे तेजी आणि संकोचामुळे मंदी निर्माण होते आणि त्यामुळे व्यापारचक्र निर्माण होते.

हॉट्रे यांच्या मते, भराभराटीच्या काळात किंवा विस्ताराच्या काळात उत्पादनात वाढ होते. त्या वेळी देशातील वस्तूंचा खप वाढतो. त्याचबरोबर विदेशातील वस्तूंची आयातदेखील वाढते. देशातील वस्तूंच्या उत्पादनाचा वेग विदेशी वस्तूंपेक्षा जास्त असतो. उत्पन्नही जास्त असते. देशातील आयात निर्यातीपेक्षा जास्त असते. त्यामुळे व्यापारखात्यावर तूट येते. विनिमय दर स्थिर असतील आणि व्यापार खात्यावरील तूट म्हणजे सोने विदेशात जाणे होय. पैशाची देवघेव करण्यासाठी सोने विदेशात जाते. सोने गेल्यामुळे पैशाचा पुरवठा कमी होतो. (सुवर्ण परिमाण होते त्यावेळचा विचार) त्यामुळे बँकेत येणारा पैसा कमी होतो आणि बँकेकडून मिळणारी पत कमी होते. त्यामुळे व्याजदरात वाढ होते. गुंतवणूक कमी होते. भांडवली वस्तुनिर्मिती कमी होते. इन्व्हेन्टरी कमी होते. उत्पादन कमी होते. उपभोग कमी होतो. किमती कमी होतात. किमती आणखी कमी होतील अशी भीती व्यापारी व कारखानदाराच्या मनात निर्माण होते. उत्पादन कमीचा निर्णय भीतीमुळे ते घेतात.

आत्मविश्वास गमावलेला असतो आणि त्याचा परिणाम म्हणजे मंदीचे चक्र

सुरू होते. याउलट स्थिती नंतर निर्माण होते व तेजीचे चक्र सुरू होते. अशा रीतीने व्यापारचक्र अर्थव्यवस्थेत गतिमान असते.

गृहीते :

(१) अर्थव्यवस्थेत सुवर्ण परिमाण (Gold Standard) असते.

(२) विनिमय दर निश्चित असतात.

(३) पुरवठा अर्थव्यवस्थेतील स्थितीवर अवलंबून असतो.

(४) पुरवठ्यातील बदलाचा परिणाम आर्थिक घडामोडीवर होतो.

टीका :

(१) चालू काळात लागू नाही : हॉट्रे यांनी सुवर्ण परिमाण अस्तित्त्वात आहे असे गृहीत धरून व्यापारचक्राचा सिद्धान्त प्रतिपादन केला आहे. १९३० पासून जगाने सुवर्ण परिमाण पद्धतीचा त्याग करायला सुरुवात केली आहे. आज ही पद्धती कोणत्याही राष्ट्रात नाही. त्यामुळे सिद्धान्त फोल ठरतो.

(२) चलनाव्यतिरिक्त घटकात विचार केला नाही : हॉट्रे यांनी व्यापारचक्राचा विचार करत असताना केवळ चलनविषयक घटना अर्थात सुवर्ण चलन याचाच विचार केला. व्यापारचक्र केवळ चलनविषयक घटकांनी प्रभावित होत नसते. इतर घटकांचा प्रभाव देखील पडत असतो. त्यामुळे सिद्धान्त अपूर्ण वाटतो.

Heckscher-Ohlin Theory - हेक्शर-ओहलिन सिद्धान्त

रिकार्डोनंतर जवळ जवळ शंभर वर्षांनी स्वीडिश अर्थशास्त्रज्ञ हेक्शर आणि ओहलिन यांनी आंतरराष्ट्रीय व्यापारामागील कारणांचे विश्लेषण करणारे प्रतिमान मांडले. हेक्शर यांनी इ.स. १९१९ मध्ये मांडलेले विचार ओहलिननी आणखी मुद्दे सुचवत इ.स. १९३३ मध्ये पुढे नेले. ओहलिन यांचे पुस्तक 'Interregional and International Trade' प्रसिद्ध झाल्यावर हेक्शर ओहलिन सिद्धान्तास 'आंतरराष्ट्रीय व्यापाराचे आधुनिक प्रमेय' असा दर्जा प्राप्त झाला. हेक्शर व ओहलिन यांच्या मते ज्या देशात जो घटक विपुलतेने उपलब्ध असतो, तो घटक ज्या वस्तूच्या उत्पादनात तीव्रतेने वापरला जातो, अशा वस्तूंच्या बाबतीत त्या देशाला तौलनिक लाभ दिसून येतो.

उदाहरणार्थ भारत, तैवान, कोरिया यांसारखे श्रमविपुलता असलेले देश श्रम हा घटक अधिक वापरून उत्पादित केलेल्या वस्तूंची निर्यात करतात, तर भूमीची विपुलता असलेले देश (अर्जेंटिना, ऑस्ट्रेलिया, कॅनडा) मांस, गहू, भूमी हे घटक अधिक वापरून उत्पादित केलेल्या वस्तूंची निर्यात करताना दिसून येतात. या प्रकारच्या विश्लेषणामुळे हेक्शर-ओहलिन प्रमेयास 'घटक देणगी सिद्धान्त' (Factor Endowment Theory) असेदेखील म्हटले जाते. हेक्शर ओहलिन यांनी आपल्या

प्रमेयात घटकविपुलता व घटकघनता या दोन नव्या संकल्पनांची मांडणी केली आहे.

ओहलिन यांच्या साधारण समतोलाचे परीक्षण केल्यास आंतरराष्ट्रीय व्यापाराच्या समस्यांबरोबर व्यवहारातील उपयोग आंतरराष्ट्रीय व्यापारात दिसून येतो. देशात उत्पादन घटकांच्या किमती आणि घटकांच्या देणग्यासंबंधी उपलब्धतेवरून प्रादेशिक व्यापार आणि उत्पादनाच्या विशेषीकरणाची पद्धत मुख्यतः ठरविली जाते. घटकांच्या देणग्या वेगवेगळ्या असतात म्हणून श्रीमंत देशांचा भांडवलाचा उपयोग करण्याकडे कल असतो आणि श्रमिकांचा पुरवठा श्रीमंत देशात केला जातो. तसेच श्रमप्रधान वस्तूंची निर्यात केली जाते. आंतरराष्ट्रीय व्यापाराचे मुख्य कारण म्हणजे इतर प्रदेशातून कमी किमतीत वस्तू खरेदी केल्या जातात. विशेषीकरणामुळे आणि घटकांच्या देणगीमुळे उत्पादन खर्च कमी येतो. त्यामुळे वस्तूंच्या किमतीत फरक दिसून येतो. हे आंतरराष्ट्रीय व्यापाराचे मुख्य कारण आहे.

हेक्श्चर-ओहलिन सिद्धान्त पुढील गृहीतांवर आधारित आहे.

(१) सिद्धान्तात दोन देश, दोन वस्तू, दोन उत्पादन घटक (श्रम व भांडवल) गृहीत धरले आहे.

(२) अर्थव्यवस्थेत संसाधनामध्ये पूर्ण रोजगार असतो.

(३) वस्तू बाजार व घटक बाजारात पूर्ण स्पर्धा अस्तित्त्वात आहे.

(४) दोन वेगवेगळ्या वस्तूंच्या उत्पादन घटकांची तीव्रता वेगवेगळी असते. काही श्रमप्रधान तर काही भांडवलप्रधान असतात.

(५) वेगवेगळ्या प्रदेशात उत्पादन घटकांच्या उपलब्धतेत संख्यात्मक स्वरूपाचे भेद असतात. परंतु गुणात्मकदृष्ट्या ते एकजिनसी असतात.

(६) एकाच प्रदेशात उत्पादन घटक पूर्ण गतिशील असतात. परंतु आंतरराष्ट्रीय पातळीवर ते पूर्ण अगतिशील असतात.

(७) दोन देशात मुक्त व्यापार असतो.

(८) वस्तूच्या बाबतीत प्रत्येक देशात स्थिर उत्पादनफलाची स्थिती असते.

(९) वाहतूक खर्चाचा अभाव.

(१०) वेगवेगळ्या वस्तूंसाठी उत्पादन फलने वेगवेगळी असतात. परंतु एकाच वस्तूसाठी वेगवेगळ्या देशात ती समान असतात.

(११) तंत्रज्ञानात कोणताही बदल होत नाही.

(१२) दोन्ही देशात ग्राहकांची पसंती आणि मागणीची रचना विशिष्ट असते.

(१३) फक्त एका वस्तूच्या उत्पादनात विशेषीकरण देशात होत नाही किंवा पूर्णतः विशेषीकरण होत नाही.

(१४) आंतरराष्ट्रीय व्यापारात फक्त वस्तूच्या व्यापाराचा समावेश होतो.

हेक्चर-ओहलिन सिद्धान्तात दोन पायाभूत प्रमेय (Theorem) आहेत.

(१) व्यापाराचे प्रमेय (Theorem) : या सिद्धान्तानुसार आंतरराष्ट्रीय व्यापाराचा पाया वेगवेगळ्या देशात वेगवेगळ्या घटकांच्या देणग्यावर आहे. विशेषीकरण आणि निर्यात वस्तू देणगीच्या विपुलतेबरोबर साधनांवरही असते. देशात निर्यात वस्तूंची मुबलकता असेल आणि देशात स्वस्त साधने असतील तसेच ज्यांना आयात वस्तूंच्या उत्पादनाची गरज असेल, तुलनात्मकदृष्ट्या दुर्मिळ आणि खर्चिक साधनांचा उपयोग हेतुपूर्वक उत्पादनाच्या गरजेसाठी केला जातो.

(२) घटकांची किंमत समानता (Equalisation) : आंतरराष्ट्रीय व्यापाराचा कल दोन देशात घटकांच्या किमती समानतेवर असतो. म्हणून सिद्धान्ताचे विश्लेषण घटक देणगी आणि व्यापारविषयक बोलणी पद्धत वेगवेगळ्या अटीत तुलनात्मक फायद्याच्या कारणांचे विश्लेषण केले आहे. दुसऱ्या प्रमेयात (Theorem ll) किंमत घटकांच्या सारखेपणाची प्रक्रिया या बाबतीत आंतरराष्ट्रीय व्यापाराचे परिणाम स्पष्ट केले आहेत.

उत्पादन घटकांची प्रत्यक्षातील विपुलता :

हेक्शर-ओहलिन प्रतिमानानुसार स्पष्ट करता येते. 'अ' देशाकडे इतर देशांच्या तुलनेने भांडवलाचे प्रमाण मोठे असेल तर भांडवली संख्येच्या दृष्टीने 'अ' देशात विपुलता आहे असे म्हणता येते. 'अ' देश तुलनात्मकदृष्ट्या भांडवलसंपन्नतेच्या बाबतीत सरस ठरतो. तर 'ब' देशाकडे श्रमिक संख्या जास्त असते. अशावेळी पुढील सूत्राचा वापर करून उत्पादन घटकाची त्या देशातील विपुलता मोजता येते.

$$\frac{\text{कअ}}{\text{लअ}} > \frac{\text{कब}}{\text{लब}}$$

येथे कअ = 'अ' देशात भांडवलाची एकूण रक्कम

कब = 'ब' देशात भांडवलाची एकूण रक्कम

लअ = 'अ' देशात श्रमाची एकूण रक्कम

लब = 'ब' देशात श्रमाची एकूण रक्कम

आता दोन्ही देशांमध्ये विशेषीकरण आणि उत्पादनाची प्रक्रिया स्पष्ट केली आहे.

Idealistic Theory of Property - संपत्तीचा आदर्शवादी सिद्धान्त

कांट, हेगेल, ग्रीन, बोझांके, रॅशडॉल या आदर्शवादी विचारवंतांनी संपत्तीच्या आदर्शवादी सिद्धान्ताचा पुरस्कार केला. त्यांच्या मते व्यक्तिविकासासाठी संपत्ती

आवश्यक आहे. संपत्तीमुळेच व्यक्तीच्या इच्छा पूर्ण होतात. हेगेलच्या मते 'खाजगी संपत्ती हे स्वातंत्र्याचे द्योतक आहे', तर ग्रीनच्या मते "संपत्ती ही सर्वोच्च शक्तीच्या इच्छेवर अवलंबून नाही. संपत्तीच्या अधिकारामुळे व्यक्ती स्वतंत्र व चांगले जीवन जगू शकते." तसेच चारित्र्याच्या विकासासाठी संपत्तीच्या आवश्यकतेवर बोझांकेने भर दिला आहे. संपत्तीशिवाय स्वातंत्र्याला अर्थ नाही. स्वातंत्र्य नसेल, तर व्यक्तिविकास शक्य नाही, असे मत व्यक्त केले जाते. परंतु समाजजीवनास बाधक होईल इतक्या जास्त प्रमाणात व्यक्तीला संपत्ती बाळगण्याचा अधिकार कोणतेही राज्य मान्य करीत नसते. म्हणून संपत्तीवर राज्याचे नियंत्रण आवश्यक आहे.

खाजगी संपत्तीमुळे मनुष्याचे जीवन शाश्वत व सुरक्षित बनते. संपत्तीमुळेच कुटुंबाचे संरक्षण व पोषण होते व व्यक्तीला प्रतिष्ठा प्राप्त होते. परंतु संपत्तीच्या स्वामित्वामुळेच श्रीमंत लोक सत्ता प्राप्त करतात व गरिबांचे शोषणही करतात. व्यक्तिगत हित त्याचबरोबर समाजहित ह्यांच्यामध्ये सुसंवाद निर्माण करावा. त्यासाठी राज्याने कायदा निर्माण करावा व संपत्तीवर राज्याचे नियंत्रण आवश्यक आहे. अन्यथा संपत्ति-स्वामित्वामुळे सत्तेच्या अभिलाषेला बळी पडून अराजकता माजेल.

Incentive Theory - प्रलोभनसिद्धान्त

प्रेरित वर्तनाच्या बहुसंख्य उदाहरणांत कारणीभूत होणारे घटक हे बाह्य घटक असतात. उदाहरणार्थ, खेळामध्ये पदके व पारितोषिके, शिक्षणामध्ये पदवी व गुणगौरव इत्यादी बाह्य घटक वर्तन घडवून आणतात. व्यक्तीस आपणाकडे ओढून घेणाऱ्या (Pull) घटकांना प्रलोभन (Incentive) असे म्हणतात. प्रलोभनावाचून प्रेरित वर्तन घडून येणार नाही, असे या सिद्धान्ताचे समर्थक मानतात.

तथापि, काही ध्येयवादी व्यक्ती, संशोधक, कलावंत परिपूर्णतेचा ध्यास असणाऱ्या व्यक्ती कोणत्याही बाह्य प्रलोभनावाचून झोकून देऊन विशिष्ट प्रकारचे वर्तन करताना आढळतात. कामातच ज्यांना आनंद वाटतो, गुणवत्तेची उत्तम पातळी राखणे हेच ज्यांचे ध्येय असते, त्यांना बाह्य प्रलोभने आकर्षित करू शकत नाहीत. आगरकरांसारखे नि:स्पृह समाजसुधारक, विमानोड्डाणात वयाच्या ऐंशीनंतर विक्रम करणारे जे. आर. डी. टाटांसारखे साहसवीर, आपल्या दानशूरपणाचा बोलबाला होऊ न देता देणग्यांची उधळण करणारे पु. ल. देशपांडे यांच्यासारखे समाजहितचिंतक यांना आपापली कामे करत राहण्यातच आनंद वाटतो. कामाची उत्कृष्टता साधावी याशिवाय त्यांना कोणतेही बक्षीस नको असते. अशा व्यक्तींच्या संदर्भात प्रलोभनसिद्धान्त गैरलागू ठरतो.

Income Effect - उत्पन्न परिणाम

उपभोक्त्याच्या उत्पन्नात बदल झाल्यामुळे त्याच्या एकूण समतोलावर होणारा परिणाम म्हणजे ''उत्पन्न परिणाम'' होय.

उपभोक्त्याच्या उत्पन्नात बदल झाल्यास त्यामुळे त्या वस्तूच्या मागणीत बदल होतो. वस्तूच्या किंमतीत बदल न होता उपभोक्त्याचे उत्पन्न वाढल्यास तो पूर्वीपेक्षा जास्त वस्तूंची खरेदी करतो, त्यामुळे त्याच्या समाधानात वाढ होते. याउलट उत्पन्न कमी झाल्यास तो पूर्वीपेक्षा कमी वस्तूंची खरेदी करतो, परिणामी त्याचे समाधान पूर्वीपेक्षा कमी होते. यालाच उत्पन्न परिणाम असे म्हणतात.

ज्यावेळी उत्पन्नात प्रभावी स्वरूपाचा बदल होतो व त्याचवेळी दोन वस्तूंच्या किंमती स्थिर राहतात, तेव्हा वस्तूंच्या किंमती स्थिर असताना उत्पन्नातील बदलामुळे दोन वस्तूंच्या खरेदी करण्यात आलेल्या नगसंख्येत झालेल्या, बदलास उत्पन्न परिणाम असे म्हणतात.

थोडक्यात जसजसे व्यक्तीचे उत्पन्न (किंमती स्थिर असताना) वाढत जाते, तसतशी खरेदी करण्यात आलेल्या नगांची संख्यादेखील वाढत जाते. वाढत्या उत्पन्नाबरोबर जेव्हा वस्तूंचा उपभोग वाढत जातो, तेव्हा त्यास धन उत्पन्न परिणाम (Positive Income Effect) असे म्हणतात व जेव्हा वाढत्या उत्पन्नाबरोबर विशिष्ट वस्तूंचा उपभोग घटतो तेव्हा त्यास ऋण उत्पन्न परिणाम (Negative Income Effect) असे म्हणतात.

Income Elasticity of Demand - मागणीची उत्पन्न लवचिकता

मागणीच्या किंमतलवचिकतेत किंमत आणि मागणी यांच्या संबंधांचा अभ्यास केला जातो. तर मागणीच्या उत्पन्नलवचिकतेमध्ये उत्पन्न आणि मागणी यांचा संबंध विचारात घेतला जातो. उत्पन्नात बदल झाल्यास मागणीत निश्चित किती बदल होईल हे उत्पन्न लवचिकतेवरून समजते.

''उत्पन्नातील बदलाचे मागणीतील बदलाशी असणारे प्रमाण म्हणजे मागणीची उत्पन्न लवचिकता होय.'' हा बदल शेकडा किंवा प्रमाण या परिमाणामध्ये व्यक्त करता येतो.

सूत्र १ मागणीची उत्पन्न लवचिकता $= \dfrac{\text{मागणीतील शेकडा बदल}}{\text{उत्पन्नातील शेकडा बदल}}$

सूत्र २ मागणीची उत्पन्न लवचिकता $= \dfrac{\text{मागणीतील प्रमाणशीर बदल}}{\text{उत्पन्नातील प्रमाणशीर बदल}}$

सूत्र दोनमध्ये उत्पन्न आणि मागणी यांच्यातील प्रमाणशीर बदल विचारात घेतला आहे. सूत्र-१ पेक्षा सूत्र-२ तार्किकदृष्ट्या श्रेयस्कर ठरते. उदा. उपभोक्त्याचे उत्पन्न दरमहा रुपये ४००० असताना तो दरमहा साखरेवर रुपये १६० खर्च करतो त्याचे उत्पन्न रुपये ४८०० झाले असता तो साखरेवर दरमहा रुपये २२० खर्च करतो, तर उपभोक्त्याच्या मागणीची उत्पन्नलवचिकता पुढीलप्रमाणे येते.

सूत्र - २ प्रमाणे

$$= \frac{\frac{\text{२२०}-\text{१६०}}{\text{२२०}+\text{१६०}}}{\frac{\text{४८००}-\text{४०००}}{\text{४८००}+\text{४०००}}} = \frac{\frac{\text{०६०}}{\text{३८०}}}{\frac{\text{८००}}{\text{८८००}}} = \frac{\text{६०}}{\text{३८०}} \times \frac{\text{८८००}}{\text{८००}}$$

= १.७३ मागणीतील उत्पन्न लवचिकता येते.

मागणीच्या उत्पन्न लवचिकतेचे पाच प्रकार पुढील प्रमाणे

(१) ऋण किंवा उणे उत्पन्न लवचिकता, (२) शून्य उत्पन्न लवचिकता, (३) एकक उत्पन्न लवचिकता, (४) धन परंतु एकापेक्षा कमी उत्पन्न लवचिकता, (५) एकापेक्षा जास्त उत्पन्न लवचिकता

(१) *ऋण किंवा उणे उत्पन्न लवचिकता* – उत्पन्न वाढले असता जेव्हा मागणीत घट होते तेव्हा मागणीची उत्पन्नलवचिकता उणे (Negative) येते. उत्पन्न वाढल्यावर निकृष्ट वस्तूंचा उपभोग कमी घेतला जातो. त्यामुळे निकृष्ट वस्तूची मागणी कमी होते. निकृष्ट वस्तूच्या बाबतीत उत्पन्नलवचिकता उणे असते. उदा. उत्पन्न वाढल्यावर बाजरीऐवजी चांगल्या दर्जाची ज्वारी किंवा गहू अधिक प्रमाणात वापरले जातात.

(२) *शून्य उत्पन्न लवचिकता* – उत्पन्नात वाढ होऊनही जेव्हा मागणीत वाढ होत नाही. तेव्हा मागणीची उत्पन्न लवचिकता शून्य येते. उदा. उत्पन्न वाढले तरी मिठाची मागणी वाढत नाही.

उत्पन्नात विशिष्ट प्रमाणात होणाऱ्या बदलाचा परिणाम म्हणून मागणीत किती प्रमाणात बदल होतो हे माहीत करणे यास 'उत्पन्न लवचिकता' असे म्हणतात.

(३) *एकक उत्पन्न लवचिकता* – जेव्हा उत्पन्नातील वाढीचे प्रमाण आणि मागणीतील वाढीचे प्रमाण सारखे असते, तेव्हा मागणीची उत्पन्न लवचिकता एक येते.

(४) *धन परंतु एकापेक्षा कमी उत्पन्न लवचिकता* – मागणीची उत्पन्न लवचिकता शून्यापेक्षा जास्त आणि एकापेक्षा कमी असते तेव्हा उत्पन्नातील बदलापेक्षा मागणीत

कमी प्रमाणावर बदल होतात.

(५) *एकापेक्षा जास्त उत्पन्न लवचिकता* – उत्पन्नातील वाढीपेक्षा मागणीत अधिक वेगाने वाढ होते, तेव्हा मागणीची उत्पन्न लवचिकता एकापेक्षा जास्त येते.

मागणीतील बदल उत्पन्नाच्या पातळीवरील बदलांवर अवलंबून असतात. असे उत्पन्न लवचिकतेच्या संकल्पनेत गृहीत धरले जाते.

सामान्य वस्तूंकरिता मागणी उत्पन्नास लवचिक असते. जर एखादी वस्तू चैनीची असेल तर तिची मागणी उत्पन्नास अधिक लवचिक असते. एखादी वस्तू जर गरजेची असेल तर तिची मागणी कमी लवचिक असते.

Indifference Curves Theory - समवृत्ति आलेखांचा सिद्धान्त

उपभोक्त्यांच्या वर्तनांचा एक पर्यायी सिद्धान्त मांडण्याच्या उद्देशाने एज्वर्थ, फिशर, स्लटस्की, हिक्स आणि ॲलन या अर्थशास्त्रज्ञांनी समवृत्ति आलेखांचा सिद्धान्त विकसित केला. यामध्ये उपयोगितेच्या मात्रा मूल्यदर्शी दृष्टिकोनाच्या पद्धतीने एककात मोजण्याऐवजी, उपयोगितेच्या विविध पातळ्यांची तुलना करण्यावर या अर्थशास्त्रज्ञांनी भर दिला. समवृत्ति आलेखाचा सिद्धान्त हा उपयोगितेचे क्रमदर्शी (Ordinal) मोजमाप करणे, या तत्त्वावर आधारलेला आहे.

क्रमदर्शी उपयोगिता (Ordinal Utility) या दृष्टिकोनाअंतर्गत उपयोगिता अधिक आहे की कमी, उच्च आहे की निम्न, अशा प्रकारची केवळ क्रमवारी व्यक्त केली जाते.

या सिद्धान्तात विविध वस्तुसंचाच्या बाबतीत असलेली समवृत्ती (Indifference) आणि विविध वस्तुसंचाच्या बाबतीतील प्राधान्य (Preference) या दोन्ही प्रकारांच्या संदर्भात उपभोक्त्यांचे वर्तन लक्षात घेतले जाते.या सिद्धान्ताची गृहीते खालीलप्रमाणे :–

(१) उपभोक्ता विवेकशील असतो. (२) उपयोगिता क्रमदर्शी असते. (३) जसजसा एका वस्तूचा उपभोग वाढवून दुसऱ्या वस्तूचा उपभोग कमी केला जातो, तसतसा सीमान्त पर्यायिता दर (समवृत्ति आलेखाचा उतार) घटतो. (४) उपभोक्त्यांना मिळणारी एकूण उपयोगिता वस्तूंच्या नगसंख्येवर अवलंबून असते. (५) उपभोक्ता वस्तूंच्या पसंतीबाबत नेहमी सातत्य राखतो.

समवृत्ति वक्र सिद्धान्ताच्या विश्लेषणात खालील साधनांचा वापर केला जातो :– (१) समवृत्ति आलेख व त्याचा उतार. (म्हणजेच सीमान्त पर्यायिता दर). (२) किंमत रेषा संकल्पना

Individualistic Theory of Property - संपत्तीचा व्यक्तिवादी सिद्धान्त

संपत्तीच्या व्यक्तिवादी सिद्धान्तामुळे प्रत्येक व्यक्तीला आपल्या कुवतीनुसार

संपत्ती मिळविण्याचा व जमविण्याचा अधिकार आहे. खुल्या बाजारात व्यक्ती आपल्या इच्छेनुसार संपत्ती जमा करू शकते व आपल्या इच्छेनुसार संपत्तीची विल्हेवाट लावू शकते. तसेच विनियोग करू शकते. अर्थात समाजवाद्यांना संपत्तीचा व्यक्तिवादी सिद्धान्त मान्य नाही. कारण तो सामाजिक नियंत्रणाच्या विरोधी आहे.

खुल्या बाजारात मागणी व पुरवठा ह्या तत्त्वानुसार आपल्याला संपत्तीचा विनियोग करण्याचा अधिकार असतो. म्हणून हा सिद्धान्त योग्य आहे. परंतु त्यासाठी प्रत्येकाला समान संधी उपलब्ध करून दिली पाहिजे.

अर्थात संपत्तीच्या व्यक्तिवादी सिद्धान्तामुळे जे श्रीमंत आहेत, त्यांचाच फायदा जास्त होतो. ते सुखी जीवन जगतात, तर गरिबांजवळ पैसा नसल्यामुळे व पात्रता नसल्यामुळे त्यांना जीवन जगणे कठीण जाते. म्हणून मार्क्सने प्रत्येकाला त्याच्या गरजेनुसार व कुवतीनुसार संपत्ती मिळाली पाहिजे व प्रत्येकाला संपत्तीचा सारखाच उपभोग घेता येईल अशा प्रमाणात संपत्तीची वाटणी करावी, असे मत व्यक्त केले.

Innovation Theory of Profit - नफ्याचा नवप्रवर्तन सिद्धान्त

प्रा. जोसेफ शुम्पीटर या अमेरिकन अर्थशास्त्रज्ञाने आपल्या 'The Theory of Economic Development' या पुस्तकात नफ्याचा नवप्रवर्तन सिद्धान्त मांडला. त्याच्या मते नफा हा अनिश्चिततेतून उद्भवत नाही तर तो अर्थव्यवस्थेतील नवप्रवर्तनातून उद्भवतो. शुम्पीटरच्या मते अर्थव्यवस्थेत नवप्रवर्तन घडवून आणणे हे उद्योजकाचे कर्तव्य असते व त्याच्या या कार्याचा मोबदला म्हणून त्यास नफा मिळतो. शुम्पीटरच्या मते संघटक म्हणजे केवळ भांडवल गुंतवणारा धनाढ्य किंवा पगारी नोकराप्रमाणे व्यवस्थापक नाही. तो शोधकही नाही. मात्र दुसऱ्या कोणीतरी लावलेला शोध कार्यान्वित करून स्वतःचा नफा वाढविण्याची कार्यक्षमता त्याच्या जवळ असते. प्रा. शुंपीटर यांच्या मते संयोजक हा नवप्रवर्तक (Innovator) असतो. तो सतत नवप्रवर्तन (innovation) करत असतो की ज्यामुळे फायदे उद्भवतात. येथे नवप्रवर्तन म्हणजे नव्या पद्धतीचा अथवा नव्या उपायांचा अवलंब, की ज्यामुळे वस्तूंचा उत्पादन खर्च कमी होतो आणि नफ्यात वाढ होते किंवा ज्यामुळे उत्पादनखर्च कमी होतोच, पण वस्तूच्या मागणीतही वाढ होते. परिणामतः नफ्यात प्रचंड वाढ होते.उदा. टी.व्ही. सारख्या किंमती वस्तूंचे पॅकिंग अधिक हलके पण टिकाऊ व आकर्षक बनविले तर जुन्या पद्धतीपेक्षा गुणवत्ता, आकर्षकपणा या दोहोत वाढ झाल्याने, टी.व्हीच्या नव्या पॅकिंगच्या मागणीत प्रचंड वाढ झालेली दिसेल. येथे संयोजकाने पूर्वीच्याच साधनसामग्रीच्या साहाय्याने पण नवीन तंत्राचा वापर केल्याने एकाच वेळी उत्पादनखर्चात घट व मागणीत वाढ असे दोन परिणाम घडून त्याच्या नफ्यात झपाट्याने वाढ होईल.

संयोजक नवे बदल अनेक प्रकारांनी करत असतो. उदा. नवे उत्पादन बाजारात आणणे, उत्पादनाचा नवा आराखडा तयार करणे, जाहिरातीचे नवे तंत्र वापरणे, नव्या आणि स्वस्त कच्च्या मालाचा वापर करणे, नव्या उत्पादनतंत्राचा वापर करणे, औद्योगिक संघटनात मूलभूत महत्त्वाचे बदल घडविणे, नव्या यंत्रांचा वापर करणे अशा तऱ्हेच्या विविध उपायांचा संयोजक अवलंब करतो. त्यामुळे कार्यक्षमतेत वाढ होते आणि उत्पादनखर्च कमी होतो. नवप्रवर्तनामुळे उत्पादनाला जास्त किंमत मिळू लागली तर संयोजक चांगला नफा कमवू शकतो.

अशा तऱ्हेच्या नवप्रवर्तनामुळे निर्माण होणारे किंवा मिळणारे फायदे हे शुंपीटर यांच्या मते तात्पुरते; काही काळापुरतेच असतात. कारण नंतर इतर उत्पादनसंस्था त्याचे अनुकरण करतात आणि स्पर्धेमुळे फायद्याचे प्रमाण कमी होत जाते. पण गतिशील अर्थव्यवस्थांमधील संयोजक सतत नवप्रवर्तन करत असतात. त्यामुळे फायदे परत परत उद्भवतात, कमी होतात. पण प्रा. जी. जे. स्टिगलर (Prof. G. J. Stigler) यांनी म्हटल्याप्रमाणे यशस्वी संयोजक सतत नवप्रवर्तन करत पुढे पुढे जात राहतो. कारण नवप्रवर्तनाचे क्षितिज अमर्याद आहे. अशा प्रकारे फायदे उद्भवण्याचे नवप्रवर्तन हे एक महत्त्वाचे कारण असले तरी ते एकमेव कारण नसते याकडे शुंपीटर यांनी दुर्लक्ष केले असे या सिद्धान्ताबाबत म्हटले जाते.

भांडवलशाही अर्थव्यवस्थेतील स्थैतिक अवस्था प्रथम शुश्मीटरने विचारात घेतली आहे. त्यांच्या मते, 'या अर्थव्यवस्थेत विविध घटकांचा चक्रीय प्रवाह (Circular Flow) रूढ झाला असतो. किंवा, ही अर्थव्यवस्था सामान्य संतुलनाच्या (General Equilibrium) अवस्थेत असते. विविध वस्तू, मुद्रा आणि प्रत्यय, उत्पादनाचे घटक हे सर्व चक्रीय प्रवाहात निश्चित होऊन हा प्रवाह अर्थव्यवस्थेत असा कायम गतीने फिरत असतो की, जसे शरीरात रक्त प्रवाहित होत असते.' दुसऱ्या शब्दात, या अर्थव्यवस्थेच्या आर्थिक जीवनात सर्व गोष्टी ठराविक पद्धतीने घडत असतात.

या स्थैतिक व्यवस्थेत उत्पादनात फक्त दोन प्रकारचा मोबदला द्यावा लागतो; श्रमिकांची मजुरी व भूमीचा खंड; आणि उत्पादनाचे हेच मूलभूत घटक आहेत. सर्व संघटकांच्या दूरदृष्टीमुळे (Foresight) कोणालाच अतिरिक्त नफा मिळत नाही. तसेच भांडवल हे शेवटी श्रम व भूमीच्या एकत्रीकरणानेच तयार झालेले असल्याने त्याचा मोबदला वेगळ्याने विचारात घ्यावा लागत नाही. या अर्थव्यवस्थेत ठराविक वस्तू वर्षानुवर्ष तयार होऊन उपभोगिल्या जातात. काही घटकांमध्ये थोडेफार बदल घडून आले तरी समायोजनाद्वारे (adjustment) संतुलन पुन्हा प्रस्थापित होते. हाच आर्थिक जीवनाचा चक्रीय प्रवाह आहे.

आर्थिक विकास कसा सुरू होतो?

ज्यावेळी हे सामान्य संतुलन बिघडते किंवा या चक्रीय प्रवाहात अडथळे येतात तेव्हा विकासाची प्रक्रिया सुरू होते. हा अडथळा किंवा विचलन घडवून आणणारा घटक म्हणजे 'अभिनव प्रक्रिया' किंवा 'प्रवर्तन' (Innovation). वर्तमान व्यवस्थेत जी गोष्ट होत नाही तेथे एखादी नवीन गोष्ट निर्माण करणे म्हणजे अभिनव प्रक्रिया. ज्यावेळी अचानकपणे अशा प्रक्रिया सुरू होतात व वर्तमान व्यवस्थेला त्यांचे परिणाम सहजतेने सामावून घेणे शक्य नसते तेव्हा आर्थिक विकास या विचलनातून सुरू होतो.

परंतु आर्थिक विकास म्हणजे तरी काय? शुम्पीटरच्या मते, एखाद्या घटकातील परिमाण विषयक बदल (Quantitative Change) म्हणजे आर्थिक विकास नव्हे, तर त्यासाठी गुणात्मक बदल (Qualitative Change) आवश्यक आहे. उदाहरणार्थ जर एखाद्या अर्थव्यवस्थेत विमानांची संख्या २०० वरून ४०० पर्यंत वाढली तर तो आर्थिक विकास नव्हे. तेच जर साध्या विमानाच्या जागी जंबो जेट्स आले तर त्याला आर्थिक विकास म्हणता येईल.

अशा रीतीने आर्थिक विकास म्हणजे अभिनव प्रक्रिया सुरू करणे होय. 'अभिनव प्रक्रियां'च्या अंतर्गत शुम्पीटर पुढील गोष्टींचा समावेश करतात -

(१) नवीन वस्तू.

(२) उत्पादनाचे नवीन तंत्र लागू करणे,

(३) नवीन बाजारपेठ उपलब्ध होणे,

(४) उत्पादनासाठी एखाद्या नवीन वस्तूचा पुरवठा उपलब्ध होणे,

(५) संघटनात्मक बदल, जसे, वैयक्तिक मालकीच्या जागी संयुक्त भागीदारी अस्तित्वात येणे,

Investment Criteria - गुंतवणीचे निकष

विकसनशील देशात भांडवल हा घटक मर्यादित प्रमाणात उपलब्ध असल्याने या महत्त्वपूर्ण घटकाची गुंतवण योग्य आधारावर करणे आवश्यक ठरते. दुर्मिळ भांडवलाचा काटकसरीने व जास्तीत जास्त फायदेशीरपणे उपयोग करून घ्यावयाचा असल्याने गुंतवण करण्यापूर्वी ती कोणत्या आधारावर करावी हे ठरवावे लागते. या आधारांना गुंतवणीचे निकष असे म्हणतात. निरनिराळ्या निकषांचा विचार करून मर्यादित साधनांची विविध क्षेत्रांमध्ये योग्यप्रकारे विभागणी कशी करावी याला, म्हणजे संसाधनांच्या वाजवी विभागणीला (Rational allocation of resources) देशाच्या संदर्भात महत्त्वाचे स्थान आहे.

काही महत्त्वाचे गुंतवण - निकष खालीलप्रमाणे

१) भांडवल उत्पादकता निकष : हा निकष पोलाक व बुकानन यांनी मांडला. यातील मुख्य सूत्र म्हणजे गुंतवण कशी करावी ज्यामुळे भांडवलाच्या प्रति-मात्रेला महत्तम उत्पादन प्राप्त होईल. दुसऱ्या शब्दात, ज्या प्रकल्पांची भांडवली तीव्रता कमी आहे. त्यांचा प्राधान्याने विचार व्हावा. भांडवल या घटकाची दुर्मिळता हे विकसनशील देशांचे वैशिष्ट्य आहे. या दुर्मिळ घटकाचा अपव्यय न होता जास्तीत जास्त वापर व्हायला हवा. गुंतवण करताना, काही प्रकल्प असे असतात ज्यामध्ये भांडवल गुंतविले असता थोड्या काळात उत्पादन सुरू होते. पण तुलनात्मकदृष्ट्या भांडवल मात्र कमी लागते. अशा प्रकल्पांमध्ये जास्त गुंतवण केल्यास रोजगार वाढेल, शिवाय उत्पादन लवकर सुरू होऊन प्रकल्पाचे फायदे मिळतील. म्हणून संसाधनांची विभागणी करताना मुख्य विचार हा असावा की गुंतविलेल्या भांडवलाच्या प्रतिमात्रेपासून मिळणारे उत्पादन महत्तम राहील.

निकषाचे मूल्यमापन - दुर्मिळ भांडवलाचा काटकसरीने वापर व रोजगार निर्मिती या दोन गोष्टींमुळे हा निकष विशिष्ट क्षेत्रात प्रकल्पांची निवड करताना उपयुक्त ठरतो. वर-वर पाहता विकसनशील देशांना याचे फायदे बरेच आहेत. पण या निकषाचा विचार केल्यास दीर्घकाळ लागणाऱ्या, भांडवली तीव्रता जास्त असलेल्या पण अत्यावश्यक अशा मुलभूत गुंतवणूक उद्योगांकडे दुर्लक्ष होईल. देशाचा पुढील विकास याच पायावर असतो. हा निकष मान्य केल्यास विकासाचा पायाच कच्चा राहील. दुसरी गोष्ट म्हणजे कमी भांडवल लागणाऱ्या प्रकल्पात रोजगार निर्मिती अल्पकाळात जास्त होईल, पण जास्त भांडवल लागणाऱ्या (भांडवलप्रधान) उद्योगात रोजगाराचा फायदा दीर्घकाळात दिसून येईल व तो शाश्वत स्वरूपाचा राहील. म्हणून पोलाक-बुकाननचा हा निकष स्वीकारणे दूरदृष्टीचे ठरेल.

२) पुनर्गुंतवण निकष - गॅलेन्सन व लिवेन्स्टीनने मांडलेल्या या निकषात वर्तमानापेक्षा भविष्यावर जास्त भर दिला आहे. यात वर्तमानकाळापेक्षा भविष्यात प्रतिव्यक्ती उत्पादन वाढविण्यावर कटाक्ष आहे. यावेळी असे गृहीत धरले आहे की वेतन व नफा या दोनच भागात राष्ट्रीय उत्पन्नाची विभागणी होते आणि वेतन पूर्णपणे उपभोगावर खर्च होते, तर नफ्याची पूर्णपणे बचत होते. जर नफा जास्त मिळाला तर बचत जास्त होईल. त्यामुळे गुंतवणीसाठी जास्त भांडवल उपलब्ध होईल व शेवटी उतपादनाच्या वाढीचा दर जास्त राहून प्रतिव्यक्ती उत्पादन जास्त राहील.

अर्थात हे प्रत्यक्षात घडून येण्यासाठी विकासाच्या सुरवातीला सरकारला विशिष्ट मात्रेत गुंतवण करून या प्रक्रियेची सुरवात करून द्यावी लागेल. नंतर जर देशात भांडवलप्रधान उत्पादनाला प्रोत्साहन दिले तर त्यामुळे दीर्घकाळात रोजगार

निर्मिती, कमी पुनर्स्थापन खर्च वगैरे फायदे मिळू शकतात. सारांश, या निकषात प्रतिव्यक्ती उत्पादनात वाढ, बचतीची वाढ व शेवटी बचतीची पुनर्गुंतवण या धोरणाचा पुरस्कार केलेला आहे.

निकषाचे मूल्यमापन - या निकषात सर्व नफा बचत होऊन पुन्हा गुंतविला जातो असे गृहीत धरून विवेचन केले आहे. पण प्रत्यक्षात मिळणारा नफा व गुंतविला जाणारा नफा यात अनेक घटकांमुळे तफावत असते. व त्यामुळे पूर्ण नफ्याची पुनर्गुंतवण शक्य होत नाही. जरी गुंतवण शक्य झाली, तरी विकसनशील देश भांडवलप्रधान तंत्राचा अवलंब, भांडवलाच्या दुर्मिळतेमुळे, करू शकतील काय हा प्रश्न उरतोच. सर्वात महत्त्वाची गोष्ट म्हणजे जर पुनर्गुंतवण होत राहिली तर उत्पादन वाढत राहील काय? प्रत्यक्षात भांडवलाची मात्रा वाढवीत गेल्यास एका मर्यादेनंतर, भांडवलाची सीमान्त उत्पादकता घटणे अपरिहार्य आहे. त्यामुळे प्रतिव्यक्ती उत्पादनातही घट होईल. म्हणून हा निकष व्यवहारात लागू करण्यात अनेक अडचणी दिसून येतात.

(३) श्रम-समावेशाचा निकष : रॅग्नर नर्क्स याने भांडवलाच्या विभागणीच्या संदर्भात श्रमप्रधान तंत्राचा वापर करणाऱ्या क्षेत्रांवर भर दिला. बहुतेक विकसनशील देशात भांडवल कमी तर श्रम जास्त असतात. किंवा सुप्तबेकारीच्या रूपाने जी श्रमशक्ती उपलब्ध आहे तिचा वापर श्रमप्रधान तंत्राच्या साहाय्याने उत्पादनवाढीसाठी करावा असे नर्क्सचे मत आहे. परंतु उत्पादन वाढीसाठी श्रमप्रधानतंत्र सर्व परिस्थितीत योग्य ठरेलच असे नाही. बरेचदा या तंत्राच्या वापरात श्रमिकांची उत्पादकता कमी दिसून येते. भारतातल्या अनेक अभ्यासांमध्ये श्रमप्रधानतेमुळे पुरस्कारलेल्या लघुउद्योग व ग्रामोद्योगात अकार्यक्षमता आढळून आली आहे. रॉबिन्सनच्या शब्दात, "श्रमप्रधानतेमुळे अशा उद्योगांना प्रोत्साहन देणे म्हणजे अकार्यक्षमतेला गुण मानण्यासारखेच आहे." म्हणून नर्क्सच्या श्रम-समावेशाच्या निकषामुळे रोजगार निर्मितीचे उद्दिष्ट साध्य होईल, पण उत्पादनात योग्य वृद्धी न झाल्याने ही निर्मिती अर्थहीन ठरेल.

(४) प्रधान क्षेत्राचा निकष : प्रो. रोस्टो (Rostow) यांनी प्रस्तुत निकष मांडला आहे. रोस्टोने स्पष्ट केलेल्या आर्थिक विकासातील पाच अवस्था व प्रामुख्याने तिसरी उड्डाणावस्था (Take-off) अतिशय प्रसिद्ध आहेत. उड्डाणावस्थेच्या ज्या आवश्यक अटी सांगितल्या आहेत त्यात प्रधानक्षेत्राच्या (Leading sector) निर्मितीची अट आहे, ती पूर्ण होणे उड्डाणावस्थेच्या दृष्टीने आवश्यक आहे. रोस्टोच्या मते, अर्थव्यवस्थेतील ज्या क्षेत्रात विकासाचा दर जास्त आहे अशा क्षेत्रात गुंतवण करणे फायदेशीर ठरते. कारण देशाचा एकूण विकास हा अशा निवडक क्षेत्रांच्या विकासाच्या प्रत्यक्ष व अप्रत्यक्ष परिणामांवर अवलंबून असतो. दुसऱ्या शब्दात, प्रधान क्षेत्राचा

विकास वेगाने होतो व त्यामुळे इतर क्षेत्रे विकसित होत असल्याने अशा क्षेत्रांमध्ये आधी गुंतवण करणे फायदेशीर ठरते. निरनिराळ्या देशात प्रधान क्षेत्राचे काम उपभोग्य वस्तूंचे क्षेत्र, सुतीकापड उद्योग, अवजड यांत्रिक उद्योग इत्यादींनी केले आहे.

मुख्य प्रश्न म्हणजे विशिष्ट क्षेत्र हे प्रधान आहे ही गोष्ट कशी ओळखावी? त्यासाठी काही कसोट्या आहेत. उदाहरणार्थ, त्याच्या उत्पादनास विस्तृत मागणी असावी, त्याच्या विकासाने इतर उत्पादनांसाठी मागणी निर्माण व्हावी, त्याच्या बाह्य फायद्यांनी इतर क्षेत्राचा विकास होऊन एकूण प्रक्रियेला एकप्रकारे स्वयंचाली व गतिमान स्वरूप यावे, त्यांच्या विकासातून जास्तीतजास्त निधी पुनर्गुंतवणीसाठी उपलब्ध होऊन त्याद्वारे अन्य गुंतवण शक्य व्हावी, वगैरे. या अटी पूर्ण करणारी क्षेत्रे महत्त्वाची व म्हणून प्रधान आहेत. संसाधनांच्या विभागणीत त्यांना जास्त महत्त्व दिल्यास आर्थिक विकास जलद होईल असे रोस्टोचे मत आहे.

निकषाचे मूल्यमापन : रोस्टोच्या निकषावरील मुख्य आक्षेप म्हणजे प्रधानक्षेत्राच्या कसोट्या विचारात घेऊनही अशी क्षेत्रे निश्चित करणे कठीण आहे. वस्तुस्थिती अशी आहे की आर्थिक विकासाच्या गुंतागुंतीच्या प्रक्रियेला एक किंवा थोड्या क्षेत्रांनी प्रभावित करणे शक्य वाटत नाही. मूलतः, प्रधान क्षेत्र हे औद्योगिक का असावे, शेतीक्षेत्र का नाही, याचे उत्तर रोस्टोच्या विवेचनात नाही. दुसरी गोष्ट म्हणजे जरी हा विचार योग्य मानला तरी एखाद्या गुंतवणीचे सर्व परिणाम मोजणे ही गोष्ट सध्याच्या परिस्थितीत तरी, बाह्य बचतीसारख्या काही घटकांमुळे, शक्य नाही. म्हणून रोस्टोच्या विवेचनावर प्रो. कुझनेट्सने असे भाष्य केले आहे की ''उपलब्ध पुरावा रोस्टोच्या मताने समर्थन करणारा नाही; किंवा उड्डाणावस्थेची व्याख्या व विशेष मलाच समजले नसतील!''

(५) SMP निकष : हा निकष होलीस चेनेरी यांनी मांडला आहे. त्यांच्या मते, गुंतवणीच्या जास्तीच्या मात्रेपासून होणारा लाभ विचारात घेताना त्यापासून भांडवलदारांना किती फायदा झाला याचा विचार करण्यापेक्षा राष्ट्रीय उत्पादनात शुद्ध भर किती पडली याचा विचार व्हायला हवा. केलेली गुंतवण फायदेशीर ठरण्यासाठी प्रत्येक प्रकल्पाची सीमान्त जाणण्याची गरज नाही. विविध प्रकल्पांच्या सामाजिक उत्पादकतेचा (SMP-Social Marginal Productivity) विचार करून त्यांचा प्राधान्यक्रम तयार केला आणि त्यानुसार गुंतवण केली तर ती फायदेशी ठरेल. हा क्रम तयार करताना त्या विशिष्ट गुंतवणीपासून बाह्य फायदे किती मिळतील याचा विचार व्हायला हवा. म्हणजे गुंतवणीच्या उत्पादनावरील (Y) परिणाम, शोधनशेषावरील (B) परिणाम आणि वाटीवरील (D) परिणाम विचारात घेतल्यास सामाजिक सीमान्त

उत्पादकता (SMP) लक्षात येते. याच घटकांवर ती अवलंबून असते. सूत्र रूपाने

SMP = P (YBD ...)

चेनेरीच्या निकषाचा वापर फिलिपाईन्समध्ये सरकारी स्तरावर करण्यात आला. त्याठिकाणी चेनेरीचे सूत्र अंतिम स्वरूपात पुढीलप्रमाणे होते.

IP = R1 + R2 + R3 + R4

जेथे,

IP = औद्योगिक प्राधान्य (Industrial Priority)

R1 = प्रकल्पातील उत्पादक घटकांमुळे राष्ट्रीय उत्पादनात पडलेली भर.

R2 = प्रकल्पाचा शोधनशेषावरील परिणाम,

R3 = देशी घटकांच्या (कच्चा माल वगैरे) वापरल्यामुळे मिळणाऱ्या फायद्यांचे प्रमाण,

R4 = फिलिपाइन्सच्या श्रमिकांना मिळणाऱ्या रोजगारामुळे होणारे सामाजिक फायदे.

चेनेरीचे सूत्र शेवटी सोप्या स्वरूपात पुढीलप्रमाणे राहील.

$$SMP = \frac{V - C}{K} + \frac{Br}{K}$$

जेथे

SMP = सामाजिक सीमान्त उत्पादकता,

K = गुंतवण,

V = प्रकल्पामुळे सामाजिक फायद्यात पडणारी भर,

C = देशी घटकांचा एकूण व्यय,

Br = शोधनशेषावरील परिणाम

अशारीतीने विविध प्रकल्पांसाठी सामाजिक सीमान्त उत्पादकता काढून प्राधान्यक्रम तयार करता येईल व त्या क्रमानुसार केलेली गुंतवण फायदेशील ठरेल.

मूल्यमापन : या निकषाची व्यावहारिक योग्यता ग्रीस व फिलिपाइन्समधील प्रयोगावरून सिद्ध झाली आहे. तरीही त्यात काही दोष दाखविले जातात-

(अ) उत्पन्नाचा विचार करताना राष्ट्रीय उत्पन्न विचारात घ्यावे की दरडोई उत्पन्न काही गुंतवणीमुळे राष्ट्रीय उत्पन्न वेगाने वाढेल, पण त्याच क्षेत्रात लोकसंख्या वेगाने वाढल्यास दरडोई उत्पन्न वाढणार नाही. उलट एखाद्या गुंतवणीमुळे दरडोई उत्पन्न वाढेल, पण राष्ट्रीय उत्पन्न मात्र इतर प्रकल्पांच्या मानाने कमी वाढेल.

(ब) दरडोई उत्पन्न वाढूनसुद्धा उत्पन्नाची वाटणी विषम झालेली असू शकते.

या पैलूला पुरेसे महत्त्व चेनेरीने दिले नाही.

(क) चेनेरीने विविध प्रकल्पांच्या परस्परसंबद्धतेचा विचार विशेषपणे केलेला नाही.

(ड) चेनेरीने गुंतवणीचे दीर्घकालीन परिणाम विचारात न घेता केवळ अल्पकाळाचाच विचार केला आहे.

वरील दोषांमुळे नवीन स्पष्टीकरण देण्याचा प्रयत्न हर्शमान, टिंबरजेन - किंग वगैरे अर्थशास्त्रज्ञांनी केला आहे.

(७) समय-शृंखला निकष : गुंतवणीचा प्रस्तुत निकष प्रो ए. के. सेन यांनी मांडला आहे. जर उत्पादनाच्या एखाद्या तंत्राची निवड करायची असेल तर निरनिराळ्या तंत्रापैकी (श्रमप्रधान, भांडवलप्रधान, वगैरे) कोणते तंत्र सर्वात फायदेशीर ठरेल त्याचा निर्णय या निकषाच्या आधारे करता येतो. विकसनशील देशांपुढे तंत्राची निवड हा अतिशय महत्त्वाचा आणि तितकाच गुंतगुंतीचा प्रश्न असल्याने या देशांच्या दृष्टीने सेन यांचा निकष विशेष उपयोगी ठरतो.

समजा, पुढील १० वर्षांच्या काळात देशाने कोणते तंत्र उपयोगात आणावे असा प्रश्न आहे. अर्थात ज्या तंत्रामुळे या काळात महत्तम लाभ मिळेल तेच तंत्र निवडणे योग्य राहील. यापैकी A हा प्रकल्प भांडवलप्रधान तंत्राचा वापर करणारा तर B हा प्रकल्प श्रमप्रधान तंत्राचा उपयोग करणारा आहे व विचारात घेतलेल्या १० वर्षांच्या काळात दोन्ही प्रकल्पांपासून १० कोटी रुपये प्राप्ती होते. अशा परिस्थितीत एकाची निवड करणे कठीण आहे. कारण शेवटी होणारी प्राप्ती सारखीच आहे. परंतु जर प्रकल्पांची दरवर्षीची प्राप्ती विचारात घेतली तर फरक दिसून येईल. शेवटी प्राप्ती सारखीच असली तर दरवर्षी ती समान असण्याची शक्यता नाही. समजा, A भांडवलप्रधान तंत्रापासून सुरवातीच्या ६ वर्षांत केवळ ४.२ कोटी प्राप्ती होते, पण पुढील केवळ चार वर्षांत ती वेगाने वाढते (५.८ कोटी). उलट B या श्रमप्रधान प्रकल्पापासून सुरवातीच्या ६ वर्षांत ५.१ कोटी प्राप्ती होते, व ती शेवटच्या चार वर्षांत ४.९ कोटी इतकी होते. (म्हणजे शेवटी १० वर्षांची दोन्हीची प्राप्ती समानच आहे.) दुसऱ्या शब्दात, भांडवलप्रधान प्रकल्पात सुरवातीच्या काळात कमी प्राप्ती होते, तर उर्वरित काळात ती वेगाने भरून निघते; उलट श्रमप्रधान प्रकल्पात सुरवातीला वेगाने प्राप्ती होते, पण उर्वरित काळात तो वेग कमी होतो. या दोनपैकी एका प्रकल्पाची निवड करताना मुख्य प्रश्न असा आहे की सुरवातीला कमी प्राप्ती देणारा प्रकल्प (दुसऱ्या प्रकल्पाच्या तुलनेत) प्राप्तीमधील तूट किती वेगाने भरून काढतो. तूट भरून काढण्याचा काळ (The period of recovery) जर कमी असेल तर त्या प्रकल्पाला कमी फायद्याचा समजण्याचे काही कारण नाही. पण जर

उरलेल्या काळात हा प्रकल्प प्राप्तीमधील तूट भरून काढू शकत नसेल तर मात्र त्याचा विचार करता येणार नाही. वरील उदाहरणात, जर भांडवलप्रधान प्रकल्पाने उरलेल्या ४ वर्षात तूट भरून काढली नसती तर श्रमप्रधान प्रकल्प निवडणे योग्य ठरले असते. प्रो. सेनच्या मते, या निवडीमध्ये वर्तमान प्राधान्य व भविष्यकाळ यांचा विचार करायला हवा. अति लोकसंख्येच्या देशांनी नेहमी श्रमप्रधान प्रकल्प निवडावेत असे म्हणणे म्हणजे केवळ वर्तमानकाळाला प्राधान्य देणे होय, व हे नियोजन फार अल्पकालीन दृष्टीचे म्हणावे लागेल; पण दूरदृष्टीने विचार केल्यास, श्रमप्रधान तंत्रापेक्षा भांडवलप्रधान तंत्र जास्त फायद्याचे ठरते; कारण विशिष्ट भांडवली खर्चासाठी हे प्रकल्प वेतनव्ययापेक्षा बरेच जास्त उत्पादन (आधिक्य) देत असल्याने भविष्यात पुनर्गुंतवणीचा दरसुद्धा जास्त राहील.

आकृती वरून असे दिसून येते की श्रमप्रधान प्रकल्पापासून (B) सुरवातीला जास्त प्राप्ती होते, तर भांडवल प्रधान प्रकल्पाची (A) प्राप्ती त्याच काळात कमी आहे. D या बिंदूनंतर मात्र A प्रकल्पाची तूट भरून निघण्याचा काळ सुरू होतो. व त्यापासून जास्त प्राप्ती होते. शेवटी OH या काळाच्या शेवटी दोन्हीही प्राप्ती समान होते. (म्हणजे RDR1 = CPC1)

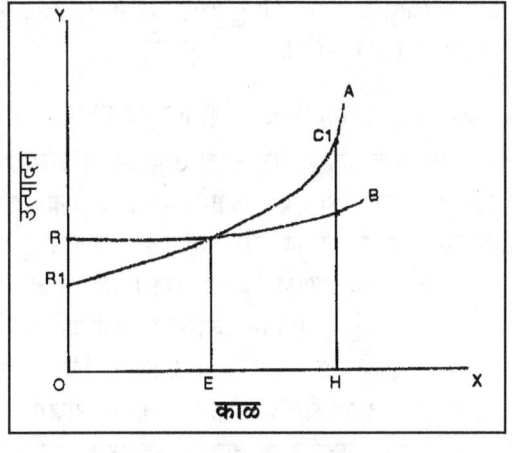

प्रो. सेनच्या मते, जर वेतनावर निर्बंध ठेवणे आणि बचतीसाठी करारोपणाचा वापर करणे शक्य झाले तर वरील दोन तंत्रशतील निवडीचा प्रश्न विशेष गंभीर राहणार नाही. हा प्रश्न म्हणजे वर्तमान काळात उत्पादन महत्तम मिळविणे (श्रमप्रधान प्रकल्प) आणि भविष्यात विकासाचा दर जास्त असणे (भांडवलप्रधान प्रकल्प) यातील संघर्ष आहे. देश कोणत्या उद्दिष्टांना अल्प / दीर्घकाळाच्या संदर्भात जास्त महत्त्व देतो यावर ही निवड अवलंबून राहील.

मूल्यमापन - प्रो. सेनचा निकष विकसनिल देशांसाठी महत्त्वाचा आहे. विशेषत: अल्पकालीन फायद्यांसाठी दीर्घकालीन घटकांकडे दुर्लक्ष करण्याची प्रवृत्ती दिसत असताना या निकषाचा विचार व्हायला हवा. तथापि, प्रो. सेन यांनीच या

निकषाच्या काही मर्यादा स्पष्ट केल्या आहेत. मुख्यत: गृहीत धरलेले घटक (तांत्रिक परिस्थिती, वेतनदर इत्यादी) बदलत असल्याने पुढील सर्वच अंदाज चुकीचे ठरण्याची शक्यता राहील.

Investment Deposit Ratio - गुंतवणूक ठेव गुणोत्तर

गुंतवणूक ठेव गुणोत्तर हे व्यापारी बँकांची तरलता आणि लाभप्रदता या दोन्ही दृष्टिकोनांतून महत्त्वाचे आहे. गुंतवणूक ठेव गुणोत्तर पुढील सूत्राच्या साहाय्याने काढता येते.

$$\text{गुंतवणूक ठेव गुणोत्तर} = \frac{\text{सरकारी कर्जरोखे प्रमाणपत्रे, भाग इ.}}{\text{बँकेतील ठेवीची एकूण रक्कम}} \times १००$$

भारतातील बॅंकांच्या गुंतवणूक ठेव गुणोत्तर प्रमाणावर 'कायदेशीर रोखता निधीचा (SLR)' परिणाम होत असतो.

Investment Function - गुंतवणूकफल

गुंतवणूकफल म्हणजे चालू उत्पादनाचा असा भाग की, ज्यात अस्तित्त्वातील भांडवलस्कंधात (Stock) नव्याने भर टाकलेली असते. भांडवलस्कंधात नव्याने टाकलेल्या भरीस, एकूण गुंतवणूक असे म्हणतात.

उपभोगखर्च आणि गुंतवणूकखर्च हे प्रभावी मागणी निश्चित करणारे दोन प्रमुख घटक आहेत. या दोन प्रकारच्या खर्चांपैकी उपभोगखर्च हा अल्पकाळात स्थिर असतो. यासाठी अल्पकाळात रोजगार आणि राष्ट्रीय उत्पन्नात वाढ करावयाची असल्यास, गुंतवणुकीत वाढ करावी लागते. रोजगारात वाढ झाल्यास उत्पन्नातसुद्धा वाढ होते. परंतु उत्पन्नाच्या वाढीच्या तुलनेत, उपभोगात होणारी वाढ कमी असते. त्यामुळे उपभोग आणि उत्पन्न यात अंतर निर्माण होते. हे अंतर भरून निघेल एवढी जर गुंतवणुकीत वाढ केली, तरच रोजगाराची पातळी टिकवून ठेवता येते. अशा प्रकारे रोजगारात वाढ करण्यासाठी आणि रोजगाराची पातळी टिकवून ठेवण्यासाठी गुंतवणूक करणे आवश्यक असते.

Investment Multiplier - गुंतवणूक गुणक

जर गुंतवणुकीत वाढ झाली, म्हणजेच एकूण खर्चात वाढ झाली तर त्यामुळे एकूण मागणीत वाढ होईल व एकूण उत्पन्नातही वाढ होईल, गुंतवणुकीतील मूळ वाढ आणि एकूण उत्पन्नात होणारी वाढ हे ज्या संख्यात्मक सहगुणकाने दाखवले जाते, त्यालाच केन्सने गुणक असे म्हटले आहे.

थोडक्यात, उत्पन्नात होणाऱ्या बदलाचे गुंतवणुकीत होणाऱ्या बदलाशी असलेले गुणोत्तर, म्हणजे गुणक होय. गुणक हा गुंतवणुकीतील वाढ व त्यामुळे उत्पन्नात होणारी वाढ यांतील कार्यकारी संबंध दाखवितो.

गुणकाचे मूल्य खालील प्रमाणे सूत्ररूपाने काढता येते.

$$K = \frac{Y}{I},$$

येथे, K = गुणक, Y = उत्पन्नातील बदल, I = गुंतवणुकीतील बदल

Kaldar - Hicks Compensation Principal - कॅल्डर- हिक्स भरपाई तत्त्व

प्रा. पॅरेटाच्या सिद्धान्तात प्रत्यक्ष व्यवहारातील वापरासाठी मर्यादा असल्याने प्रा. पॅरेटोच्या सिद्धान्तात सुधारणा सुचवण्यासाठी प्रा. हिक्स आणि कॅल्डर यांनी भरपाईतत्त्व सिद्धान्त मांडला. इकॉनॉमिक जर्नल, डिसेंबर १९३९ च्या अंकात प्रा. कॅल्डार यांनी Welfare Proposition in Economics and iterpersonnal comparision of utility हा लेख लिहिला तर Foundation of Welfare Economics हा लेख प्रा. हिक्स यांनी लिहिला. हे दोन्ही लेख कल्याण विषयक अर्थशास्त्राच्या स्पष्टीकरणात मूलभूत महत्त्वाचे ठरले आहेत. या लेखात भरपाई तत्त्वाच्या संकल्पनेत सुधारणा प्रा. स्कीटोव्हास्की यांनी A note on welfare proposition in Economics या लेखाद्वारे केलेली आहे.

इटालियन अर्थशास्त्रज्ञ पॅरेटो यांनी सामाजिक कल्याणाची संकल्पना करताना उपयोगितेच्या क्रमदर्शी पद्धतीचा (Ordinal Utility) वापर केला. पॅरेटो पर्याप्ततेनुसार (Pareto Optimity Criterion) असे म्हटले जाते की, एखाद्या व्यक्तीच्या कल्याणात सुधारणा होताना इतरांच्या कल्याणात घट न झाल्यास कल्याणाची पर्याप्त पातळी गाठली जाते.

प्रा. पॅरेटोच्या सिद्धान्तात प्रत्यक्ष व्यवहारातील वापरासाठी मर्यादा असल्याने त्यात सुधारणा म्हणून प्रा. हिक्स आणि कॅल्डर (देश व काळ) यांनी भरपाईतत्त्व सिद्धान्त मांडला.

कॅल्डर-हिक्स भरपाई तत्त्वानुसार "सामाजिक पुनर्संघटनामुळे लाभ प्राप्त करणाऱ्या उपभोक्त्यावर करआकारणी करून हानिधारकाची भरपाई देता येऊनही, आधिक्य शिल्लक राहात असल्यास सामाजिक कल्याणात वाढ झाली असे म्हणता येईल."

आर्थिक क्षेत्रातील बदलामुळे समाजातील घटकावर होणारा परिणाम लक्षात घेता काही व्यक्तींना लाभ होतो, तर काहींना हानी पोहोचते आणि काही व्यक्तींवर कोणताच परिणाम होत नाही. हिक्स आणि कॅल्डर यांच्या मते लाभधारकांना

मिळालेल्या लाभाचे प्रमाण मोठे असेल, तर नुकसान किंवा हानी प्राप्त करणारांची भरपाई करूनही ते पूर्वीपेक्षा अधिक समृद्ध होत असतील. अशा प्रकारच्या बदलामुळे सामाजिक कल्याणात वाढ होते.

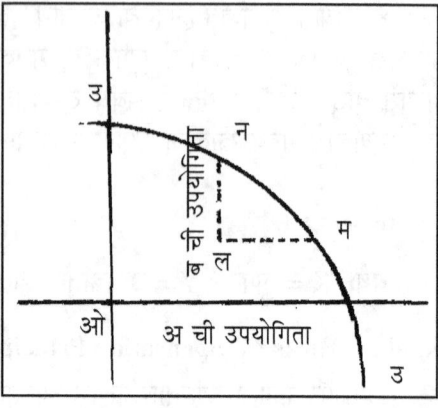

"सामाजिक पुनर्संघटनामुळे लाभ प्राप्त करणाऱ्या उपभोक्त्यावर कर आकारणी करून हानिधारकाची भरपाई देता येवूनही अधिक्य शिल्लक राहत असल्यास सामाजिक कल्याणात वाढ झाली असे म्हणता येईल."

हिक्स - कॅल्डर यांच्या तत्त्वाचे स्पष्टीकरण आकृतीत केले आहे.

समाजातील दोन व्यक्तींच्या उपयोगितेवर आधारित उ उ हा उपयोग शक्यता वक्र आहे. हा वक्र उगमापाशी आंतरक्र असतो मन वक्रावरील कोणत्याही बिंदूवर अर्थव्यवस्थेतील पूनर्संघटनेमुळे कल्याणाची पातळी वाढते. कारण त्याव्यतिरिक्त बदल झाल्यास एका उपभोक्त्याचा फायदा तर दुसऱ्याचे नुकसान होते.

Kenen's Theory of Human Capital - केननचा मनुष्यबळ सिद्धान्त

पी. बी. केनन यांनी १९६५ मध्ये 'Nature Capital and Trade' हा लेख लिहिला. आंतरराष्ट्रीय व्यापारात मनुष्यबळाची भूमिका त्याने अभ्यासली. नैसर्गिक साधनसामग्रीपेक्षा मनुष्यबळाचा विचार महत्त्वाचा आहे कारण श्रमिकांच्या शिक्षणावर व प्रौढ शिक्षणावर केलेल्या गुंतवणुकीतून मनुष्यबळ विकसित होते. त्यातून श्रमिकांचे कौशल्य वाढते. अनेक प्रकारच्या श्रमिकांच्या वेतनात त्यांच्या स्वशिक्षण व प्रशिक्षण स्थरानुसार वेतनात फरक आढळतो.

केननच्या मते श्रम आणि भूमी हे मुख्य उत्पादन घटक आहेत. मात्र भांडवल वापराशिवाय त्यात सुधारणा होत नाही. केननने भांडवल घटक गृहीत धरला आहे. भांडवल उत्पादन प्रक्रियेत वापरून श्रम आणि भूमी यांच्या मदतीने उत्पादन केले जाते. यंत्रनिर्मिती हे त्याचे उदाहरण आहे. साधारणत: प्रत्येक देशात विविध उत्पादन शक्यता असतात. कारण नैसर्गिक साधनसामग्री, श्रम, भांडवल आणि भूमी या संदर्भात प्रत्येक देशात भिन्नता आढळते. मात्र दोन देशात सारखीच नैसर्गिक साधनसामग्री असली तरी उत्पादन शक्यतेत फरक आढळतो. अविकसित देशात भांडवलाची टंचाई असते. त्यामुळे मनुष्यबळ विकासातही कमतरता आढळते. मात्र मनुष्यबळ विकसित होण्यासाठी भांडवलाचा वापर करावा लागेल.

या सिद्धान्तातील गृहीतके याप्रमाणे :

(१) देशांतर्गत आणि दोन देशात अविकसित श्रम आणि अविकसित भूमी सारख्याच प्रमाणात असतात.

(२) देशांतर्गत उत्पादन घटक स्थलांतरित होऊ शकतात.

(३) बाजारपेठ स्पर्धात्मक असते.

(४) मागणीच्या शर्ती सारख्या असतात.

(५) उत्पादन फलन एकसारखे असते.

स्पष्टीकरण : या परिस्थितीत दोन देशांतील व्यापार वस्तू किमतीत आणि सेवा किमतीत समानता आणते. मात्र व्याजदर हे भांडवलाची किंमत नाही. व्यापार शर्तीच्या संदर्भात निव्वळ घटक प्रमाण विचारात घेतले जाते. त्या घटकात सुधारित श्रम आणि विकसित भूमीचा समावेश होतो. भांडवलाच्या वापरामुळे विकसित पण नैसर्गिक स्थितीतील उत्पादन साधनसामग्री विकसित होते. केनने लिऑटीफच्या विरोधाभासाचे स्पष्टीकरण केले आहे. त्यात मनुष्यबळ मूल्य विचारात घेताना केननने त्या देशातील आयात निर्यात वस्तूंचा व त्यात वापरलेल्या कुशल कामगारांच्या सेवांचा विचार केला आहे. त्याच्या मते अमेरिकेच्या निर्यात व्यापार वस्तू उत्पादनात कुशल कामगार श्रम लागतात तर आयात वस्तूबाबतीत अकुशल कामगार वर्ग आवश्यक आहे. केननचा सिद्धान्त आंतराष्ट्रीय व्यापार सिद्धान्तात महत्त्वाची भर घालतो.

Keyne's General Theory of Employment - केन्सचा रोजगाराचा सामान्य सिद्धान्त

१९३६ मध्ये लॉर्ड केन्स यांनी 'रोजगार, व्याज आणि मुद्रेचा' सामान्य सिद्धान्त' हा ग्रंथ लिहिला. त्यामध्ये केन्स यांनी रोजगाराविषयक सिद्धान्त मांडला. लॉर्ड केन्स यांनी आपल्या सिद्धान्तात नवीन आर्थिक संकल्पनांचा विचार केला आहे. देशातील उत्पन्न, उत्पादन आणि रोजगारपातळी कशी ठरते याचे विवेचन त्यांनी आपल्या सिद्धान्तात केले आहे. केन्सच्या सिद्धान्तानुसार, रोजगाराची पातळी ही प्रामुख्याने प्रभावी मागणीवर अवलंबून असते आणि प्रभावी मागणी ही समाजाच्या उपभोगखर्चावर आणि गुंतवणूकखर्चावर अवलंबून असते. केन्स यांच्या मते देशाचे उत्पन्न, उत्पादन आणि रोजगार हे एकाच वेळी निश्चित होत असतात. तसेच हे तीनही घटक एकाच दिशेने बदलत असतात. समाजाच्या एकूण प्रभावी मागणीवरून रोजगाराची पातळी ठरत असते. प्रभावी मागणी वाढल्यास रोजगाराची पातळी वाढते. याउलट प्रभावी मागणी कमी झाल्यास रोजगाराची पातळीसुद्धा कमी होते. समाजाच्या एकूण उपभोगखर्चावर आणि एकूण गुंतवणूकखर्चावर प्रभावी मागणीचे

प्रमाण अवलंबून असते. केन्सच्या रोजगारविषयक सिद्धान्तात प्रभावी मागणी ही मध्यवर्ती कल्पना आहे. प्रभावी मागणी म्हणजे विशिष्ट रोजगार पातळीला ज्या एकूण मागणीचा एकूण पुरवठ्याबरोबर समतोल झालेला असतो, ती एकूण मागणी होय. केन्सच्या मते प्रभावी मागणी ही एकूण मागणी फलन आणि एकूण पुरवठा फलन यांच्या परस्पर क्रियेने ठरते.

प्रभावी मागणीच्या कमतरतेमुळे आणि उपभोग व गुंतवणूक खर्चाच्या कमतरतेमुळे बेरोजगार निर्माण होतो. केन्स यांनी असे स्पष्ट केले की, प्रभावी मागणीकडून उत्पादन निर्माण होते. उत्पादनातून उत्पन्न निर्माण होते आणि उत्पन्नातून रोजगार निर्माण होतो. अशारीतीने रोजगार हे उत्पन्नाचे फलन आहे. समतोलाच्या पातळीला प्रभावी मागणी उत्पादन उत्पन्न आणि रोजगार एकमेकांबरोबर (समान) असतात.

अर्थव्यवस्थेतील प्रभावी मागणी ही दोन घटकांकडून निश्चित होत असते - एकूण मागणी फलन आणि एकूण पुरवठा फलन एकूण मागणी फलन हे दोन गोष्टींचे कोष्टक असते - एक म्हणजे विविध उत्पादन पातळी आणि त्या उत्पादन पातळ्यांना होणाऱ्या उत्पन्नदनाच्या विक्रीतून संयोजकांना अपेक्षित असणारे विक्री उत्पन्न की जे समाजाने हे उत्पादन विकत घेण्यासाठी खर्च करण्याची तयारी दर्शविलेले असते. थोडक्यात म्हणजे अर्थ व्यवस्थेतील सर्व उद्योजक व संयोजक यांनी आपल्या सेवा व वस्तू विकून मिळविला जाणारा पैसा होय.

एकूण पुरवठा फलन हेही एक कोष्टक असते आणि त्यामध्ये अर्थव्यवस्थेतील सर्व संयोजकांना विविध उत्पादन पातळ्यांना निर्माण होणाऱ्या उत्पादनाच्या विक्रीतून मिळणे आवश्यक आहे. असे उत्पादनाच्या विक्रीतून मिळणे आवश्यक आहे असे. उत्पन्न आणि विविध रोजगार पातळी, एकूण पुरवठाफलन हे संयोजकांचे खर्च दर्शविते तर एकूण मागणीफलन हे संयोजकाचे उत्पन्न दर्शविते. त्यामुळे जोपर्यंत खर्चाबरोबर उत्पन्न आहे तोपर्यंत संयोजक उत्पादन चालू ठेवतील आणि घटकांना रोजगार देतील. पण उत्पन्नापेक्षा खर्च अधिक असेल तर संयोजक घटकांना रोजगारीत घेणार नाहीत. आपण हे आकृतीच्या साहाय्याने स्पष्ट करू शकतो.

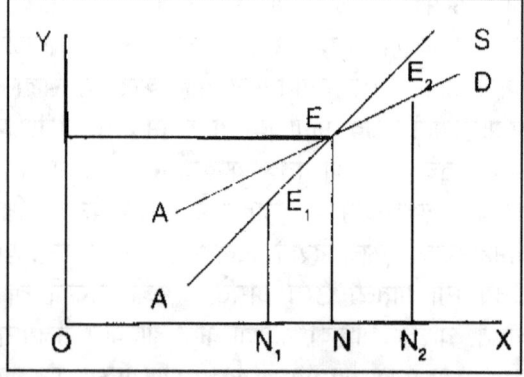

केन्स यांचे विश्लेषण अल्पकाळाचे संदर्भात असल्यामुळे पुरवठाफलन व मागणीफलन या दोन पैकी पुरवठाफलन हे त्यांनी स्थिर असल्याचे मानले आहे. म्हणजेच अल्पकाळामध्ये पुरवठ्याची परिस्थिती व खर्च यामध्ये बदल होत नाही. म्हणून केन्स यांनी मागणीफलनावर भर दिला आहे. त्यांच्या मते एकूण मागणीफलन दोन घटकांवर अवलंबून असते. उपभोगफलन किंवा उपभोगप्रवृत्ती आणि गुंतवणूक फलन किंवा गुंतवणुकीची प्रेरणा म्हणून अल्पकाळात रोजगार वाढविण्यासाठी उपभोग्यवस्तूवर आणि गुंतवणुकीवर केला जाणारा खर्च वाढवणे जरूर आहे. एकूण मागणी फलन हे उपभोगखर्च, गुंतवणूक खर्च आणि सरकारचा खर्च या तीनवर अवलंबून असते.

उपभोग खर्च हा उत्पन्नाचे आकारमान आणि उपभोग प्रवृत्ती यावर अवलंबून असतो. जेव्हा उत्पन्न वाढते तेव्हा उपभोगावरील खर्चही वाढतो परंतु उत्पन्नातील वाढीपेक्षा त्यात कमी वाढ होते. यालाच उपभोगप्रवृत्ती असे म्हणतात. उपभोगखर्च हा सीमान्त उपभोगप्रवृत्तीवर अवलंबून असतो आणि सीमांत उपभोगप्रवृत्ती अनेक गोष्टींवर अवलंबून असते उदा. लोकांच्या सवयी, आवडीनिवडी, गरजा, सामाजिक रचना, मानसिकता इ. त्यामुळे अल्पकाळात सीमान्त उपभोग प्रवृत्ती स्थिर असते. त्यामळे रोजगार निर्मिती अल्पकाळात गुंतवणुकीवर अवलंबून राहते आणि रोजगार पातळी गुंतवणुकीतील बदलानुसार त्याच दिशेने बदलते.

गुंतवणूक खर्च मात्र भांडवलाची सीमान्त लाभक्षमता आणि व्याजदर यावर अवलंबून असतो आणि त्यामुळे गुंतवणूक वाढविण्यासाठी भांडवलाची सीमान्त लाभक्षमता वाढायला हवी किंवा व्याजदर कमी झाले पाहिजेत. भांडवलाची सीमान्त लाभक्षमता दोन गोष्टींवर अवलंबून असते. भांडवली वस्तूंची पुरवठा किंमत आणि भांडवली वस्तूंपासून अपेक्षित उत्पन्न. भांडवलाची सीमान्त लाभक्षमता वाढविण्यासाठी भांडवली वस्तूची पुरवठा किंमत कमी व्हायला हवी आणि भांडवली वस्तूंपासून मिळणारे अपेक्षित उत्पन्न वाढायला हवे. अल्पकाळामध्ये भांडवली वस्तूंची पुरवठा किंमत स्थिर असते त्यामुळे ती कमी करणे शक्य नसते आणि भांडवली वस्तूपासून मिळणारे अपेक्षित उत्पन्न मात्र उद्योजकांच्या भविष्यकाळात उत्पन्नांबाबतच्या अपेक्षांवर अवलंबून असते. त्यामुळे गुंतवणूकखर्च वाढविण्यासाठी भांडवलाची सीमान्त लाभक्षमता वाढविणे कठीण असते कारण ती प्रामुख्याने मानसिक घटकांचा परिणाम असते.

गुंतवणूक खर्च ठरविणारा दुसरा महत्त्वाचा घटक म्हणजे व्याजदर. व्याजदर हा अर्थव्यवस्थेतील पैशाचा पुरवठा आणि समाजाचे रोकड प्राधान्य यावर अवलंबून असतो. रोकड प्राधान्य तीन हेतूने निर्धारित होते.

१. विनिमय हेतू, २. दक्षता हेतू, ३. अंदाजबाजी हेतू

विनिमय हेतू आणि दक्षता हेतू उत्पन्नाचे आकारमानावर अवलंबून असतात. परंतु अंदाजबाजीचा हेतू याच व्याजदरावर अवलंबून असतो. व्याजदर वाढले तर सट्टेबाजीसाठी पैशाला असणारी मागणी कमी होते. आणि याउलट सट्टेबाजांच्या मानसिकतेवर रोकडप्राधान्य अवलंबून राहात असल्यामुळे रोकड प्राधान्य कमी करून व्याजदरात घट घडवून आणणे शक्य होत नाही. तर मग व्याजदरात घट घडवून आणणारा दुसरा घटक राहतो, तो पैशाचा पुरवठा. पैशाचा पुरवठा बँक व्यवस्थेवर अवलंबून असतो. ही व्यवस्था व तिचे कार्य अल्पकाळात स्थिर राहते.

शेवटी एकूण मागणी फलनातील तिसरा घटक सरकारी खर्च हाच स्वायत्त असतो. कारण सरकारचा खर्च राजकीय परिस्थितीवरून ठरतो. केन्स यांच्या या रोजगारसिद्धान्ताचे संक्षिप्त चित्र दर्शविणारा तक्ता पुढीलप्रमाणे देता येईल.

प्रभावी मागणी = एकूण उत्पादन = एकूण उत्पन्न = एकूण रोजगार
एकूण मागणी फलन

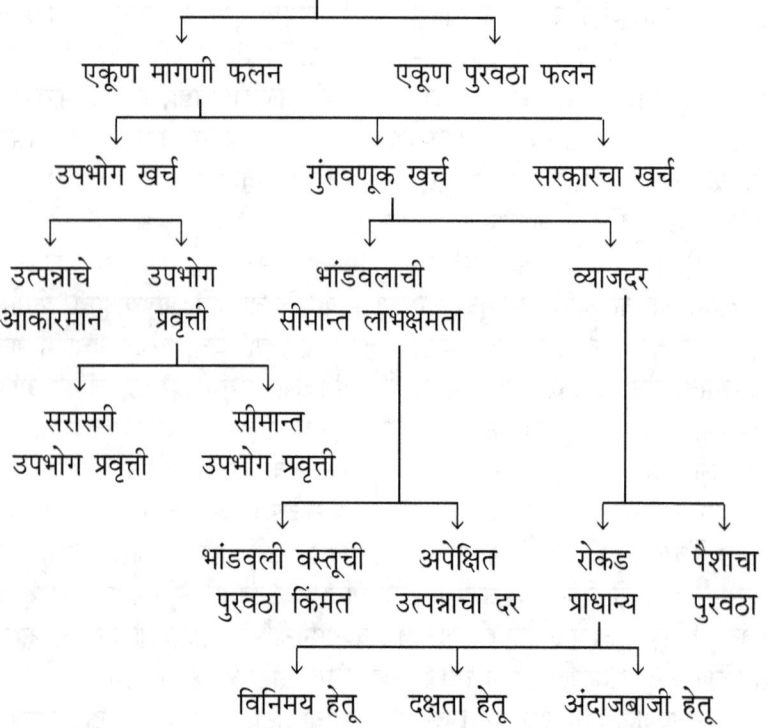

Keynes Theory of Business Cycle - केन्सचा व्यापारचक्राचा सिद्धान्त

जॉन मेनॉर्ड केन्स या प्रसिध्द अर्थशास्त्रज्ञाने आपल्या 'General Theory of Employment, Interest and money' या पुस्तकात व्यापारचक्राच्या वर्गीकरणाच्या

संदर्भात अतिशय महत्त्वाचे योगदान दिले आहे.

केन्स यांच्या मते "व्यापारचक्राचे कारण गुंतवणुकीत होणारे बदल हे आहे. तसेच गुंतवणुकीतील बदल हे भांडवलाच्या सीमान्त कार्यक्षमतेतील बदलामुळे घडून येतात."

या सिद्धान्तानुसार सीमान्त भांडवल कार्यक्षमतेत वाढ झाल्यास गुंतवणुकीत वाढ होते, उत्पादनात वाढ होते, रोजगारात वाढ होते व उत्पन्नात वाढ होते. त्यातूनच भरभराटीची किंवा विस्ताराची अवस्था प्राप्त होते. भरभराटीतील वाढीतून तेजी निर्माण होते. याउलट, सीमान्त भांडवल कार्यक्षमतेत घट झाल्यास गुंतवणूक कमी होते. त्यामुळे उत्पादन कमी होते, रोजगार घटतो, उत्पन्न घटते आणि घसरण सुरू होते. त्यातूनच मंदी निर्माण होते.

Labour Theory of Property - संपत्तीचा श्रमसिद्धान्त

जॉन लॉक या विचारवंताने संपत्तीचा श्रमसिद्धान्त मांडला. 'ज्या व्यक्तीने वस्तूसाठी श्रम घेतले, ती वस्तू त्या व्यक्तीच्या मालकीची होते', परंतु अशी मालकी प्रस्थापित करण्यासाठी दोन तत्त्वे पाळली पाहिजेत :-

(१) व्यक्तीने घेतली तशाच प्रकारची व पुरेशी मालमत्ता इतरांसाठी उपभोगार्थ ठेवावी.

(२) श्रमानुसार संपत्तीची प्राप्ती असली, तरी संपत्तीचा अधिकार ती संपत्ती उपभोगण्याच्या शक्तीनुसार ठरवावा.

जॉन लॉकचे पहिले तत्त्व अमेरिकनांनी लागू केले, तर दुसरे तत्त्व हे व्यक्तिवादाचे द्योतक आहे. साम्यवादी विचारवंत कार्ल मार्क्सने संपत्तीच्या सिद्धान्ताचे तत्त्व साम्यवादासाठी आवश्यक मानले कारण; श्रमाचे महत्त्व प्रत्येकाला समजले पाहिजे व श्रमाची किंमत प्रत्येकाला मिळाली पाहिजे, हे सर्वमान्य तत्त्व मान्य करण्यात आले.

Labour Theory of Value - श्रममूल्य सिद्धान्त

ॲडम स्मिथ आणि रिकार्डो यांनी हा सिद्धान्त मांडला. या सिद्धान्तानुसार दोन कामगारांच्या साहाय्याने तयार होत असलेल्या वस्तूचे मूल्य हे एका कामगाराच्या साहाय्याने तयार होत असलेल्या वस्तूच्या दुप्पट असते. कार्ल मार्क्सने हा सिद्धान्त मान्य करून अतिरिक्त मूल्याची (Surplus Value) संकल्पना स्पष्ट केली.

उत्पादनासाठी आवश्यक असणाऱ्या श्रमाचा विचार दोन दृष्टींनी करता येतो. त्याचे एक स्वरूप नैसर्गिक किंवा सार्वत्रिक (Natural or Universal) आहे. हा श्रम म्हणजे मानवी अस्तित्त्वाची नैसर्गिक अवस्था आहे. निसर्गाने जी साधने दिली आहेत त्यांना रूप देण्यासाठी किंवा त्यांचा ताबा घेण्यासाठी हे श्रम वापरले जातात.

नैसर्गिक साधनांच्या सोबत जे नैसर्गिक श्रम केले जातात त्यातून मानवी गरजा भागविण्याच्या वस्तू होतात. या वस्तूंना उपयोगिता मूल्य असते. वस्तूंना हे मूल्य असल्यामुळे त्या आपली उपभोगाची गरज पूर्ण करतात, व श्रम हा त्या मूल्याचा (एकमेव नसला तरी) निर्माता आहे. समाजाला अनेक वस्तू लागतात, त्यासाठी उपयोगिता मूल्य असणाऱ्या अनेक वस्तू तयार केल्या जातात, व ते साध्य करण्यासाठी समाजातील लोकांच्या वैयक्तिक श्रमाचे एकत्रीकरण (Sum-total of individual labours) केले जाते. या क्रियेमुळे श्रमाला सामाजिक महत्त्व प्राप्त होते. येथून श्रमाचे सामाजिक स्वरूप (Social quality) सुरू होते. सामाजिक स्तरावरील उत्पादनामुळे श्रमालासुद्धा सामाजिक महत्त्व प्राप्त होते, कारण त्याने निर्माण केलेले उपयोगिता-मूल्य विशिष्ट श्रमाशी संलग्न न राहता सामाजिक क्रियेचा एक भाग बनते. दुसऱ्या शब्दात, व्यक्तिगत श्रम हा सामाजिक श्रमाचा एक भाग बनतो.

भांडवलशाहीतीला श्रम – भांडवलशाही पद्धतीत निरनिराळ्या वस्तूंचे उत्पादन होते. त्यापैकी प्रत्येक वस्तूमधील गरज पूर्ण करण्याच्या गुणधर्मामुळे तिला उपयोगिता मूल्य असते. तसेच तिला विनिमय-मूल्यही (Exchange-value) असते, कारण ती तयार करण्यासाठी सामाजिक श्रमाचा काही अंश खर्च झालेला असतो. अर्थात पाण्यासारखी नैसर्गिक देणगी असली तर तिला उपयोगिता-मूल्य असेल तरच विनिमय-मूल्य असू शकेल.

प्रश्न असा निर्माण होतो की वस्तूचे विनिमय-मूल्य कसे मोजावे? त्यासाठी मार्क्स यांनी 'सामाजिकदृष्ट्या आवश्यक श्रम-वेळ' (Socially necessary labour time) ही कल्पना मांडली. एखादी वस्तू तयार करण्यासाठी श्रमाचा किती वेळ खर्च झाला यावरून तिचे मूल्य ठरविता येते. पण हा 'श्रम-वेळ' एखाद्या विशिष्ट व्यक्तीच्या श्रमाशी संबंधित नसून त्याचा संदर्भ सामाजिक श्रमाशी आहे. 'सामाजिक उत्पादनाची सामान्य परिस्थिती, कौशल्य इत्यादी गोष्टी गृहीत धरल्यास, कोणतीही उपयोगितामूल्य असणारी वस्तू तयार करण्यासाठी जो श्रम-वेळ लागतो त्याला सामाजिकदृष्ट्या आवश्यक श्रम-वेळ असे म्हणता येईल. प्रत्यक्षात मात्र काही श्रमिकांचे कौशल्य जास्त असते, तर काहींचे कमी असते. मग एखाद्या आळशी, अकुशल श्रमिकाने जर जास्त वेळात वस्तू तयार केली तर तिचे मूल्य जास्त समजावे काय? मार्क्सच्या मते, मूल्याचे निर्धारण करणारा श्रम हा एकजिनसी (Homogeneous) आहे असे समजायला हवे.

वर स्पष्ट केल्यानुसार, वस्तूला उपयोगिता-मूल्य आणि विनिमय-मूल्य असते, व या दोन्हींचा निर्माता श्रमच आहे. पण उपयोगिता-मूल्याची निर्मिती हे विशिष्ट श्रमाचे काम आहे, तर विनिमय-मूल्याच्या निर्मितीमध्ये श्रमाचे सामाजिक स्वरूप

दिसून येते. श्रम आणि वस्तू यांच्या या दुहेरी स्वरूपामुळे काही अडचणी निर्माण होतात.

Laffer Curve - लॅफर वक्र

१९७०-८० च्या दरम्यान अमेरिकन अर्थव्यवस्थेत रुध्दविस्ताराच्या (Stagflation) समस्या निर्माण झाल्या होत्या. त्याचबरोबर सरकारच्या तुटीच्या अंदाजपत्रकामुळे काही समस्याही अस्तित्त्वात आल्या होत्या. त्यावेळी अंदाजपत्रकातील तूट भरून काढण्यासाठी शिफारस केली गेली होती. ह्या शिफारशीनुसार कर दरात घट केल्यामुळे चलनवाढीत, भाववाढीत तसेच बेरोजगारीत घट होण्याची अपेक्षा होती शिवाय एकूण पुरवठ्यात वाढ होण्याची व सरकारच्या अंदाजपत्रकातील तूट भरून येण्याची अपेक्षा होती.

प्रा. आर्थर लॅफर यांनी करांचे दर आणि एकूण कर महसूल यांतील संबंध वक्राच्या साहाय्याने स्पष्ट केले. या वक्राला लॅफर वक्र असे म्हटले जाते.

वरील आकृतीत कराचा दर 'क्ष' अक्षावर व करमहसूल 'य' अक्षावर दाखविला आहे. या आकृतीवरून असे दिसून येते की, एका विशिष्ट बिंदूनंतर कर दरात वाढ झाल्यास कर महसुलात घट होते कारण अशा वाढलेल्या करदराचे काम करण्याची इच्छा, बचत आणि गुंतवणूक यावर विपरीत परिणाम होतो. तसेच मजुरांचा पुरवठा आणि भांडवल संग्रहही कमी होतो. त्यामुळे राष्ट्रीय उत्पन्नाची पातळी घसरते.

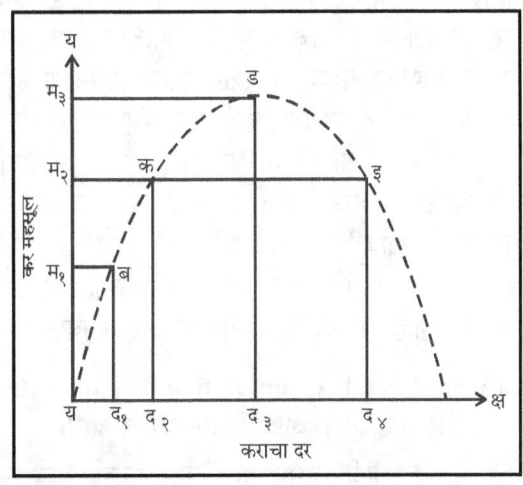

या वक्रावरून असे म्हणता येईल की कर दरात प्रमाणापेक्षा जास्त वाढ झाल्यास कराच्या महसुलात वाढ होण्याऐवजी घट होते.

Laissez-Faire - निर्हस्तपेक्षाची कल्पना

ॲडम स्मिथच्या लिखाणातून ही निर्हस्तपेक्षाची कल्पना पुरस्कारलेली आहे. यानुसार मुक्त अर्थव्यवस्थेत सरकारी नियंत्रणाची कमीतकमी मात्रा अभिप्रेत आहे.

देशाच्या दृष्टीने अतिशय महत्त्वाची व व्यापक अशी जी कार्ये आहेत ती सरकारने करावीत, बाकी सर्व कार्ये खाजगी संघटकांसाठी खुली असावीत असे म्हटले जाते. सरकारची महत्त्वाची कार्ये म्हणजे संरक्षण, चलनविषयक कार्य, विदेश संबंध वगैरे.

ॲडम स्मिथ व त्या संप्रदायातील इतर अर्थशास्त्रज्ञांनी सरकारच्या कार्याविषयी अशी वैशिष्ट्यपूर्ण भूमिका घेण्याचे कारण तत्कालीन परिस्थितीत दिसून येते. त्या काळात राज्याचे स्वरूप आजच्या कल्याणकारी राज्याप्रमाणे नसून जुलूमशाहीचे (Oppressor State) होते. साहजिकच, या पार्श्वभूमीवर स्मिथने वरील भूमिका घेतली.

Laissez-Faire Doctrine - निर्हस्तक्षेपाचे तत्त्व

मुक्त व्यापारासंबंधीचा हा सिद्धान्त ॲडॅम स्मिथच्या काळापासून आजपर्यंत एक महत्त्वाचा सिद्धान्त मानला जातो. यात मुक्त व्यापार व स्पर्धा या दोन्ही तत्त्वांचा समावेश होतो. ॲडॅम स्मिथ हा नैसर्गिक स्वातंत्र्याचा पुरस्कर्ता होता. त्यामुळे नागरिकांच्या आर्थिक व्यवहारात राज्याने हस्तक्षेप करू नये असे त्याचे मत होते. तेव्हापासून निर्हस्तक्षेपाचे तत्त्व पुढे आले. संरक्षण, न्याय व कायदा आणि रस्ते, कालवे, पाणवठे सोडल्यास इतर क्षेत्रात शासनाचा हस्तक्षेप असू नये, इतर क्षेत्रात खाजगी प्रेरणा व खाजगी कर्तृत्वास संपूर्ण मोकळीक ठेवली पाहिजे. वैयक्तिक हिताच्या नैसर्गिक प्रेरणेने माणसे एकत्र येऊन संघटना निर्माण करतात. समाजातील अशा संघटना सर्वांच्या कल्याणार्थ झटत असतात असे हे तत्त्व सांगते. निर्हस्तक्षेपाच्या सिद्धान्तात 'खाजगी'ला महत्त्वाचे स्थान आहे. सार्वजनिक अगर शासन पुरस्कृतता अगर शासन नियंत्रिततेला गौण स्थान आहे. समाजवादाच्या विरुद्ध अशी ही संकल्पना आहे. यामध्ये मुक्त स्पर्धेतून आर्थिक विकास गृहीत धरण्यात आलेला आहे.

Law of Capital Accumulation or Concentration - भांडवल संचयन सिद्धान्त/ भांडवल केंद्रीकरण सिद्धान्त

भांडवलशाही रचनेचे कार्य कसे चालते याचे स्पष्टीकरण मार्क्स यांनी दिले आहे. या संदर्भात ऐतिहासिकदृष्ट्या विचार करून त्यांनी असे मत मांडले की सध्याचा खाजगी मालमत्ता आणि व्यक्तिगत लाभ यांना महत्त्व देणारा काळ संपेल, व त्या जागी सामुदायिक मालमत्ता आणि सामाजिक उत्पादन या गोष्टी रूढ होतील.

Law of Constant Returns - स्थिर फलाचा नियम

उत्पादनासाठी उपयोगात येणाऱ्या उत्पादन घटकांच्या नगात विशिष्ट प्रमाणात बदल केला असता मिळणाऱ्या उत्पादनात जेव्हा त्याच प्रमाणात बदल होतो, तेव्हा त्यास स्थिर फलाचा सिद्धान्त असे म्हणतात. याचाच अर्थ उत्पादन घटकात झालेली

वाढ दुप्पट असेल तर उत्पादनात झालेली वाढही दुप्पट असते. तसेच उत्पादन घटकात ५०% नी घट केली असता उत्पादनात होणारी घटही ५०% असते. यालाच गणिती भाषेत रेषीय उत्पादन फल (Linear Production Function) असे म्हणतात.

ज्या व्यवसायात उद्योग आणि कृषी यांचा समन्वय झालेला आहे अशा व्यवसायात स्थिर उत्पादन फल प्राप्त होऊ शकते, उदा. उसापासून साखर तयार करणे.

अर्थशास्त्रात ह्या रेषीय उत्पादन फलाच्या संकल्पनेचे अत्यंत महत्त्व आहे. कारण अर्थशास्त्रातील विविध सिद्धान्त स्थिर उत्पादन फल सिद्धान्तावर आधारित आहेत.

Law of Demand - मागणीचा सिद्धान्त

जास्त किमतीला कमी खरेदी करणे आणि कमी किमतीला जास्त खरेदी करणे ही मानवाची स्वाभाविक प्रवृत्ती आहे. हीच प्रवृत्ती नियमबद्ध करून तिला अर्थशास्त्रज्ञांनी 'मागणीच्या सिद्धान्ताचे' स्वरूप दिले आहे.

ब्रिटिश अर्थशास्त्रज्ञ आल्फ्रेड मार्शल त्यांच्या शब्दात "इतर परिस्थिती कायम असताना वस्तूची किंमत जास्त असल्यास वस्तूची मागणी कमी असते आणि किंमत कमी असल्यास वस्तूची मागणी वाढते."

म्हणून गणिती परिभाषेत मागणी हे किमतीचे फलन आहे असे म्हणतात.

सूत्र रूपात   Demand = f (price)

$$D = f (p)$$

येथे D = वस्तूची मागणी, f = फलन संबंध, p = वस्तूची किंमत

या समीकरणावरून असे म्हणता येते की किंमत हा मागणीचा निर्धारक घटक आहे.

मागणीच्या सिद्धान्तात उपभोक्ता हा केंद्रस्थानी असल्याने उपभोक्त्याच्या संदर्भात काही गृहीते लक्षात घेतली जातात. ही गृहीते पुढीलप्रमाणे :- (१) ग्राहकांच्या आवडी-निवडी स्थिर आहेत. (२) ग्राहकाचे उत्पन्न स्थिर आहे. (३) पूरक वस्तूंच्या किमती स्थिर आहेत. (४) वस्तू प्रतिष्ठेची नाही. (५) जाहिरात परिणामाचा अभाव आहे. (६) पैशाचा पुरवठा स्थिर आहे. (७) ग्राहकाची बचतप्रवृत्ती स्थिर आहे.

मागणीचा सिद्धान्त अनुभवास येण्यासाठी वरील गृहीतांची प्रचिती येणे आवश्यक आहे. परंतु व्यवहारात मात्र प्रत्येक वेळी या गृहीतांची प्रचिती येत नाही. म्हणून मागणीच्या सिद्धान्ताची गृहीते हीच या सिद्धान्ताची मर्यादा ठरली आहे.

सर्वसाधारणपणे एखाद्या वस्तूबद्दलची आवड किंवा इच्छा म्हणजे त्या वस्तूची मागणी समजली जाते. मात्र अशा मानवी इच्छेला अर्थशास्त्रात मागणी असे संबोधले जात नाही. अर्थशास्त्रात सर्वच इच्छा मागणी ठरत नाहीत. इच्छेचे मागणीत रूपांतर होण्यासाठी त्या इच्छेला आर्थिक पाठबळ किंवा क्रयशक्ती असावी लागते. तसेच इच्छा आणि क्रयशक्ती एकत्र असल्यावर सुद्धा मागणीची पूर्तता होत नाही. इच्छा व क्रयशक्ती सोबत व्यक्तीची पैसा खर्च करण्याची मानसिक तयारी असते, तेव्हा त्या इच्छेस ' मागणी ' असे म्हणतात. " बाजारात वस्तू विकत घेण्यासाठी द्यावी लागणारी किंमत देण्याची ऐपत व तयारी यांनी युक्त असलेली मनुष्याची इच्छा किंवा गरजा म्हणजे त्या वस्तूसाठी असलेली मागणी होय. "

मागणीचा सिद्धान्त वस्तूची मागणी व किंमत या दोहोतील संबंध दर्शवितो.

मार्शलच्या मते, " किंमती कमी झाल्यास वस्तूची मागणी वाढते याउलट किमती वाढल्यास ती कमी होते. " मागणीचा सिद्धान्त वस्तूची किंमत व मागणी या दोहोंत व्यस्त प्रमाण संबंध असतात हे स्पष्ट करतो. वस्तूच्या किंमतीत बदल झाल्यास मागणीत कोणत्या दिशेने बदल होतात ते सिद्धान्तावरून समजते.

मागणीचा नेमका सिद्धान्त पुढील तक्त्यावरून स्पष्ट करता येतो.

मोसंबीची किंमत	**मोसंबीची मागणी (नग)**
५	१०
४	२०
३	३०
२	४०
१	५०

वरील तक्ता २.२ मध्ये मोसंबीची किंमत रुपये ५ असताना मागणी १० नगाची असते. किंमत रुपये ४ झाल्यास मागणी कमी होते म्हणजेच मोसंबीची किंमत व मागणी या दोन्हीत व्यस्त प्रमाण संबंध आहेत हे सिद्ध होते.

मागणीचा संबंध पुढील आकृतीद्वारे स्पष्ट होतो.

आकृती मध्ये 'अक्ष' अक्षावर मोसंबीची मागणी व 'अय' अक्षावर मोसंबीची किंमत दर्शविली आहे. 'म म' हा मागणी वक्र डावीकडून उजवीकडे खाली घसरत येतो. या मागणी वक्राचे स्वरूप मोसंबीची किंमत व मागणी या दोन्हीत व्यस्त संबंध दाखवितो. म्हणजे किंमत वाढली की मागणी कमी होते व किंमत कमी झाली की मागणी वाढते. यालाच मागणीचा नियम किंवा सिद्धान्त असे म्हणतात.

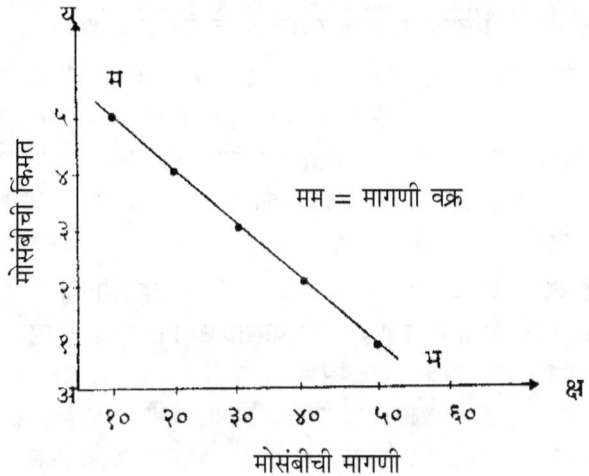

मोसंबीची मागणी

मागणीच्या सिद्धान्ताची गृहीते :

(१) उपभोक्त्याचे उत्पन्न स्थिर असणे आवश्यक आहे.

(२) पर्यायी वस्तूंच्या किंमतीत बदल होता कामा नये.

(३) व्यक्तीच्या आवडी - निवडी स्थिर असणे आवश्यक आहे.

(४) त्या वस्तूसाठी नवीन पर्यायी वस्तूंचे उत्पादन होता कामा नये.

(५) भविष्य काळात परिस्थिती साधारणपणे स्थिर असली पाहिजे.

(६) लोकसंख्या स्थिर असावी.

(७) वस्तूची खरेदी हा प्रतिष्ठेचा प्रश्न होता कामा नये.

सिद्धान्त मांडताना काही अपेक्षित परिस्थिती गृहीत धरूनच नियमांचे विवेचन केले जाते. म्हणून नियमाच्या सुरुवातीलाच 'इतर परिस्थिती कायम आहे' असे म्हटले जाते.

वरील गृहीत परिस्थिती असेल तरच मागणीचा नियम सर्वसाधारणपणे लागू पडतो. एखाद्या गृहीत तत्त्वामध्ये बदल झाला तर मागणीचा नियम सत्य ठरू शकत नाही.

उदा. वस्तूंच्या किंमती वाढत असताना जर उत्पन्नही वाढत असेल तर मागणी कमी होणार नाही. तसेच सोन्यासारख्या वस्तूच्या खरेदीत प्रतिष्ठा असल्याने त्याची किंमत वाढूनही मागणीत घट होत नाही.

मागणीचा नियम, व्यवहारामध्ये आढळून येण्याची कारणे म्हणजे घटत्या उपयोगितेचा नियम, वस्तूंच्या विविध उपभोगाचे तत्त्व, गरजेची कमी-अधिक तीव्रता; उत्पदनातील भिन्नता ही आहेत.

वरील मागणी नियमाला अपवाद आहेत. ते पुढील प्रमाणे सांगता येतील.

(१) गिफेनचा विरोधाभास : सर रॉबर्ट गिफेन या अर्थशास्त्रज्ञाने हलक्या प्रतीच्या वस्तूबाबतीत मागणीचा नियम कार्यान्वित होत नाही, असे सांगितले आहे. निकृष्ट प्रतीच्या वस्तूंची किंमत कमी झाली असताना मागणीत सुद्धा घट होते तसेच किंमत वाढल्यास मागणीही वाढते. उदा. मका, पाव, हायब्रीड - ज्वारी, बाजरी, जाडेभरडे कापड इ.

गरीब व्यक्तीच्या बाबतीत असे आढळते की, एखाद्या हलक्या प्रतीच्या वस्तूची किंमत कमी झाली तर त्या व्यक्तीचे वास्तव उत्पन्न वाढते. त्यामुळे ती व्यक्ती अधिक चांगल्या दर्जाच्या वस्तूवर पैसे खर्च करण्यास तयार होते. त्याचबरोबर किंमती उतरलेल्या हलक्या प्रतीच्या वस्तूंची (किंमत कमी होऊनही) मागणी कमी होते. परंतु संपूर्ण बाजारपेठेचा विचार करता हा विरोधाभास तितकासा महत्त्वाचा ठरत नाही कारण जी वस्तू एखाद्या व्यक्तीच्या दृष्टीने निकृष्ट असते तीच वस्तू इतरांच्या दृष्टीने चांगलीही असू शकते.

(२) प्रतिष्ठेच्या वस्तू : काही वस्तूंचा वापर सामाजिकदृष्ट्या प्रतिष्ठा प्राप्त करून देणारा असतो. उदा. हिरे, सोने, मोती, रत्ने, दुर्मिळ वस्तू इ. अशा वस्तूंच्या किंमतीत घट झाली तरी सामान्य व्यक्ती त्या वस्तूंची मागणी करीत नाही. म्हणजेच किंमतीत घट होऊनही अशा वस्तूंची मागणी वाढत नाही. या वस्तूंच्या किंमतीत वाढ झाली तरी समाजातील श्रीमंत वर्ग आपली प्रतिष्ठा टिकवून ठेवण्यासाठी या वस्तूंच्या मागणीत घट करत नाहीत.

(३) आवश्यक वस्तू : जीवनावश्यक वस्तूंच्या मागणीवर किंमतवाढीचा किंवा घटीचा परिणाम घडून येत नाही.

(४) युद्ध : युद्धाच्या काळात वस्तूंची टंचाई निर्माण होईल असे उपभोक्त्यांना वाटत असते. त्यामुळे उपभोक्ते वस्तूंचा साठा करतात. अशावेळी किंमतवाढ होऊनही साठा करण्याची मागणी केली जाते.

(५) मंदी : मंदीच्या काळात वस्तूंच्या किंमती कमी असतात तरीही मागणी फारच कमी असते. मागणी न वाढण्याचे कारण म्हणजे ग्राहकांची क्रयशक्ती कमी झालेली असते.

(६) सट्टेबाजी : एखाद्या वस्तूची किंमत वाढत असूनही भविष्यकाळात ती अधिकच वाढण्याची शक्यता असल्यास लोक वाढत्या किंमतीला त्या वस्तूचे अधिक नग खरेदी करतात. म्हणजे किंमत वाढत असतानाही मागणी वाढतच राहते. उदा. शहरी भागातील भूखंडाच्या किंमती.

Law of Diminishing Marginal Utility - घटत्या सीमान्त उपयोगितेचा नियम

अर्थशास्त्रज्ञ प्रो. मार्शल (ब्रिटिश अर्थशास्त्रज्ञ - १८४२-१९२४) यांच्या मते एखाद्या व्यक्तीजवळ एखाद्या वस्तूच्या साठ्यात जसजशी वाढ होत जाते, तसतसे त्यापासून मिळणारे समाधान कमी कमी होत जाते.

मार्शल यांच्या मते जेव्हा उपभोक्ता 'क्ष' वस्तूचे वाढीव नग विकत घेतो तेव्हा जेथे 'क्ष' वस्तूची सीमांत उपयोगिता त्या वस्तूच्या किमतीएवढी असते. तेथे तो (उपभोक्ता) संतुलनात असतो.

समीकरणाच्या रूपात उपभोक्त्याच्या संतुलनाची अट पुढीलप्रमाणे सांगता येईल.

MUx = Px

येथे MUx = क्ष वस्तूची सीमांत उपयोगिता

Px = वस्तूची बाजारातील किंमत

म्हणजेच तेव्हा 'क्ष' वस्तूची सीमांत उपयोगिता 'क्ष' वस्तूच्या किंमतीएवढी असते, तेव्हाच उपभोक्त्याला महत्तम उपयोगिता मिळू शकते.

घटत्या सीमान्त उपयोगितेचा सिद्धान्त म्हणजे उपभोक्त्याच्या वर्तणुकीचे नियंत्रण करणारा नियम होय.

एखाद्या वस्तूच्या वेगवेगळ्या नगसंख्येपासून मिळणारी उपयोगिता वेगवेगळी असते. वस्तूच्या नगसंख्येत केले जाणारे बदल आणि त्यामुळे सीमान्त उपयोगितेत घडून येणारे बदल, या दोहोंमधील संबंध स्पष्ट करणाऱ्या नियमाला घटत्या उपयोगितेचा सिद्धान्त असे म्हणतात.

ज्या वस्तूपासून उपभोक्त्याला उपयोगिता मिळते अशाच वस्तूची खरेदी त्याच्याकडून केली जाते. समजा एखाद्या व्यक्तीला पेन खरेदी करावे किंवा नाही हे ठरवावयाचे आहे. अशा परिस्थितीत पेनपासून मिळणारी उपयोगिता व त्याची किंमत यांची तुलना केली जाईल. उपयोगिता किमतीपेक्षा जास्त असेल तर पेनची खरेदी केली जाईल. जर उपयोगिता किमती पेक्षा कमी असेल तर पेनची खरेदी केली जाणार नाही. तसेच किंमत आणि उपयोगिता जर समान असतील तर पेनची खरेदी कदाचित केली जाईल किंवा कदाचित केली जाणार नाही. यावरून आपणास असे म्हणता येते की, उपभोक्त्याने पेन खरेदी केले असल्यास त्याची उपयोगिता व किंमत समान असतील तोपर्यंतच तो वस्तूचा उपभोग घेत राहील.

घटत्या सीमान्त उपयोगितेची अशीही व्याख्या केली जाते की, " एखाद्या

व्यक्तीकडून एखाद्या वस्तूची जसजशी खरेदी केली जाते तसतशी त्या वस्तूपासून मिळणारी सीमान्त उपयोगिता घटत जाते.''

''मार्शलने हा सिद्धान्त मांडताना पुढील व्याख्या केली आहे. '' व्यक्तीजवळ असलेल्या एखाद्या वस्तूच्या साठ्यात जसजशी वाढ होत जाते तसतसे त्या वस्तूच्या साठ्यातील वाढीपासून त्याला जे जादा समाधान मिळते, ते त्या वस्तूच्या वाढीबरोबर घटत जाते.''

यावरून असे स्पष्ट होते की, एखाद्या व्यक्तीकडे एखाद्या वस्तूच्या साठ्यात वाढ होत गेल्यास त्या वस्तूपासून उपभोक्त्याला मिळणारी उपयोगिता कमी कमी होत जाते. म्हणजे ती घटत जाते कारण उपभोक्ता जसजसा वस्तूचा साठा वाढवत जातो तसतशी त्या वस्तूच्या गरजेची तीव्रता कमी होत जाते. त्यामुळे उपभोक्त्याला त्या वस्तूपासून मिळणारी उपयोगिता घटत जाते. म्हणजेच वस्तूची सीमान्त उपयोगिता वस्तूच्या संख्येवर अवलंबून असते.

घटत्या सीमांत उपयोगितेचा सिद्धान्त पुढील उदाहरणावरून स्पष्ट करता येते.

समजा उपभोक्त्याला खूप भूक लागली आहे. ती भागविण्यासाठी तो चिक्कू खरेदी करतो व आपली भूक भागवतो. उपभोक्त्याची चिक्कूची खरेदी व त्यापासून त्याला मिळणारी सीमांत उपयोगिता पुढील तक्ता दर्शवितो.

अ.न	चिक्कूची नगसंख्या	सीमांत उपयोगिता	एकूण उपयोगिता
१	१	१०	१०
२	२	८	१८
३	३	५	२३
४	४	३	२६
५	५	०	२६
६	६	-२	२४
७	७	-५	१९

वरील तक्ता २.१ मध्ये आपणांस चिक्कूचा उपभोग जसजसा वाढला आहे, तसतशी सीमांत उपयोगिता घटत गेल्याचे दिसते.

उपभोक्त्याला पहिल्या चिक्कूच्या नगापासून १० उपयोगिता मिळते, पहिल्या नगाच्या सेवनापासून त्याची भूक काही प्रमाणात कमी होते. त्यानंतर तो दुसऱ्या, तिसऱ्या, चौथ्या, पाचव्या, सहाव्या, सातव्या नगाचे सेवन करत जातो. तो जसजसे

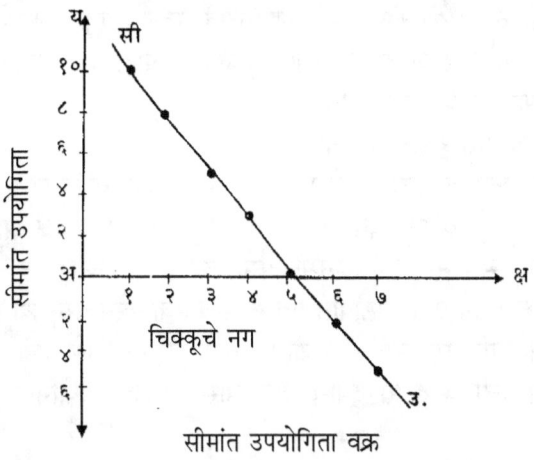

सीमांत उपयोगिता वक्र

चिक्कूच्या जादा नगांचे सेवन करत जातो तसतशी त्याची भूक कमी कमी होत जाते. म्हणून त्याला चिक्कूच्या जादा नगांची पूर्वी इतकी आवश्यकता वाटत नाही. त्यामुळे चिक्कूच्या जादा नगापासून जसजशी त्याची भूक भागविली जाते, तसतशी चिक्कूच्या जादा नगापासून त्याला मिळणारी उपयोगिता घटत जाते. त्याची भूक भागल्यानंतरही चिक्कूचे सेवन चालू राहिल्यास त्याला चिक्कूच्या नगापासून शून्य उपयोगिता मिळते व पुढे ती उणे होते हे वरील तक्त्यावरून दिसून येते.

वरील तक्त्याचा वापर करून घटत्या सीमांत उपयोगितेचा वक्र काढता येतो.

आकृतीमध्ये 'अक्ष' अक्षावर चिक्कूची नगसंख्या मोजली आहे. तर 'अय' अक्षावर उपयोगिता मोजलेली आहे. (उपयोगिता पैशात / युटिल्समध्ये मोजता येते हे पूर्वीच गृहीत मानलेले आहे.) भुकेलेल्या व्यक्तीने जेव्हा पहिला चिक्कू खाल्ला तेव्हा त्याला सीमांत उपयोगिता १० एवढी मिळाली. दुसरा चिक्कू खाल्ला असता सीमांत उपयोगिता ८ एवढी मिळाली. तिसऱ्यापासून ५, चौथ्यापासून ३, पाचव्या पासून ०, सहाव्यापासून -२, सातव्यापासून -५ उपयोगिता मिळते. म्हणजे उपभोक्ता चिक्कूच्या नगांचे जसजसे सेवन करीत असतो तसतशी त्यापासून मिळणारी सीमांत उपयोगिता घटत जाते. उपभोक्ता चिक्कूच्या ५ नगाचे सेवन करील. पाचव्या नगाच्या सेवनामुळे त्याला शून्य उपयोगिता मिळते म्हणजे त्याला पाचव्या नगापासून जास्तीत जास्त एकूण उपयोगिता मिळते. पाचव्या नगानंतर चिक्कूचे सेवन किंवा खाणे चालू ठेवले असता सहाव्या नगापासून -२ व सातव्या नगापासून -५ उपयोगिता मिळते. म्हणून पाचव्या नगाच्या पुढे उपभोक्ता चिक्कूचा उपभोग थांबवितो.

उपभोक्ता चिक्कूच्या नगांचे जसेजसे सेवन करतो (खातो), तसतशी त्यापासून मिळणारी एकूण उपयोगिता अनुक्रमे १०, १८, २३, २६, २६, अशी वाढत

जाते व त्यानंतर ती २४, १९ अशी घटत जाते. म्हणून एकूण उपयोगिता वाढत जाते. परंतु तिच्या वाढीचा दर घटत्या स्वरूपाचा आहे. यावरून सुद्धा घटत्या उपयोगितेचा सिद्धान्त प्रत्ययाला येतो.

या सिद्धान्ताची गृहीते पुढीलप्रमाणे.

(१) उपभोक्ता ज्या वस्तूचा उपभोग घेणार असतो त्या वस्तूच्या प्रत्येक नगाचा आकार, दर्जा, वजन, चव, रंग इ. समान असणे आवश्यक आहे. म्हणजेच उपभोगाचे सर्व नग एक जिनसी असावेत.

(२) वस्तूचा उपभोग एका पाठोपाठ एक असाच हवा. दोन वस्तूंच्या उपभोगामध्ये बराच वेळ गेल्यास सीमांत उपयोगिता कमी होईलच असे नाही. उदा. पहिला चिक्कू सकाळी व दुसरा दुपारी खाल्ल्यास सीमांत उपयोगिता कमी होणार नाही.

(३) वस्तूची उपयोगिता मोजताना वस्तूची किंमत स्थिर असणे आवश्यक आहे.

(४) उपभोक्त्याची मानसिक व आर्थिक स्थिती सर्वसाधारण असणे आवश्यक आहे.

(५) उपभोक्त्याची आवड - निवड कायम असणे आवश्यक आहे.

Law of Diminishing Returns - घटत्या फलाचा नियम

जेव्हा उत्पादनात होणारा बदल हा उत्पादन घटकात होणाऱ्या बदलाच्या प्रमाणापेक्षा कमी असतो किंवा उत्पादनात ज्या प्रमाणात बदल करावयाचा असेल त्यापेक्षा उत्पादन घटकांच्या प्रमाणात करावा लागणारा बदल जास्त असतो, तेव्हा घटत्या फलाचा प्रत्यय येतो.

घटत्या फलाचा नियम प्रामुख्याने कृषी, खाणी, मत्स्योद्योग, इ. क्षेत्रात येतो. कृषी क्षेत्रात निसर्गाचा प्रकोप झाल्यास अतोनात नुकसान होते व उत्पादनाच्या परिमाणापेक्षा त्या उत्पादनाचा व्यय अधिक प्रमाणात वाढताना दिसतो. परिणामतः घटत्या फलाचा नियम प्रत्ययास येतो.

तसेच खाणी, मत्स्योद्योग या उद्योगांमध्येही निसर्गाचे प्राबल्य हा महत्त्वाचा घटक असतो व हे क्षेत्रही मर्यादित स्वरूपाचे असते.

स्थिर फळाच्या नियमानुसार उत्पादन ही एक तात्पुरती स्थिती असते. जसजसा व्यवसाय वाढत जातो, तसतसे व्यवस्थापनाच्या कार्यात अडथळे येऊ लागतात. अविभाज्य घटकही अकार्यक्षम होऊन कमी उत्पादन देऊ लागतात. जसजशी उद्योगाची वाढ होऊ लागते, तसतशी कुशल श्रमिक, जमीन, भांडवल इ. घटकांची मागणी वाढू लागते. पूर्ण स्पर्धेची परिस्थिती असल्यामुळे या वाढत्या मागणीमुळे घटकांच्या किमतीसुद्धा वाढू लागतात. कच्च्या मालाच्या किमती वाढतात. परिवहन

व विपणन ही कार्ये अडचणीची होऊ लागतात. या सर्व गोष्टींमुळे उत्पादन खर्चात लक्षणीय वाढ होऊ लागते आणि उत्पादन घटकांचे परिमाण जेवढ्या प्रमाणात वाढविले जाते; तेवढ्या प्रमाणात त्याच्या मोबदल्यात उत्पादन फल प्राप्त होत नाही. परिणामत: घटत्या फलाचा नियम लागू होतो. जेव्हा उद्योगसंस्थेत घटत्या फलाचा प्रत्यय येतो तेव्हा तेथील सीमान्त उत्पादन घटत असते आणि सरासरी खर्च वाढत असतो.

Law of Equi-marginal Utility - सम-सीमान्त उपयोगितेचा नियम

सम-सीमान्त उपयोगितेच्या नियमानुसार क्ष व य वस्तूवर पैशाची वाढीव एकके खर्च केल्यामुळे 'क्ष' वस्तूपासून मिळणारी उपयोगिता 'य' वस्तूपासून मिळणाऱ्या उपयोगितेएवढीच असली पाहिजे.

दुसऱ्या शब्दात क्ष आणि य वस्तूवर खर्च केल्यानंतर या दोन्ही वस्तूंपासून मिळणारी सीमान्त उपयोगिता जेथे समान असेल, तेथे उपभोक्ता संतुलनावस्थेत असतो. सम-सीमान्त उपयोगितेची व उपभोक्त्याच्या संतुलनाची स्थिती पुढीलप्रमाणे :-

$$\frac{\text{क्ष वस्तूची सीमान्त उपयोगिता}}{\text{क्ष वस्तूची किंमत}} = \frac{\text{य वस्तूची सीमान्त उपयोगिता}}{\text{य वस्तूची किंमत}}$$

सूत्र रूपात $\dfrac{Mu_x}{P_x} = \dfrac{Mu_y}{P_y} = \dfrac{Mu_n}{P_n}$

या समीकरणात Mu_x = क्ष वस्तूची सीमान्त उपयोगिता

P_x = क्ष वस्तूची किंमत

Mu_y = य वस्तूची सीमान्त उपयोगिता

P_y = य वस्तूची किंमत

Mu_n = न वस्तूची सीमान्त उपयोगिता

P_n = न वस्तूची किंमत.

Law of Increasing Returns - वाढत्या फलाचा नियम

उत्पादनाच्या प्रक्रियेत उत्पादन घटकांच्या प्रमाणात होणाऱ्या बदलापेक्षा उत्पादनात होणाऱ्या बदलाचे प्रमाण जेव्हा वाढते, तेव्हा त्यास वाढत्या फलाचा सिद्धान्त असे म्हणतात.

वाढत्या फलाचा नियम प्रामुख्याने औद्योगिक क्षेत्रात दिसून येतो. याची कारणे खालीलप्रमाणे :-

(१) नवीन यंत्रे व तंत्रज्ञान यामुळे उत्पादन घटकांच्या कार्यक्षमतेत वाढ,
(२) श्रमविभागणीमुळे श्रमाची कार्यक्षमता वाढते,
(३) उत्पादन घटकांच्या अविभाज्यतेचा पूर्ण उपयोग होईपर्यंत कामगारांची संख्या वाढवून, उत्पादनफल प्राप्त करता येते,
(४) अंतर्गत आणि बहिर्गत बचतीमुळे सरासरी उत्पादन खर्च घटविण्यास मदत होते.
(५) औद्योगिक क्षेत्रावर निसर्गाने केलेल्या प्रलयाचा फार थोडा परिणाम होत असतो. कृषी व्यवसायावर हा निसर्गाचा कोप फार सहजतेने प्रकट होत असतो.

वरील कारणामुळे उत्पादनफल वाढते हे जरी खरे असले, तरी ते अखंड किंवा अमर्याद मिळेल, असा निष्कर्ष काढणे योग्य ठरणार नाही. कारण ज्या कारणांमुळे एका विशिष्ट मर्यादेपर्यंत वाढते उत्पादन फल (किंवा घटता उत्पादित खर्च) मिळते तीच कारणे ह्या मर्यादेचे उल्लंघन केल्यास घटते उत्पादनफल (किंवा वाढता उत्पादनखर्च) देण्यास कारणीभूत ठरतात, असे दिसून येईल.

Law of Supply - पुरवठ्याचा नियम

वस्तूंच्या बाजारात एक बाजू मागणी ही आहे तर दुसरी महत्त्वाची बाजू पुरवठा ही आहे. एखाद्या विशिष्ट किमतीला उत्पादक एखाद्या वस्तूच्या जितक्या नगसंख्येची विक्री करण्यास इच्छुक आणि सक्षम असतात, त्या नगसंख्येस त्या विशिष्ट वस्तूचा बाजारातील पुरवठा असे म्हणतात. वस्तूंचा पुरवठा हा पुढील घटकांवर अवलंबून असतो :- (१) त्या विशिष्ट वस्तूची किंमत, (२) पर्यायी वस्तूंच्या किंमती, (३) पूरक वस्तूंच्या किंमती, (४) उत्पादन घटकाच्या किंमती, (५) उत्पादकाचा एकूण खर्च, (६) उत्पादकाचे तंत्रज्ञान, (७) उद्योग संस्थेचे उद्दिष्ट.

उत्पादन पद्धती, तंत्रज्ञान, उत्पादन घटकांची कार्यक्षमता, वेतनदर, खंड, व्याज या गोष्टीत बदल न होता, वस्तूची किंमत वाढल्यास पुरवठा देखील वाढतो. या उलट किंमत कमी झाल्यास पुरवठा देखील कमी होतो. यालाच पुरवठ्याचा नियम असे म्हणतात. यामध्ये वस्तूची किंमत व पुरवठा या दोघात 'समदिशा' संबंध असतो. इतर परिस्थिती कायम असताना म्हणजेच वरीलप्रमाणे उत्पादन पद्धती, तंत्रज्ञान, उत्पादन घटकांची कार्यक्षमता, वेतनदर, खंड, व्याज या गोष्टींत बदल न होता जर किंमत वाढली, तर वस्तूच्या विक्रीतून उत्पादकाला मिळणाऱ्या नफ्याचे प्रमाण वाढते. नफ्याचे प्रमाण वाढल्यामुळे अर्थातच त्या वस्तूचे अधिक नग विकण्याची उत्पादकाची इच्छा दिसून येते. उत्पादन वाढविण्याची जर क्षमता असेल तर किंमतवाढीच्या

स्थितीत, पुरवठ्यातही वाढ होते. थोडक्यात नफ्याचे प्रमाण वाढले की वस्तूचा पुरवठा वाढतो.

वस्तूची किंमत हा पुरवठ्यावर परिणाम करणारा सर्वात महत्त्वाचा घटक असतो. त्यामुळे पुरवठ्याचा नियम हा वस्तूच्या किंमतीच्या संदर्भात मांडला जातो.

किंमत आणि पुरवठा यांचा फलनात्मक संबंध हा सिद्धान्त सांगतो. S = F (P) म्हणजे S = Supply (पुरवठा) F = Function (फलन) P = Price (किंमत) म्हणजे इतर घटक स्थिर राहिल्यास त्या वस्तूच्या किंमतीवर पुरवठा अवलंबून असतो.

व्याख्या : "इतर परिस्थिती कायम असेल तर वस्तूची किंमत वाढली की वस्तूचा पुरवठा वाढतो आणि किंमत घटली की पुरवठा कमी होतो."

वस्तूचा पुरवठा व वस्तूची किंमत यांचा सम किंवा सरळ संबंध असतो. म्हणजेच वस्तूची किंमत व वस्तूचा पुरवठा एकाच दिशेने बदलतात.

पुरवठ्याचा नियम हा 'इतर परिस्थिती कायम असताना, खरा ठरतो.' इतर परिस्थितीमध्ये अनेक गोष्टी गृहीत असतात. उदा. उत्पादन तंत्र, उत्पादन घटकांची कार्यक्षमता, उत्पादन घटकांचे मोबदले इ. यापैकी कोणत्याही घटकात बदल झाला तर या नियमापेक्षा वेगळी कृती दिसेल. उदा. उत्पादन तंत्रात बदल झाला तर दिलेल्या किंमतीला पुरवठा वाढेल, किंवा उत्पादन घटकांचे मोबदले उदा. कामगारांचे वेतन, वाढले तर किंमती वाढतील पण पुरवठ्याचे प्रमाण कायम राहील.

वस्तूची किंमत बदलल्यास पुरवठ्यावर होणारा परिणाम हा सिद्धान्त स्पष्ट करतो. वस्तूची मागणी आणि वस्तूची किंमत यांचा व्यस्त संबंध असतो. मात्र पुरवठा आणि किंमत यांचा धनसंबंध असतो. पुरवठ्याचा सिद्धान्त पुरवठा पत्रक आणि पुरवठा वक्राच्या साहाय्याने स्पष्ट करता येतो.

पुरवठा पत्रक : पुरवठा पत्रकाच्या साहाय्याने किंमत आणि पुरवठा यातील संबंध स्पष्ट होतो.

(किंमत रुपये)	पुरवठा (नगसंख्या)
५	२०
६	४०
७	६०
८	८०
९	१००
१०	१२०

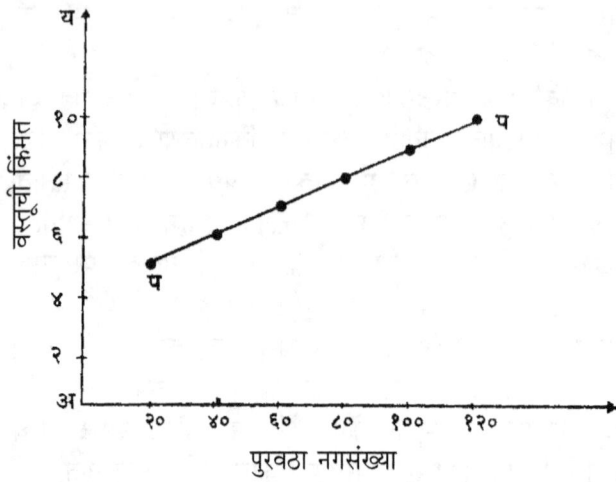

वरील पत्रकात किंमत ५ रुपया वरून ६, ७, ८, ९ व १० रुपये अशी वाढत गेल्यास पुरवठा सुद्धा २०, ४०, ६०, ८०, १००, १२० नगसंख्या असा वाढत जातो. म्हणजेच किंमत कमी झाल्यास पुरवठासुद्धा कमी होतो. (म्हणजेच हेच पुरवठा पत्रक उलटे वाचल्यास दिसून येते.) अशा रीतीने किंमत आणि पुरवठा या दोहोत समदिशा सरळ संबंध असतात.

वरील पुरवठा पत्रकाचा वापर करून पुरवठा वक्र काढता येतो.

आकृतीमध्ये 'अक्ष' अक्षावर वस्तूचा पुरवठा नगसंख्या तर 'अय' अक्षावर वस्तूची किंमत दाखविलेली आहे. निरनिराळ्या किंमतीनुसार पुरवठ्यात होणारा बदल दाखविण्यासाठी ते बदल दर्शविणारे बिंदू जोडून पुरवठा वक्र (पप) काढलेला आहे. हा वक्र डावीकडून उजवीकडे खालून वर बदलतो किंवा वाढतो. याचाच अर्थ किंमत व पुरवठा यांच्यातील बदल एकाच दिशेने होतो. म्हणजेच किंमत व पुरवठा या दोहोत सम किंवा सरळ स्वरूपाचा संबंध असतो. किंमत वाढली की पुरवठा वाढतो व किंमत कमी झाली की पुरवठा कमी होतो. हे पप वक्रावरून स्पष्ट होते.

पुरवठा सिद्धान्ताच्या मर्यादा :

(१) भविष्यकाळात वस्तूची किंमत अधिक कमी होईल असे उत्पादकाला वाटल्यास तो वर्तमान काळात बाजारातील किंमतीपेक्षा कमी किंमतीत वस्तूची विक्री करेल म्हणजे पुरवठा वाढवेल.

(२) जर रोख पैशाची गरज असल्यास मुख्यत: शेतकऱ्याच्या बाबतीत हे दिसून येते. हंगामाच्या काळात अन्नधान्याचे भाव कमी होतात तरी पण रोख पैशाची गरज असल्यास शेतकरी आपला शेतमाल बाजारात विकतात.

(३) तंत्रस्थिती बदलते, इतर वस्तूंची किंमत बदलते, इतर परिस्थिती कायम नसते इत्यादी तेव्हा.

(४) श्रमाचा मागे वळणारा पुरवठा वक्र इत्यादी.

Law of Variable Proportion - बदलत्या प्रमाणाचा नियम

प्रा. स्टीग्लर यांच्या मते उत्पादनाचे काही घटक स्थिर ठेवून केवळ एका घटकाच्या प्रमाणात सारख्याच प्रमाणात वाढ करीत गेल्यास, एका विशिष्ट मर्यादेनंतर उत्पादनात होणाऱ्या वाढीचे प्रमाण घटत जाते. म्हणजेच सीमान्त उत्पादन घटते. यालाच बदलत्या प्रमाणाचा नियम असे म्हणतात.

प्रा. स्टीग्लर यांच्याप्रमाणेच बेन, मेयर्स आणि सॅम्युअलसन या अर्थशास्त्रज्ञांनी या नियमाच्या व्याख्या केल्या. या सर्व व्याख्यांवरून एकच मुद्दा स्पष्ट होतो की, जर उत्पादक एका घटकाचे परिमाण स्थिर ठेवून इतर घटकांच्या परिमाणात वाढ करीत गेला तर त्यामुळे एकूण उत्पादनात होणाऱ्या वाढीचे प्रमाण प्रथम वाढते, नंतर स्थिर होते व शेवटी घटत जाते.

बेनहॅम यांच्या मते, उत्पादन घटक समूहापैकी एका घटकाचे प्रमाण वाढवीत नेले तर विशिष्ट मर्यादेनंतर बदलत्या उत्पादन घटकाचे प्रथम सीमांत आणि नंतर सरासरी उत्पादन घटत जाते.''

पॉल सॅम्युएल्सन यांच्या मते, ''तुलनात्मक दृष्ट्या काही घटकांची गुंतवणूक स्थिर असताना जर इतर काही घटकांचे गुंतवणुकीचे प्रमाण वाढविले तर उत्पादन वाढ होईल. परंतु विशिष्ट बिंदू किंवा मर्यादा गाठल्यानंतर गुंतवणुकीत त्याच प्रमाणात वाढ केली तरी उत्पादनवाढीचा दर घटत जाईल.''

प्रा. बोल्डिंग यांच्या मते, ''इतर उत्पादन घटकांची नगसंख्या स्थिर ठेवून एका उत्पादन घटकाची नगसंख्या वाढविल्यास त्या बदलत्या उत्पादन घटकाची सीमान्त वास्तव उत्पादकता घटत जाते.''

या सिद्धान्ताची गृहीते खालीलप्रमाणे

(१) उत्पादन घटकापैकी एकच घटक बदलत्या प्रमाणात वापरला आहे. बाकीच्या घटकांचे प्रमाण स्थिर आहे.

(२) उत्पादनासाठी वापरल्या जाणाऱ्या घटकाच्या प्रमाणात बदल करणे शक्य आहे.

(३) उत्पादन तंत्रात कोणताही बदल होत नाही.

(४) सिद्धान्ताने अल्पकाळ गृहीत धरला आहे.

अल्पकाळात काही उत्पादन घटक स्थिर व काही उत्पादन घटक बदलत्या प्रमाणात वापरले असता होणाऱ्या परिणामांच्या पुढील तीन अवस्था दिसून येतात.

(१) पहिल्या अवस्थेत एकूण उत्पादन वाढत्या दराने वाढते.
(२) दुसऱ्या अवस्थेत एकूण उत्पादन फलन वाढत असले तरी ही वाढ घटत्या दराने होते.
(३) तिसऱ्या अवस्थेत एकूण उत्पादन घटत जाते.

उदा. समजा शेतकऱ्याकडे जमीन हा घटक स्थिर आहे. श्रमसंख्या हा बदलता घटक आहे. श्रमाच्या मात्रा वाढवीत नेल्यास उत्पादनात पडणारा फरक पुढील प्रमाणे सांगता येतो.

श्रमिक संख्या	एकूण उत्पादन	सरासरी उत्पादन	सीमांत उत्पादन	
१	१०	१०	१०	अवस्था १
२	२४	१२	१४	
३	४२	१४	१८	
४	४८	१२	६	अवस्था २
५	५४	१०.८०	६	
६	५८	९.६७	४	
७	५८	८.२८	०	अवस्था ३
८	५६	७	-२	
९	५३	५.८९	-३	

स्पष्टीकरण : उदाहरणात १ ते ३ श्रमिक कामावर घेईपर्यंत सीमांत उत्पादन वाढते, म्हणून सरासरी उत्पादनही वाढते, त्यामुळे एकूण उत्पादन वाढत्या दराने वाढते.

४ ते ७ श्रमिक कामावर घेतले असता सीमान्त उत्पादन सरासरी उत्पादनापेक्षा वेगाने घटते. त्यामुळे एकूण उत्पादन घटत्या दराने वाढले आहे.

८ वा श्रमिक कामावर घेतला असता सीमान्त उत्पादन ऋण होते. सरासरी उत्पादन घटते त्यामुळे एकूण उत्पादनही घटू लागते.

जेव्हा सीमान्त उत्पादन शून्य असते तेव्हा एकूण उत्पादन सर्वाधिक आणि स्थिर असते.

Inter Industry Trade - आंतरउद्योग व्यापार

प्रथम मॅक डगॉल (Mac Dougall) यांनी आंतरउद्योग व्यापाराचा सिद्धान्त मांडला. नंतर त्याला साहाय्य, व्यापार पद्धतीच्या स्पष्टीकरणाने रिकार्डो प्रतिमानाने केले. पुढे १९५३ मध्ये लिऑंटिफ यांनी सुरुवातीस हेक्चर - ओहलीन यांचे

आंतरराष्ट्रीय व्यापाराचे आव्हान स्वीकारले. त्याला पुढे लिऑंटिफचा विरोधाभास असे म्हटले आहे.

हेक्चर-ओहलीन सिद्धान्तात विपुल उत्पादन घटकांच्या साहाय्याने उत्पादित केलेल्या वस्तूंची देश निर्यात करतो आणि दुर्मिळ उत्पादन घटकांच्या साहाय्याने उत्पादित होणाऱ्या वस्तूंची देश आयात करतो असे दिसून येते. १९४७ या वर्षांतील आयात-निर्यातीचा अभ्यास लिऑंटिफ यांनी केला. त्या वेळेस अमेरिकेत मोठ्या प्रमाणात भांडवल होते. त्यामुळे अमेरिका भांडवलप्रवण वस्तूंची निर्यात करेल आणि श्रमप्रधान वस्तूंची आयात करेन असे निष्कर्ष मांडले गेले.

लिऑंटिफ यांनी भांडवल आणि श्रम हे दोन घटक विचारात घेतले. अमेरिकेत निर्यात १ दशलक्ष डॉलरने कमी करण्यासाठी आणि आयात पर्यायी वस्तू १ दशलक्ष डॉलरने वाढविण्यासाठी लागणाऱ्या उत्पादन घटकांच्या वापरावर होणाऱ्या परिणामाचे मोजमाप केले. ज्या वेळेस निर्यात कमी केली जाते, त्या वेळेस श्रम आणि भांडवल हे घटक मुक्त होतात. त्याचप्रमाणे आयात वस्तूंचे उत्पादन वाढविले जाते. तेव्हा श्रम आणि भांडवल असे दोन्हीही घटक असतात. लिऑंटिफच्या गृहितानुसार निर्यात उद्योगातून तुलनेने अधिक भांडवल मुक्त होईल व आयात उद्योगात तुलनेने अधिक श्रमिक लागतील.

हेक्चर – ओहलीन सिद्धान्तानुसार जी अपेक्षा असते, त्याच्या बरोबर विरुद्ध त्याची अनुमाने आहेत. लिऑंटिफने गणितीय विश्लेषण तक्त्याद्वारे स्पष्ट केले आहे. अमेरिकेच्या निर्यात उद्योगात आयात उद्योगाच्या तुलनेने अधिक श्रमिक वापरले जातात म्हणजेच अमेरिका श्रमप्रधान वस्तू निर्यात करते व भांडवलप्रधान वस्तूंची आयात करते.

तक्ता : १९४७ मध्ये अमेरिकेत निर्यात १ दशलक्ष डॉलरने कमी करण्यासाठी आणि आयात पर्यायी वस्तू १ दशलक्ष डॉलरने वाढविण्यासाठी अधिक भांडवल आणि श्रम

	निर्यात	**आयात पर्यायी वस्तू**
भांडवल १९४७ च्या किंमतीनुसार (००० डॉलर)	२५५१	३०९१
श्रम (श्रमवर्ष)	१८२	१७०
भांडवल-श्रम गुणोत्तर	१३.९९	१८.१८

वरील तक्त्यावरून असे दिसून येते की, अमेरिकेत निर्यात उद्योगात उत्पादन कमी केल्यास भांडवल व श्रम मुक्त होतात. तर आयात पर्यायी उद्योगात उत्पादन

वाढविण्यासाठी अधिक भांडवल आणि श्रम लागतात. म्हणजेच अमेरिका श्रमप्रधान वस्तूंची निर्यात करते व भांडवलप्रधान वस्तूंची आयात करते. अशा रीतीने विरोधाभासाच्या प्रश्नाचे विश्लेषण केले आहे.

Libenstein's Theory of Population - लाइबेनस्टाईनचा लोकसंख्याविषयक सिद्धान्त

लोकसंख्याविषयक सिद्धान्त अगदी अलीकडच्या काळात मांडणारा लाइबेन्स्टाईन हा प्रसिद्ध अर्थतज्ज्ञ होऊन गेला. लाइबेन्स्टाईन याने लोकसंख्या वाढीचा सिद्धान्त इ. स. १९६३ मध्ये जगासमोर ठेवला. सिद्धान्ताचे दृष्टिकोन खालील प्रमाणे :-

(अ) लाइबेन्स्टाईनच्या मते जर लोकसंख्या जास्त असेल तर राहणीमानाचा दर्जा निकृष्ट असतो.

(ब) लोकसंख्येची जास्त घनता आर्थिक विकासाला प्रेरक ठरेल असे नाही. आर्थिक विकास हा प्रामुख्याने कच्च्या मालाची एकूण उपलब्धतता व गुणवत्ता, भांडवल पुरवठा, तांत्रिक प्रगती आणि उत्पादनाचे नियम इत्यादी घटकांवर अवलंबून असतो.

(क) जर जन्मदर कमी होऊ लागला तर आर्थिक विकास वाढतो. म्हणूनच आर्थिक विकासाच्या विविध उपक्रमांना अग्रक्रमाने प्राधान्य देणे आवश्यक असते. तसेच जन्मदर नियंत्रित करण्यासाठी विविध उपाय योजणे गरजेचे असते.

लाइबेन्स्टाईन याने अविकसित आणि मागासलेल्या अर्थव्यवस्थांचा लोकसंख्याशास्त्रीय स्तरानुसार अभ्यास करून काही महत्त्वाचे निष्कर्ष काढले ते खालीलप्रमाणे :-

(१) अविकसित व मागासलेल्या देशांमधील लोक विकसित देशांमधील लोकांच्या तुलनेत अविचारी किंवा कमी विचारी असतात. त्यांना लोकसंख्या नियंत्रणाची साधने व पद्धती यांचे ज्ञान नसते. त्यामुळे त्यांचे लोकसंख्येच्या (नियंत्रित) महत्त्वाकडे दुर्लक्ष होते.

(२) अविकसित व मागासलेल्या देशामध्ये मृत्यूंचे तसेच जन्माचे प्रमाण फार असते.

(३) अविकसित व मागासलेल्या देशांमध्ये सर्वसामान्यपणे अपत्यांच्या उपयोगितेपेक्षा पालनपोषणावर कमी खर्च होतो.

(४) लाइबेन्स्टाईनच्या मते अपत्यापासून आईवडिलांना तीन प्रकारची उपयोगिता प्राप्त होते.

(अ) अपत्यापासून आईवडिलांना वैचारिक आनंद व प्रेम मिळते.

(ब) लहान वयापासून मुले शेतीची व इतर कामे करून कुटुंबाच्या उत्पन्नाला हातभार लावू शकतात.

(क) वृद्धापकाळातील आधार म्हणून या अपत्यांचा उपयोग होतो.

लाइबेन्स्टाईनने उत्पन्नवाढीचा परिणाम जन्मदर व मृत्युदर कमी होण्यात व लोकसंख्या वाढीवर कसा होतो त्याचे तीन मुख्य घटक स्पष्ट केले आहेत.

(१) उत्पन्नात वाढ झाल्यास मृत्युदरात घट होते.

(२) उत्पन्नात वाढ होत असताना काही मर्यादेपर्यंत जन्मदरात घट होत नाही उलट त्यात थोडीफार वाढच होत असते. परंतु उत्पन्नवाढीच्या काही मर्यादेनंतर मात्र कमी अपत्ये व लहान कुटुंब ही भावना अधिक प्रभावी ठरून जन्मदर कमी होतो.

(३) जेव्हा उत्पन्न फारच मोठ्या प्रमाणात वाढते तेव्हा जन्मदर व मृत्युदर हे दोन्हीही मोठ्या प्रमाणात कमी होतात.

लोकसंख्यावाढ आणि आर्थिक विकास यांचा मूलभूत संबंध असल्यामुळे लोकसंख्या वाढीचा आणि आर्थिक विकासाचा आंतरसंबंध या सिद्धान्तातून मोठ्या प्रमाणावर प्रतिबिंबित होतो. यामुळेच हा अलीकडच्या काळातील लोकसंख्याविषयक महत्त्वाचा सिद्धान्त आहे.

Linder's Trade Volume Theory - लिंडरचा व्यापार-आकारमान आणि मागणी पद्धतीचा सिद्धान्त

एस.बी. लिंडर या स्विडीश अर्थशास्त्रज्ञाने "An Essay on Trade and Transformation 1961' या लेखातून हा सिद्धान्त मांडला. त्याच्या मते देशाचे दरडोई उत्पन्न वाढते, त्यातून मागणी पद्धत विस्तारते. उत्पादन वाढीबरोबर उत्पादन खर्च घटतो, देशाला नवीन तौलनिक निर्यात लाभ होतो.

लिंडरने प्राथमिक वस्तूंचा व्यापार आणि औद्योगिक वस्तूंचा व्यापार असा फरक केला. नैसर्गिक देणग्यांच्या आधारे प्राथमिक वस्तू व्यापार स्पष्ट होतो. औद्योगिक वस्तू व्यापार तांत्रिक श्रेष्ठत्व, व्यावसायिक उत्पादन प्रमाण, लाभ यानुसार ठरतो. त्याचे निश्चित प्रमाण त्याने दिले नाही.

औद्योगिक वस्तूंच्या व्यापारासाठी देशांतर्गत मागणीच्या समवेत निर्यात असली पाहिजे. कारण अंतर्गत व्यापाराचा विस्तार म्हणजे परकीय व्यापार होय. उपलब्ध उद्योगधंद्यात दररोज नावीन्य आढळते. अंतर्गत मागणीमुळे निर्यात शक्यता निर्माण होते. मात्र परकीय बाजार धोकादायक असतो. त्यामुळे उत्पादक परकीय बाजारपेठेवर विसंबून राहात नाही. म्हणून अंतर्गत मागणी पद्धत निर्यात क्षमता आकारमान ठरवीत असते. एखादा देश अंतर्गत मागणीत प्रभावी असलेल्या वस्तूंचीच निर्यात

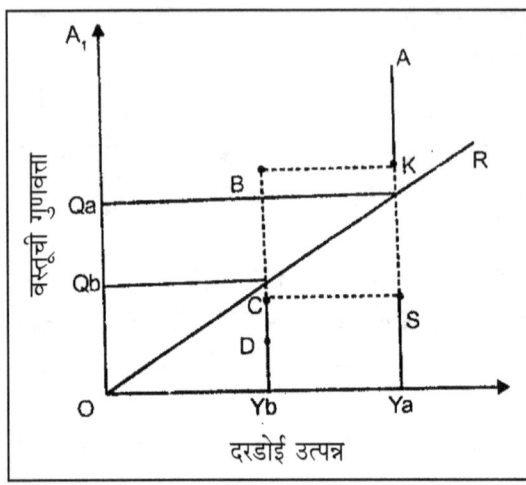

करतो. त्यामुळे त्या उद्योगांना मोठ्या प्रमाणावरील उत्पादनाचे फायदे मिळतात.

वरील आकृतीमध्ये अमेरिका व ब्रिटन हे दोन देश विचारात घेतले आहेत. त्या देशातील दरडोई उत्पन्न क्षितिजाशी समांतर दाखविले. वस्तूची गुणवत्ता उभ्या अक्षावर दाखविली. OR किरण त्यातील संबंध दर्शवितो. अमेरिकेत दरडोई उत्पन्न OYa आहे. अमेरिकेत दरडोई उत्पन्न वाढत असल्याने OYa ला मागणी आहे. ब्रिटनमध्ये दरडोई उत्पन्न कमी असल्यामुळे मागणी कमी आढळते. जर देशात राष्ट्रीय उत्पन्नाचे समान वाटप असेल तर व्यापार अस्तित्त्वात येणार नाही. या आकृतीत अमेरिकेत राष्ट्रीय उत्पन्न विभाजन असे आहे की दोन्ही वस्तूंना मागणी आहे. ती AS ने दाखविली आहे. इंग्लंड मधील मागणी BD ने दाखविली. दोन्हींमधील तफावत BC = KS आहे. दोन्ही देशात व्यापार शक्य आहे. अमेरिकेत दरडोई उत्पन्न जास्त आहे म्हणून Qa उच्च प्रतीची वस्तू निर्यात होते व ब्रिटन ती आयात करतो तर ब्रिटनमधून Qb कमी प्रतीची वस्तू निर्यात होते.

Liquidity Preference Curve - रोखता पसंतीचा वक्र

केन्स यांच्या समीकरणाप्रमाणे

रोखतेच्या एकूण मागणीचा वक्र = (LP) = $L_1 + L_2$

येथे L_1 = खरेदी व तरतुदीसाठी होणारी मुद्रेची मागणी

L_2 = परिकल्पन हेतूसाठी होणारी मुद्रेची मागणी

वरील दोन मागण्यांपैकी खरेदी व तरतुदीसाठी होणारी मुद्रेची मागणी (L_1) सामान्यत: अल्पकाळात स्थिर असते. व्याजाचा त्यावर परिणाम होत नाही. मात्र परिकल्पन हेतूसाठी होणारी मुद्रेची मागणी (L_2) बदलते कारण ती व्याजदरावर अवलंबून असते. थोडक्यात मुद्रेच्या मागणीतील बदल प्रामुख्याने परिकल्पन हेतूमुळे होतो आणि तो व्याजदराच्या विरुद्ध दिशेने होतो. म्हणून रोखता पसंतीचा वक्र

या सिद्धान्तानुसार ऋणयोग्य रकमांची मागणी व ऋणयोग्य रकमांचा पुरवठा यांच्या संतुलनाने व्याजदर निश्चित होतो. जेथे ऋणयोग्य निधीची मागणी व पुरवठा समान होतात, तेथे व्याजदर निश्चित होतो.

ऋणयोग्य निधी सिद्धान्तानुसार व्याजाचा दर ऋणयोग्य निधीची मागणी व ऋणयोग्य निधीचा पुरवठा यांच्या समन्वयाने निर्धारित होतो. जेथे ऋणयोग्य निधीची मागणी व पुरवठा समान होतात तेथे व्याजदर निश्चित होतो. आकृतीच्या साह्याने हे खालील प्रमाणे दाखविता येते.

य
म
प
प
म
न
ऋणयोग्य निधीचा मागणी/पुरवठा

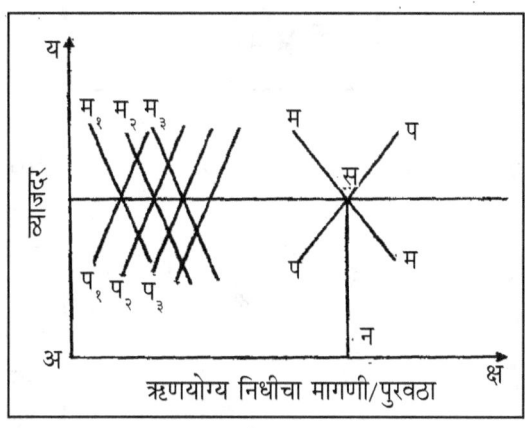

अक्ष अक्षावर ऋणयोग्य निधीची मागणी व पुरवठा तर अक्ष अक्षावर व्याजाचा दर घेतला आहे. म१, म२, म३ हे अनुक्रमे ऋणयोग्य निधीची संग्रहण उपभोग व गुंतवणूक यांच्यासाठी केलेल्या मागणीचे वक्र आहेत. प१, प२, प३ व प४ हे पुरवठा वक्र अनुक्रमे अपसंग्रहण, अपगुंतवणूक बचत व अधिकोष प्रत्यय दर्शविणारे वक्र आहेत. मम आणि पप हे एकूण मागणी व एकूण पुरवठा यांचे वक्र आहेत. हे वक्र परस्परांना स बिंदूत छेदतात व व्याजदर 'सन' हा प्रस्थापित होतो. या वेळेस ऋणयोग्य निधीची मागणी व पुरवठा अन इतके आहेत.

Location Quotient - स्थानांक

सार्जंट फ्लॉरेन्स यांनी औद्योगिक स्थाननिश्चितीच्या सिध्दान्ताचे विश्लेषण करताना 'स्थानांक' या संकल्पनेचा उपयोग केला आहे. कोणत्या प्रदेशात कोणत्या उद्योगाचे स्थानियीकरण किती प्रमाणात झाले आहे, हे ठरविण्यासाठी स्थानांकाचा उपयोग केला जातो. स्थानांक काढण्यासाठी फ्लॉरेन्स यांनी (१) एकूण कामगार, (२) प्रदेशातील कामगारांचा वाटा, (३) उद्योगातील एकूण कामगार, (४) उद्योगातील कामगारांचा वाटा या चार गोष्टींचा विचार केला आहे. स्थानांक काढण्यासाठी खालील दोन पद्धतींचा वापर केला जातो.

(१) उद्योगातील कामगारांचा प्रादेशिक हिस्सा आणि एकूण कामगारांचा प्रादेशिक हिस्सा यांचे गुणोत्तर काढणे.

(२) प्रदेशातील एकूण कामगारांचा उद्योगातील हिस्सा आणि एकूण कामगारातील उद्योगाचा हिस्सा यांचे गुणोत्तर काढणे.

वरील दोन्ही पद्धतीपैकी कोणत्याही पध्दतीचा उपयोग केला तरी स्थानांक सारखाच येतो. जेव्हा गुणोत्तराचे उत्तर एकापेक्षा अधिक असते तेव्हा त्या प्रदेशात उद्योगांचे केंद्रीकरण झाले आहे असा त्याचा अर्थ होतो. जेव्हा गुणोत्तर एकाच्या आसपास असते तेव्हा उद्योग देशभर सारख्याच प्रमाणात विभागला आहे, असा अर्थ निघतो. तसेच गुणोत्तर जेव्हा शून्य येते तेव्हा उद्योग त्या विशिष्ट प्रदेशात नसून इतरत्र केंद्रित झालेला आहे, असा त्याचा अर्थ होतो.

Lorenz Curve - लॉरेन्झ वक्र

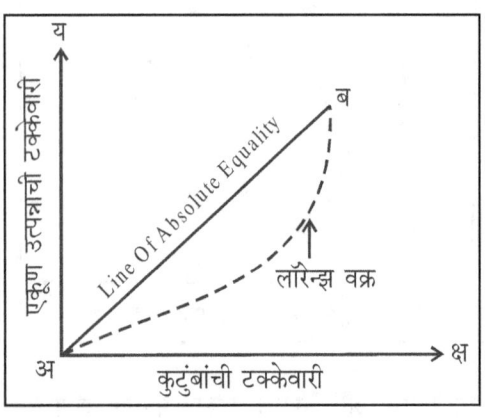

आर्थिक विषमतेचे मापन प्रतिशत कुटुंबसंख्येला प्राप्त होणाऱ्या प्रतिशत राष्ट्रीय उत्पन्नाच्या प्रमाणावरून करतात. हे मापन कसे केले जाते, ते लॉरेन्झच्या विभागणी वक्र रेषेच्या साहाय्याने दर्शविता येते. पुढे दिलेल्या आकृतीत लॉरेन्झ वक्ररेषा काढताना, खालच्या 'क्ष' अक्षावर डावीकडून उजवीकडे कुटुंबसंख्येची टक्केवारी गरीब कुटुंबापासून सुरुवात करून दाखविली आहे. डाव्या बाजूच्या या अक्षावर खालून वर एकूण उत्पन्नाची टक्केवारी दाखविली आहे. लॉरेन्झ वक्रावरील प्रत्येक बिंदू, किती टक्के कुटुंबाच्या वाट्याला एकूण उत्पन्नाचा किती टक्के भाग आला हे दर्शवितो. 'अब' ही सरळ रेषा उत्पन्नन्नाच्या समविभाजनाची परिस्थिती व 'अब' ही खंडित वक्ररेषा विषम विभाजनाची परिस्थिती दाखविते. विभाजन जितके अधिक विषम तितका हा वक्र अधिक बहिर्गोल असतो. 'अब' हा कर्ण राष्ट्रीय उत्पन्नाची समप्रमाणात वाटणी दर्शवितो; म्हणजे 'अब' हा कर्ण, १० टक्के लोकसंख्येला १० टक्के राष्ट्रीय उत्पन्नाचा, २० टक्के लोकसंख्येला राष्ट्रीय उत्पन्नन्नाचा २० टक्के भाग; याप्रमाणे लोकसंख्येची टक्केवारी जितकी जास्त, तितक्याच प्रमाणात त्या कुटुंबसंख्येला राष्ट्रीय उत्पन्नाची टक्केवारी मिळेल, अशी समप्रमाणातील वाटणीची परिस्थिती दाखविते. राष्ट्रीय उत्पन्नाची विभागणी प्रत्यक्षात जेवढी विषम प्रमाणात झालेली असेल, तितकी 'अब' ही तुटक काढलेली वक्ररेषा

कर्णापासून दूर राहते. लॉरेन्झ वक्ररेषा जेवढी जास्त वक्र असेल, तेवढी आर्थिक विषमता अधिक प्रमाणात असते.

Marginal Cost - सीमान्त खर्च

सीमान्त खर्च म्हणजे सीमान्त नगाच्या उत्पादनाने एकूण खर्चात होणारी निव्वळ वाढ होय. या नगाच्या उत्पादनामुळे एकूण खर्चात जो बदल होतो तो म्हणजे सीमान्त खर्च होय. अथवा उत्पादनातील बदलाशी संबंधित अशा एकूण खर्चातील बदलाला सीमान्त खर्च असे म्हणतात.

$$\text{सीमान्त खर्च} = \frac{\text{वस्तूच्या एकूण उत्पादनखर्चात होणारा बदल}}{\text{उत्पादित नगसंख्येत होणारा बदल}}$$

उदा. १००० नग तयार करण्यास ५००० रुपये खर्च आला आणि १००१ नग तयार करण्यासाठी ५००६ रु. खर्च आला तर १००१ या सीमांत नगाचा खर्च (५००६-५०००= ६ रुपये) ६ रुपये हा सीमांत खर्च होय.

खर्चातील बदल $= ५००६-५००० = ६$ रु.

आणि सीमान्त खर्च $= \dfrac{६}{१}$

$= ६$ रुपये हा सीमान्त खर्च

तसेच नगसंख्येतील बदल $= १००१-१००० = १$ नग

Marginal Efficiency of Capital - भांडवलाची सीमान्त लाभक्षमता

भांडवली संपत्तीपासून तिच्या संपूर्ण आयुष्यात अपेक्षित असणाऱ्या उत्पन्नाची, वर्तमान काळातील किंमतीची, भांडवली संपत्तीच्या पुरवठा किंमतीशी ज्या व्याजाच्या दराने बरोबरी केली जाते तो व्याजाचा दर म्हणजे, भांडवलाची सीमान्त लाभक्षमता होय.

थोडक्यात, नवीन भांडवली संपत्तीपासून तिचा खर्च वजा करून प्राप्त होणारा महत्तम अपेक्षित नफा, म्हणजेच भांडवलाची सीमान्त लाभक्षमता होय.

ही लाभक्षमता खालील सूत्राद्वारे निश्चित करता येते.

$$\text{MEC} = \frac{\text{ERC}}{\text{SPC}}$$

MEC $=$ भांडवलाची सीमान्त लाभक्षमता

ERC $=$ भांडवलाची अपेक्षित मिळकत

$$\text{SPC} = \frac{\text{भांडवलाची पुरवठा किंमत}}{\text{उत्पादनखर्च}}$$

Marginal Productivity Theory of Distribution - वितरणाचा सीमान्त उत्पादकता सिद्धान्त

सर्व उत्पादनघटकांच्या किंमत निश्चितीचे सामान्य तत्त्व सांगणारा हा सिद्धान्त १८९९ साली जॉन बेट्स क्लार्क (J. B. Clark) यांनी आपल्या 'The Distribution of Wealth' या पुस्तकात मांडला.

या सिद्धान्तानुसार प्रत्येक उत्पादनघटकाची किंमत त्याच्या सीमान्त उत्पादकतेनुसार ठरते. येथे सीमान्त उत्पादकता म्हणजे अन्य उत्पादन साधने स्थिर ठेवून एका उत्पादन घटकाची एक अतिरिक्त मात्रा उत्पादन कार्यात लावली असता, उत्पादनात पडलेली भर होय.

विभाजन म्हणजे कार्यात्मक विभाजन होय. अर्थव्यवस्थेमध्ये संपत्तीचे विभाजन विविध उत्पादन- घटकांमध्ये कसे होते हे स्पष्ट करण्यासाठी जॉन बेट्स क्लार्क यांनी ह्या सिद्धान्ताची मूलभूत संकल्पना मांडली. या सिद्धान्ताद्वारे उत्पादनघटकांचे मोबदले कसे ठरतात हे सांगण्याचा प्रयत्न केला गेला आहे.

संयोजक उत्पादनघटकाच्या सेवा विकत घेतो व उत्पादनघटकांनी केलेल्या कामाबद्दल किमतीच्या रूपाने मोबदला देतो. हे मोबदले त्यांच्या सीमान्त उत्पादकतेनुसार दिले जातात. बाजारात खुली स्पर्धा असते तेव्हा संयोजक उत्पादनघटकांना त्यांच्या सीमान्त उत्पादकतेपेक्षा अधिक मोबदले देत नाही. उत्पादनघटकांचे मोबदले त्यांच्या सीमान्त उत्पादकतेवरून ठरतात असे हा सिद्धान्त स्पष्ट करतो. एका उत्पादनघटकाची वाढ केल्यामुळे एकूण प्राप्तीत जी वाढ होते ती वाढ म्हणजेच सीमान्त उत्पादकता होय.

विभाजनाच्या सीमांत उत्पादकता सिद्धान्तामध्ये उत्पादन घटकांचे मोबदले कसे ठरतात हे सांगण्याचा प्रयत्न केला आहे. या सिद्धान्ताची मूलभूत संकल्पना सर एडवर्ड वेस्ट (West) यांनी मांडली. डॉ. जेव्हान्स यांनी सीमांत उत्पादकतेची कल्पना श्रम व भांडवलाचा मोबदला ठरविण्याच्या दृष्टिकोनातून मांडली. १९ व्या शतकाच्या शेवटी (१८८० - १८९०) विकस्टीड, मार्शल, क्लार्क ह्या विचारवंतांनी या सिद्धान्ताचे आपल्या लिखाणातून सविस्तर विश्लेषण केले.

संयोजक उत्पादनघटकांच्या सेवा विकत घेतो. उत्पादन घटकांनी केलेल्या कामाबद्दल किंमतीच्या रूपाने मोबदले देतो. हे मोबदले त्यांच्या सीमांत उत्पादकतेनुसार दिले जातात. बाजारात खुली स्पर्धा असते. संयोजक उत्पादन घटकांचे मोबदले त्यांच्या सीमांत उत्पादकतेवरून कसे ठरतात असे हा सिद्धान्त स्पष्ट करतो.

सीमांत उत्पादकता म्हणजे सीमांत भौतिक उत्पादन होय. सीमांत भौतिक उत्पादन म्हणजे वस्तुरूपी उत्पादन होय. उत्पादन घटकाने ज्या वस्तूंचे उत्पादन केलेले असते, त्यास त्यांच्या किंमतीने गुणल्यास सीमांतमूल्य उत्पादन मिळते.

त्यालाच सीमांत प्राप्ती उत्पादन असे सुद्धा म्हणतात. किंवा एका उत्पादन घटकाची वाढ केल्यामुळे एकूण प्राप्तीत जी वाढ होते, ती वाढ म्हणजे सीमांत प्राप्ती उत्पादन होय. त्यालाच दुसऱ्या भाषेत सीमांत उत्पादकता असे म्हणतात.

सीमांत उत्पादकता म्हणजे संयोजकाने एक उत्पादन घटक कामावर घेतल्यामुळे एकूण उत्पादनात होणारी वाढ होय.

मजूर	एकूण वस्तुरूप	नगाची किंमत (रुपये)	सीमांत उत्पादकता (नगात)	सीमांत उत्पादकता (रुपयात)
१.	३२	४	-	-
२.	७२	४	४०	१६०
३.	१२२	४	५०	२००
४.	१७६	४	५४	२१६
५.	२३६	४	६०	२४०
६.	२८६	४	५०	२००
७.	३३२	४	४६	१८४
८.	३७०	४	३८	१५२
९.	३९८	४	२८	११२
१०.	४१८	४	२०	८०

तक्त्यामध्ये पाचव्या रकान्यावरून बदलत जाणारी सीमांत उत्पादकता स्पष्ट होते. वरील तक्त्यात प्रत्येक घटकाच्या परिमाणाने एकूण उत्पादनात घातलेली भर कशी बदलत जाते, ते लक्षात घेणे महत्त्वाचे आहे. उत्पादन घटकाच्या (मजुराच्या) पाचव्या परिमाणापर्यंत प्रत्येक मजुराची उत्पादन क्षमता वाढत असलेली दिसून येते. परंतु त्यानंतर मात्र उत्पादनक्षमता घटलेली दिसते. वरील तक्त्यात दाखविलेल्या उत्पादन प्रक्रियेत केवळ मजूर हाच घटक बदलता ठेवून इतर घटक स्थिर आहेत असे मानले आहे. सहाव्या मजुरामुळे पूर्वीच्या २३६ नगांच्या उत्पादनात ५० नगांची भर पडली. आठव्या मजुरच्या मात्रेमुळे मात्र ३८ नगांचीच भर पडली. ५० नग, ३८ नग ही त्या त्या उत्पादन घटकाची (मजुराची) सीमांत उत्पादकता झाली. या उदाहरणात फक्त मजुराचाच विचार केलेला आहे. परंतु प्रत्यक्षात उत्पादन प्रक्रियेत 'मजूर' या घटकाबरोबर अन्यही घटकांचा वापर केला जातो.

सीमांत उत्पादकता सिद्धान्ताप्रमाणे असे मानण्यात येते की, उत्पादन घटकाला मिळणारा मोबदला हा त्याच्या सीमांत उत्पादकते इतका असतो. वरील उदाहरणातील

मजुराला मिळणारे वेतन त्याच्या सीमांत उत्पादकते इतके असते. ही उत्पादकता पैशामध्ये व्यक्त केली जाते. त्याकरिता त्या त्या परिमाणांच्या सीमांत उत्पादन फलाला त्या वस्तूंच्या किंमतीने गुणले की सीमांत उत्पादकता मिळू शकते. वरील तक्त्यामधील ५ व्या मजुराची सीमांत उत्पादकता = ६० × ४ = २४० रुपये आहे तर ९ व्या मजुराची सीमांत उत्पादकता २८ × ४ = ११२ रु. आहे. सीमांत उत्पादकतेमध्येही सीमांत उत्पादक फलाप्रमाणेच प्रवृत्ती दिसते. ती म्हणजे सीमांत उत्पादकता प्रथम वाढताना दिसते आणि नंतर घटत जाताना दिसते.

Marginal Productivity Theory of Wages - वेतनाचा सीमान्त उत्पादकता सिद्धान्त

विविध अर्थशास्त्रज्ञांनी श्रम या घटकाला मिळणाऱ्या मोबदल्याचा अभ्यास केला. त्यातूनच वेतनाच्या सीमान्त उत्पादकतेच्या सिद्धान्ताचा जन्म झाला. १८९० मध्ये 'Coordination of the Laws of Distribution' या आपल्या निबंधात विकस्टीड याने गणिती भाषेत हा सिद्धान्त मांडला.

उत्पादनामध्ये केवळ श्रमिकाची एक मात्रा वाढवून आणि इतर घटक स्थिर ठेवून उत्पादनक्रिया योग्य प्रकारे पूर्ण करता येत नाही. श्रमाच्या अधिक वापराबरोबर इतर घटकांच्याही मात्रा अधिक वापराव्या लागतात. तेव्हा श्रमाच्या वेतनाचा विचार करताना श्रमाच्याच सीमान्त उत्पादकतेचा प्रथम विचार करणे आवश्यक ठरते.

या सिद्धान्तानुसार उत्पादनात उत्पादनाचे इतर घटक स्थिर असताना श्रमाच्या मात्रेत वाढ केली असता एका मर्यादेपर्यंत उत्पादनात होणारी वाढ ही श्रमाच्या मात्रेच्या वाढीपेक्षा जास्त असते. पण त्यानंतर मात्र ही वाढ घटत्या प्रमाणात असते. एक अवस्था अशी येते की, श्रमाचे सीमान्त उत्पादन आणि त्याला देण्यात येणारा मोबदला ही परस्परांच्या बरोबर होते. थोडक्यात, श्रमाचे वेतन हे त्याच्या सीमान्त उत्पादकतेएवढे असते.

या सिद्धान्तातील गृहीतके याप्रमाणे -

(१) प्रत्येक उत्पादन घटकाचे निरनिराळे नग एकसारखे म्हणजे सर्व बाबतीत सारखे आहेत.

(२) एका घटकाऐवजी दुसरा घटक वापरता येण्यासारखी परिस्थिती आहे.

(३) उत्पादन घटकांची उत्पादकता मोजता येते.

(४) एखाद्या उत्पादन घटकाचे प्रमाण वाढवत गेल्यास त्याची सीमांत उत्पादकता कमी होत जाते.

(५) बाजारात पूर्ण स्पर्धा आहे.

(६) अर्थव्यवस्थेत पूर्ण रोजगार आहे.

(७) उत्पादन घटक पूर्णपणे अविभाज्य असतात.

(८) संयोजकाचा उद्देश नफा मिळविणे हा असतो.

(९) उत्पादन घटक गतिशील असतात.

(१०) हा सिद्धान्त दीर्घकाळ गृहीत धरतो.

आकृतीमध्ये 'अक्ष' अक्षावर कामगार संख्या आणि 'अय' अक्षावर सीमांत उत्पादकता दर्शविली आहे.

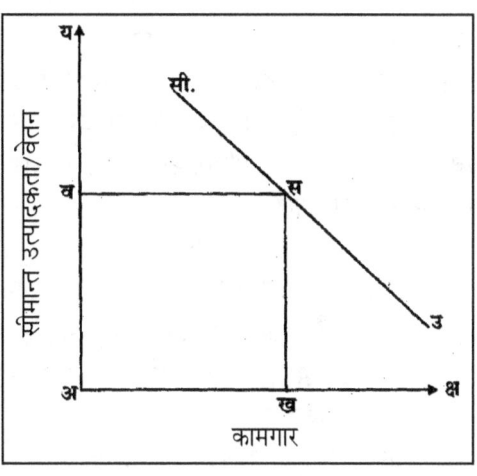

'अव' या सीमांत उत्पादकता (अव = खास) समान होत असल्याने उत्पादकाचा समतोल होऊन 'अख' एवढ्या श्रमिकांना रोजगार मिळतो. उत्पादक 'अख' पेक्षा अधिक कामगारांना रोजगार देणार नाही कारण वेतनदरापेक्षा (अव) सीमांत उत्पादकता कमी होऊन उत्पादकाला तोटा होईल. अशा प्रकारे जेव्हा सीमांत उत्पादकता व वेतन दोन्ही समान होतात, त्याठिकाणी तो कामगारांना कामावर घेणे थांबवतो. अशा रीतीने कामगारांचे वेतन सीमांत उत्पादकतेवरून ठरते. ह्या आकृतीत 'सीउ' हा सीमांत उत्पादकता वक्र आहे.

किंवा

वरील गृहीतांची परिस्थिती असताना एखादा उत्पादक घटक जेव्हा उत्पादन घटकांची मागणी करतो, तेव्हा त्या घटकाला किंवा घटकांच्या एका नगाला द्यावा लागणारा मोबदला आणि त्या नगापासून उत्पादनात होणारी वाढ म्हणजेच त्या नगाची उत्पादकता यांची तो तुलना करीत असतो. ज्यावेळी मोबदला कमी आणि उत्पादकता जास्त असेल त्यावेळी जास्त उत्पादन घटकांची मागणी करणे फायदेशीर असते. म्हणून उत्पादक घटकांची मागणी वाढते. ज्या ठिकाणी उत्पादन घटकांची उत्पादकता व उत्पादन घटकांना द्यावा लागणारा मोबदला समान होतात, त्या ठिकाणी मागणी थांबते तर ज्या वेळी सीमांत उत्पादन कमी व द्यावा लागणारा मोबदला जास्त असतो, त्या वेळी उत्पादकाचा तोटा होतो. अशा वेळी जास्त उत्पादन घटक कामावर घेणे बंद केले जाते. उत्पादन घटकांच्या नगात. जसजशी वाढ केली जाते, तसतशी त्यांची सीमांत उत्पादकता घटत जाते.

Mill's Theory of Reciprocal Demand : मिलचा अन्योन्य मागणी सिद्धान्त

रिकॉर्डोच्या व्यापार सिद्धान्तात दोन देशांतील व्यापार कोणत्या वस्तूसंबंधी व कसा असेल याचे स्पष्टीकरण देत नाही. व्यापारशर्ती, समतोल निश्चितीबाबत मिलचा अन्योन्य मागणी सिद्धान्त स्पष्टीकरण देतो. एका वस्तूच्या मागणीसाठी तो देश आपल्या किती वस्तू देऊ शकेल, याचे स्पष्टीकरण मिलचा सिद्धान्त देतो. व्यापारशर्ती निश्चितीत अन्योन्य मागणी महत्त्वाची असते. रिकार्डोच्या तौलनिक खर्च सिद्धान्ताची मिलच्या अन्योन्य मागणी सिद्धान्तामुळे पुनर्मांडणी झाली आहे. दोन देशातील प्रत्येक वस्तूचे उत्पादन वेगवेगळ्या श्रम खर्चाने होत असते असे रिकार्डो म्हणतो. मात्र ठराविक श्रम घटकाआधारे वेगवेगळे उत्पादन होते असे जे. एस. मिलने सांगितले.

जॉन स्टुअर्ट सिद्धान्ताची गृहीते : ही गृहीतके पुढील प्रमाणे आहेत.

(१) इंग्लंड आणि जर्मनी दोनच देशांचा व्यापार विचारात घेतला आहे.

(२) ताग आणि कापड या दोन वस्तू आहेत.

(३) दोन्ही देशांमध्ये दोन्ही वस्तूंचे उत्पादन स्थिर उत्पादन फल सिद्धान्तानुसार होते.

(४) वाहतूक खर्च नाही.

(५) दोन्ही वस्तूंची सारख्याच प्रमाणात गरज आहे.

(६) पूर्ण स्पर्धा आहे.

(७) पूर्ण रोजगार आहे.

(८) दोन देशांत खुला व्यापार आहे.

(९) दोन देशांत तौलनिक खर्च तत्त्व व्यापार संबंधात लागू आहे.

या गृहीतकांआधारे मिलचा अन्योन्य मागणी संबंध पुढील प्रमाणे स्पष्ट करता येतो.

वस्तुउत्पादनाची संख्या

देश	उत्पादन	
	ताग	कापड
जर्मनी	१०	१०
इंग्लंड	०६	०८

जर्मनीमध्ये एक माणूस वर्षभर १० ताग घटक किंवा १० कापड घटक निर्माण करतो. त्याच श्रमवेळेत इंग्लंडमध्ये तागाचे ६ आणि कापडाचे ८ घटक तयार होतात. मिलच्या मते इंग्लंडने जर्मनीकडून ताग घेणे आणि जर्मनीला कापड

निर्यात करणे दोन्ही देशांना किफायतशीर आहे. मात्र जर्मनीला ताग आणि कापड उत्पादनात इंग्लंडपेक्षा अधिक वाढावा आहे व इंग्लंडला कापड उत्पादनात कमी तोटा आहे.

व्यापारापूर्वी जर्मनीत कापड व ताग अंतर्गत उत्पादन खर्च प्रमाण १:१ तर इंग्लंडमध्ये ३:४ होते. व्यापार सुरू झाल्यास ताग उत्पादनात इंग्लंडपेक्षा जर्मनीला ५:३ एवढा आणि कापड उत्पादनात ५:४ एवढा लाभ होतो. थोडक्यात ५:३ लाभ मोठा आहे म्हणून ताग उत्पादन जर्मनीला लाभदायक आहे.

आंतरराष्ट्रीय व्यापारामुळे इंग्लंडला कापडनिर्यातीत व जर्मनीला ताग निर्यातीत लाभ होतो. जर्मनीत २ श्रम वेळ घटक तागाचे १० आणि कापडाचे १० नग निर्माण करतो व इंग्लंडमध्ये त्या श्रम वेळेत तागाचे ६ कापडाचे ८ नग तयार होतात. ताग आणि कापड यांचा देशांतर्गत व्यापार जर्मनीत १:१ आहे तर इंग्लंडमध्ये १:१.३३ आहे. मात्र प्रत्यक्ष वस्तू देवाणघेवाण प्रमाण अन्योन्य मागणीवर अवलंबून असते. त्यासाठी दुसऱ्या देशाच्या वस्तूसाठी पहिल्या देशाची मागणी किती बलवान आणि लवचिक आहे हे पाहावे लागेल. जर्मनीला इंग्लंडच्या कापडाची जास्त गरज म्हणजेच जर्मनीची मागणी ताठर असेल तर जर्मनी इंग्लंडच्या एका कापडाचा घटक मिळविण्यासाठी एक तागाचा घटक देऊ शकेल. परिणामी व्यापारातून जर्मनीचा लाभ इंग्लंडपेक्षा कमी असेल. या उलट जर्मनीची इंग्लंडच्या कापडाची मागणी तितकी तीव्र नसेल किंवा अधिक लवचिक असेल तर व्यापारशर्ती १:१,३३ इतके असेल. यात जर्मनीला इंग्लंडकडून जास्त कापड मिळू शकेल.

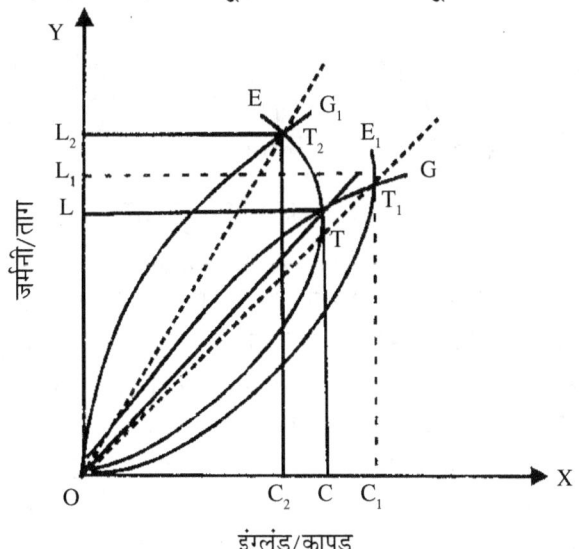

इंग्लंड/कापड

थोडक्यात परस्पर देवाणघेवाण शर्ती किंवा व्यापारशर्ती तौलनिक क्षमतेनुसार ठरतात, तसेच व्यापारशर्ती देशाच्या आयात कराव्या लागणाऱ्या वस्तूंच्या मागणीनुसार ठरतात. तसेच व्यापार विनिमय अटी स्थिर असून आयात होणाऱ्या वस्तूंची किंमत निर्यात करून दिली जाते. हा सिद्धान्त पुढील आकृती क्र. ५ नुसार स्पष्ट करता येतो.

या आकृतीत इंग्लंडने केलेले कापडाचे उत्पादन 'क्ष' अक्षावर आणि जर्मनीने केलेले तागाचे उत्पादन 'य' अक्षावर f दाखविले आहे. OP वक्र इंग्लंडचा प्रस्ताव वक्र (Offer Curve) आहे. OG वक्र जर्मनीचा प्रस्ताव वक्र आहे. त्या आधारे तो देश आपल्या उत्पादनातील किती नग देऊ शकेल ते ठरते. T बिंदूपाशी OE आणि OG वक्र छेदतात. तेथे समतोल होतो. इंग्लंड OC कापड देऊन OL ताग मिळवितो. यातील तागासाठी दिलेल्या कापडाचा विनिमय दर OT वक्राच्या उतारावर अवलंबून आहे.

एखाद्या देशाची वस्तूची मागणी वाढल्यास हा प्रस्ताव वक्र बदलतो. उदा. इंग्लंडला जर्मनीकडून जास्त ताग हवा आहे. त्यासाठी इंग्लंड जास्त कापड देऊ शकेल. ते OE_1 या प्रस्ताव वक्रानुसार दर्शविले आहे. तो वक्र जर्मनीच्या OG प्रस्ताव वक्रास T_1 येथे छेदतो. याचा अर्थ इंग्लंड OC_1 एवढे कापड देऊन OL_1 एवढा ताग घेतो. त्याचप्रमाणे जर्मनीला इंग्लंडकडून जास्त कापड हवे असल्यास जर्मनी OG_1 या प्रस्ताव व वक्रावर येतो. तेथे इंग्लंडच्या OE प्रस्ताव व वक्रास T_2 या बिंदूपाशी छेदतो. या परिस्थितीत जर्मनी OC_2 कापड मिळविण्यासाठी OL_2 ताग देवू शकते.

मात्र प्रत्यक्षात व्यापारशर्ती प्रत्येक देशाच्या मागणीच्या प्रस्ताववक्राच्या लवचिकतेवर अवलंबून असतात. ज्या देशाचा प्रस्ताव वक्र अधिक लवचिक असतो त्या देशाला व्यापारशर्ती अधिक प्रतिकूल असतात.

Modern Theory of Rent - खंडाचा आधुनिक सिद्धान्त

आधुनिक खंड विषयक सिद्धान्त, प्रा. मार्शल, प्रा. एफ. ए. वॉकर, प्रा. बेनहॅम, मिसेस जोन रॉबिन्सन इ. अर्थशास्त्रज्ञांनी रिकार्डोच्या खंडविषयक सिद्धान्तातील दोष / उणिवा टाळून अधिक वस्तुनिष्ठ, व्यापक आणि तर्कसंगत पद्धतीने मांडला. त्यामुळे हा सिद्धान्त जास्त शास्त्रीय आहे. आधुनिक अर्थशास्त्रज्ञांच्या मते, जमीन या उत्पादन घटकालाच खंड मिळतो असे नाही तर उत्पादनाच्या सर्वच घटकांना खंड स्वरूपाचे उत्पन्न मिळते. (भांडवल, श्रम, संयोजन, या घटकांना सुद्धा खंड मिळतो.)

प्रा. वॉकर यांच्या मते, जमिनीत जशी गुणभिन्नता असते तशीच ती मजूर; संशोधक या उत्पादक घटकातही असते. मजूर हे कमी अधिक कार्यक्षम असतात.

तसेच संयोजक सुद्धा कमी - अधिक चतुर, कौशल्यवान असतात. म्हणजेच त्यांच्यात गुणभिन्नता असते. म्हणून गुणभिन्नतेमुळे खंड फक्त जमिनीलाच मिळतो असे नाही, तर खंड हा श्रम, संयोजन या इतर उत्पादन घटकांनाही मिळतो.

प्रा. डॉ. मार्शल यांच्या मते, दुर्मिळतेमुळे उत्पादन घटकांना खंड मिळतो. उत्पादन घटकास मागणी जास्त असेल व त्यांचा पुरवठा कमी असेल, पुरवठा मानवी प्रयत्नाने सहजतेने वाढविता येत नसेल तर खंड उद्‌भवतो.

खंडाचा आधुनिक सिद्धान्त मांडण्याचे श्रेय श्रीमती जोन रॉबिन्सन यांना जाते. हा सिद्धान्त भूमीची दुर्मिळता व मर्यादित पुरवठा या वैशिष्ट्यावर आधारलेला आहे.

या सिद्धान्तानुसार कोणत्याही उत्पादन साधनाला त्याच्या न्यूनतम पुरवठा किमतीवर प्राप्त होणारे आधिक्य म्हणजे खंड होय. येथे किमतीचा अर्थ घटकाचा वैकल्पिक खर्च असा होतो.

प्रत्यक्षात मर्यादित पुरवठ्यामुळे उत्पादनघटकाला त्याच्या न्यूनतम पुरवठा किमतीपेक्षा जास्त किंमत दिली जाते. हे जास्तीचे उत्पन्न म्हणजे त्यांना मिळणारा खंड होय. अल्पकाळात उत्पादन घटकाचा पुरवठा एकदम वाढविणे शक्य नसल्यामुळे केवळ भूमीलाच नव्हे तर कोणत्याही घटकाला त्याच्या वैकल्पिक व्ययावर आधिक्य म्हणजे खंड प्राप्त होऊ शकतो, असे या सिद्धान्ताचे प्रतिपादन आहे.

मिसेस जोन रॉबिन्सन् यांच्या मते, एखादा उत्पादन घटक विशिष्ट उद्योगधंद्यात राहावा म्हणून त्याला जी कमीत कमी किंमत देणे आवश्यक असते, त्या किंमतीला बदली उत्पन्न किंवा बदली किंमत असे म्हणतात. बदली उत्पन्न या संकल्पनेच्या आधारे एखाद्या उत्पादन घटकाला मिळणाऱ्या खंडाचे मोजमाप करता येते. खंड विषयक आधुनिक सिद्धान्ताप्रमाणे प्रत्यक्ष मिळणारा मोबदला आणि बदली किंमत यातील फरक इतका खंड उत्पादन घटकाला मिळतो म्हणजेच प्रत्यक्ष मिळणाऱ्या मोबदल्यातून व उत्पन्नातून बदली उत्पन्न वजा केले असता राहिलेल्या रकमेइतका खंड त्या उत्पादन घटकास मिळेल. थोडक्यात कोणत्याही विशिष्टोपयोगी व अलवचिक पुरवठा असलेल्या घटकास बदली उत्पन्नापेक्षा मिळणारे अधिक्य म्हणजे खंड होय. उदा. एका कामगारास ४००० रु. पगार मिळत आहे, जर त्याने दुसऱ्या कंपनीत काम करावयाचे ठरविले तर त्यास ३५०० रु. पगार मिळणार असेल तर वास्तविक उत्पन्न हे बदली उत्पन्नापेक्षा ५०० रु. नी जास्त आहे, अशी स्थितीत खंड हा पाचशे रुपये होईल.

खंड = प्रत्यक्ष उत्पन्न - बदली उत्पन्न

= ४००० रु. - ३५०० रु.

= ५०० रु. इतका आर्थिक खंड राहील.

जर सदर कामगाराला इतर कामात सुद्धा दरमहा रु. ४००० इतका मोबदला मिळणार असेल तेथे खंड मिळणार नाही. तसेच कामगाराने नोकरी सोडल्यानंतर त्याला दुसरी नोकरी मिळणार नसेल तर किंवा त्याला दुसरा व्यवसाय करणे शक्य नसेल तर त्याला मिळणारे चालू उत्पन्न रु. ४००० ही सर्व रक्कम खंड असेल. रिकार्डोच्या मते जादा उत्पन्न किंवा खंड म्हणजे बदली उत्पन्नापेक्षा जादा असलेले उत्पन्न होय.

खंड मिळणार नाही. तसेच कामगाराने नोकरी सोडल्यानंतर त्याला दुसरी नोकरी मिळणार नसेल तर किंवा त्याला दुसरा व्यवसाय करणे शक्य नसेल तर त्याला मिळणारे चालू उत्पन्न रु. ४००० ही सर्व रक्कम खंड असेल. रिकार्डोच्या मते जादा उत्पन्न किंवा खंड म्हणजे बदली उत्पन्नापेक्षा जादा असलेले उत्पन्न होय.

खंड विषयक आधुनिक सिद्धान्तांनुसार खंडाचा उद्भव कसा होतो ते आकृतीच्या साहाय्याने अधिक स्पष्ट होईल.

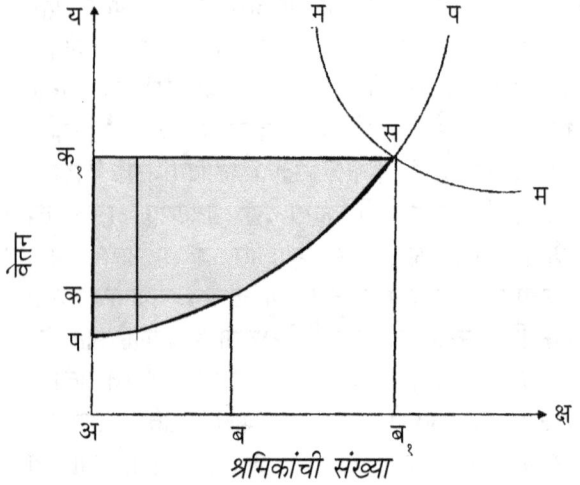

आकृती ५.७ मध्ये 'अक्ष' अक्षावर श्रमिकांची संख्या आणि 'अय' अक्षावर वेतन दर्शविले आहे. 'पप' हा पुरवठा वक्र आहे. तर 'मम' हा मागणी वक्र आहे. 'अप' इतके वेतन असताना श्रमिकांचा पुरवठा शून्य असतो. वेतनदरात वाढ झाली असता, आपोआप श्रमिकांची संख्या वाढते. पुरवठा वाढतो. 'अक' इतका वेतनदर असताना 'अब' इतका श्रमिकांचा पुरवठा होतो. उत्पादनासाठी अधिक श्रमिकांचा पुरवठा व्हावा अशी उत्पादकांची अपेक्षा असेल तर वेतनाच्या दरात वाढ करावी लागेल. वेतनाचे दर 'अक' पर्यंत वाढले असता श्रमिकांचा पुरवठा अब इतका होतो. अशा प्रकारे श्रमिकांना असणारी मागणी व त्यांचा पुरवठा यांच्यात 'स' या ठिकाणी

संतुलन होते. अशा स्थितीत सुरुवातीला कमी वेतन असतानाही काही श्रमिक काम करावयास तयार होतात. आणि म्हणूनच त्यांच्या बाबतीत वाढलेले वेतन हे खंडासारखे असते. वेतनाचे दर जरी अक१ वरून 'अक' पर्यंत कमी करण्यात आले तरी, 'अब' इतके श्रमिक काम करण्याचे पसंत करतात. 'अक' पेक्षा कमी वेतन दिले तर श्रमिक काम न करणेच अधिक पसंत करतील. अशा प्रकारे श्रमिकांना व्यवसायात त्यांनी काम करण्यासाठी टिकून राहावे म्हणून जो किमान मोबदला द्यावा लागतो, त्यालाच बदली उत्पन्न असे म्हणतात. प्रत्यक्षात मिळणारे उत्पन्न हे बदली उत्पन्नापेक्षा अधिकच कमी असू शकत नाही. मात्र काही वेळा प्रत्यक्षात उत्पन्न व बदली उत्पन्न हे समान असू शकते.

थोडक्यात, खंड विषयक आधुनिक सिद्धान्तानुसार पुढील निष्कर्ष काढता येतात.

(१) खंड विषयक आधुनिक सिद्धान्तानुसार खंड हा भूमीप्रमाणे इतर उत्पादन घटकांनाही मिळतो.

(२) कोणत्याही विशिष्टोपयोगी व अलवचिक पुरवठा असलेल्या घटकास बदली उत्पन्नापेक्षा मिळणारे आधिक्य म्हणजे खंड होय.

(३) एखाद्या उत्पादन घटकाचा एखाद्या उद्योगधंद्यातील खंड हा त्या घटकाचे वस्तुस्थितीतील उत्पन्न आणि बदली उत्पन्न यातील फरकाइतका असतो.

(४) खंडाचा उद्भव होण्यासाठी उत्पादन घटकाचा पुरवठा अलवचिक असला पाहिजे.

(५) जमिनीच्या संदर्भात विचार करता, व समाजाच्या दृष्टिकोनातून विचार केल्यास जमिनीचा पुरवठा हा स्थिर वा न बदलणारा असतो. जमिनीचा पुरवठा हा तिच्या मागणीच्या मानाने कमी असतो. त्यामुळे जमिनीच्या बाबतीत नेहमीच खंडाचा उद्भव होतो.

थोडक्यात रिकार्डोच्या खंडविषयक सिद्धान्तापेक्षा आधुनिक सिद्धान्त हा जास्त व्यापक, वस्तुनिष्ठ आणि तर्कसंगत आहे.

Modern Theory of Wages - वेतनाचा आधुनिक सिद्धान्त

आधुनिक अर्थशास्त्रज्ञांच्या या सिद्धान्तानुसार श्रमिकाच्या वेतन निर्धारणाचा विचार करताना इतर घटकांचा जसा विचार केला जातो, तसा श्रमाचा विचार करता येत नाही कारण श्रम हा उत्पादनाचा सजीव घटक आहे तसेच श्रम आणि श्रमिक एकमेकांपासून वेगळे करता येत नाहीत. प्रत्येक श्रमिकाची कार्यक्षमता भिन्न असते. याशिवाय भिन्न बाजारपेठेनुसार कामगारांची मागणी आणि पुरवठा भिन्न असतो.

वेतनाच्या आधुनिक सिद्धान्तानुसार अर्थव्यवस्थेतील वेतनदर, श्रमाची मागणी आणि पुरवठा यांच्या संतुलनातून निर्धारित होत असतो.

वेतनाचा आधुनिक सिद्धान्त वेतन ठरविण्यासाठी अधिक समाधानकारक मानला जातो. या सिद्धान्ताला श्रमाच्या मागणी-पुरवठ्याचा सिद्धान्त म्हणतात.

व्याख्या : ''ज्याप्रमाणे वस्तूची किंमत ही वस्तूच्या मागणी-पुरवठ्याने ठरते, त्याचप्रमाणे श्रमाचे वेतन श्रमिकांच्या मागणी-पुरवठ्यानुसार ठरते. हा सिद्धान्त पुढील गृहीतांवर अवलंबून आहे.

गृहीते :-

(१) सर्व श्रमिक समान असतात.

(२) वस्तूंच्या व श्रमाच्या बाजारात पूर्ण स्पर्धा असते.

(३) श्रमिक पूर्णतः गतिशील असतात.

(४) श्रमिकांच्या संघटना नसून ते आपल्या श्रमाची विक्री स्वतंत्रपणे करतात.

(५) श्रमिकांची मागणी करणाऱ्या संस्थांची संख्या जास्त असते.

श्रमिकांची मागणी संयोजक किंवा उत्पादक करीत असतो. वेगवेगळ्या वेतनदरांवर श्रमिकांची मागणी सुद्धा वेगवेगळी राहील. श्रमिकांची मागणी त्यांच्या सीमांत उत्पादकतेवर अवलंबून असते.

श्रमाची मागणी ही वस्तूच्या मागणीमुळे निर्माण होते. वस्तूच्या मागणीत वाढ झाली तर श्रमाच्या मागणीतही वाढ होते.

श्रमिकांची मागणी इतर उत्पादन घटकांच्या किंमतीवर अवलंबून असते. उत्पादनाच्या इतर घटकांच्या किंमती जास्त असतील तर श्रमाची मागणी जास्त राहील. इतर घटकांच्या किंमती कमी असतील तर श्रमाची मागणीही कमी राहील.

श्रमिकांची मागणी उत्पादनाच्या तांत्रिक स्थितीवर अवलंबून असते. सीमांत उत्पादकता = वेतन, या अवस्थेपर्यंतच श्रमिकांची मागणी केली जाते.

अल्पकाळात श्रमिकांचा मागणी वक्र वरून खाली येणारा व डावीकडून उजवीकडे सरकणारा असतो. याचा अर्थ असा की, वेतनात वाढ झाली तर श्रमिकांची मागणी कमी होते आणि वेतनात घट झाली तर श्रमिकांची मागणी वाढते.

अशा रीतीने श्रमिकांची मागणी पुढील घटकांवरून ठरते.

(१) कामगार उत्पादन करीत असलेल्या वस्तूची मागणी.

(२) एकूण खर्चाशी श्रमिकावरील खर्चाचे प्रमाण

(३) इतर पर्यायी घटकांची उपलब्धता

(४) भांडवलदारांची गुंतवणूक करण्याची इच्छा

(५) कालावधी.

श्रमाचा पुरवठा : वेतनाचा दर व श्रमिकांचा पुरवठा यात प्रत्यक्ष संबंध आढळतो. वेतनाच्या दरात वाढ झाली तर श्रमिकांचा पुरवठा जास्त राहिल व वेतनदरात घट झाली तर श्रमिकांचा पुरवठा कमी राहील.

श्रमाला आपण श्रमिकापासून वेगळे करू शकत नाही. श्रमिक आपल्या सेवेची विक्री करीत असतो.

श्रमिकांचा पुरवठा म्हणजे वेगवेगळ्या वेतन दराला विशिष्ट प्रकारचे काम करू इच्छिणाऱ्या कामगारांची एकूण संख्या होय. किंवा विशिष्ट वेतन दरास किती तास अथवा आठवड्यातील किती दिवस श्रमिक काम करू इच्छितात, ते श्रमतास अथवा श्रम दिवस म्हणजे श्रमाचा पुरवठा होय.

श्रमिकांचा पुरवठा दोन प्रकारच्या घटकांवर अवलंबून असतो.

अ) आर्थिकेतर घटक : आर्थिकेतर घटकात श्रमिकांचा आळस, त्यांच्या घरची आर्थिक परिस्थिती, तसेच रूढी, परंपरा, सांस्कृतिक व सामाजिक परिस्थिती, श्रमिकांचा स्वभाव इ. घटकांचा श्रमिकांच्या पुवठ्यावर परिणाम घडून येतो. श्रमिकांचा पुरवठा लोकसंख्या, लोकसंख्येचे वयानुसार विभाजन, श्रमाची गतिशीलता, श्रमिकांची काम करण्याची इच्छा, श्रमिकांची कार्यक्षमता इ. घटकांवर अवलंबून असतो.

ब) आर्थिक घटक : वेतनाचा दर जास्त असेल तर श्रमिकांचा पुरवठा वाढतो. एखाद्या उद्योगात वेतनाचे दर जास्त असतील तर त्या उद्योगाकडे जास्त श्रमिक आकर्षिक होतील.

श्रमाचा पुरवठा

आकृतीमध्ये 'अक्ष' अक्षावर श्रमाचा पुरवठा व 'अय' अक्षावर वेतनदर दर्शविला आहे. 'पप' हा मागे वळणारा पुरवठा वक्र काढला आहे. वेतनदर 'अक' पेक्षा जास्त वाढल्यास श्रमिकांचा पुरवठा वाढण्याऐवजी कमी होतो. हे या वक्रावर दिसून येते. पूर्ण स्पर्धेत श्रमिकांचा पुरवठा संपूर्ण लवचिक असतो. व्यक्तिगत उद्योग संस्था श्रमिकांच्या वेतनावर प्रभाव पाडू शकत नाही. श्रमाचा पुरवठा वक्र प्रथम डावीकडून उजवीकडे वर चढत जाणारा असतो व एका विशिष्ट मर्यादेनंतर तो डावीकडे मागे

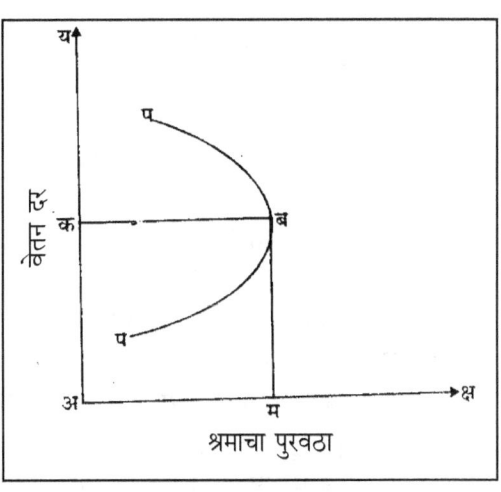

वळतो म्हणजेच 'अय' अक्षाकडे झुकू लागतो.

मागणी पुरवठ्याचे संतुलन : श्रमाच्या मागणी आणि पुरवठ्याचे संतुलन कसे साधले जाते याचे स्पष्टीकरण आकृतीमध्ये दर्शविले आहे.

पूर्ण स्पर्धेच्या बाजारात विशिष्ट प्रकारच्या श्रमिकांसाठी असलेली मागणी व त्यांचा पुरवठा दाखविणारे वक्र ज्या ठिकाणी एकमेकांना छेदतात त्या ठिकाणी वेतनदर निश्चित होतो. समतोल वेतनदर श्रमाच्या सीमांत प्राप्ती उत्पादन क्षमते-इतका असतो.

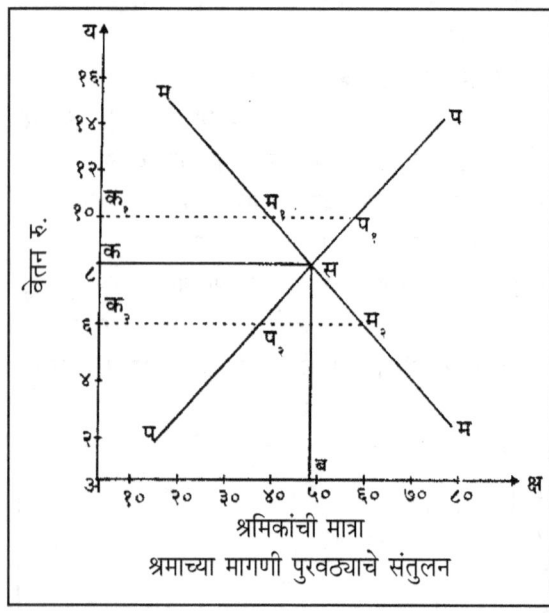

श्रमाच्या मागणी पुरवठ्याचे संतुलन

आकृती ५.४ मध्ये 'अक्ष' अक्षावर श्रमिकांची मागणी व पुरवठा आणि 'अय' या अक्षावर वेतन दर्शविले आहे. 'मम' हा मागणी वक्र आणि 'पप' हा पुरवठा वक्र आहे.

वरील आकृतीत श्रमिकांच्या मागणी व पुरवठ्याद्वारे वेतनाचा दर निश्चित होतो. 'स' हा संतुलन बिंदू आहे. 'अब' हा संतुलित मागणी पुरवठा वक्र असून 'अक' हे वेतन आहे. संतुलित मागणी पुरवठा ४० असताना वेतनाचा दर ८ रु. एवढा आहे.

'अक' हा वेतनाचा संतुलित दर होणार नाही. कारण अक वेतन असताना क१ म१ मागणी आहे. तर क१ प१ पुरवठा आहे. मागणी ३० तर पुरवठा ५० अशी अवस्था आहे. म्हणजेच मागणीपेक्षा पुरवठा जास्त आहे.

'अक'२ सुद्धा वेतनाचा संतुलित दर होणार नाही. कारण अक२ वेतन दराला क२ प२ पुरवठा आहे तर क२ म२ मागणी आहे. पुरवठा ३० तर मागणी ५० आहे. म्हणजेच पुरवठ्यापेक्षा मागणी जास्त आहे. वरील आकृतीत फक्त ८ रु. हाच वेतनदर निश्चित होऊ शकतो व या वेतनदराला असणारी श्रमाची मागणी व पुरवठा ४० एवढा राहील.

Neo-Classical Theory of Development - आर्थिक विकासाचा नव-अभिमतपंथी सिद्धान्त.

१९ व्या शतकातील तांत्रिक शोधांचा परिणाम आर्थिक विचारधारेवरही झालेला दिसून येतो. या काळातील आर्थिक विकासास पोषक अशा प्रवृत्तींमुळे विकासाबाबत एक आशावादी दृष्टिकोन समोर आला. विशेषत: ज्या देशांमध्ये वास्तविक वेतन हे निर्वाह वेतन पातळीपेक्षा जास्त होते, तेथील अर्थशास्त्रज्ञांनी निर्वाह वेतन सिद्धान्ताचा त्याग करून भविष्यकाळातील वेगवान विकासाचे भाकित वर्तविले. हे अर्थशास्त्रज्ञ नव-अभिमतपंथी विचारधारेतील होते. १८७० ते १९३० या काळात त्यांनी अभिमतपंथी विवेचनाचे स्वरूप बरेच बदलून टाकले. या अर्थशास्त्रज्ञांमधील उल्लेखनीय व्यक्ती म्हणजे इंग्लंडचे मार्शल, जेव्हन्स, विकस्टीड, एजवर्थ, ऑस्ट्रियाचे मंजर, वीजर, बॉमबॉवर, आणि इतर देशांमधील थूनेन, कुर्नो, विकसेल, पॅरटो, जे. वी. क्लार्क, वॉलरा यासारखे अर्थशास्त्रज्ञ होत. या सर्वांचा प्रतिनिधिक असा नव- अभिमतपंथी विचार पुढील भागात स्पष्ट केला आहे.

या विचारधारेतील विकासाचे स्पष्टीकरण प्रामुख्याने अल्पकालीन दृष्टिकोनातून केलेले आहे. त्यांच्यामते, साधनांच्या निश्चित पुरवठ्याच्या परिस्थितीत मक्तेदारीयुक्त बाजारपेठेच्या स्पर्धात्मक वातावरणात राष्ट्रीय उत्पन्नाची जास्त वेगाने वाढ होते. कारण स्पर्धेमुळे साधनांचे अधिक कार्यक्षम वितरण होऊ शकते, म्हणजे दीर्घकाळाचा विचार करण्यापेक्षा, उत्पन्नाचे वितरण मूल्यनिर्णय किंवा संतुलनाचा अभ्यास करताना त्यांनी आपली कक्षा अल्पकाळापुरती सीमित ठेवली.

(१) भांडवल संग्रहण : या संदर्भात व्याजाच्या दराचा विचार करताना मात्र नव-अभिमतपंथी विचारवंतांनी त्यांचे विवेचन अल्पकाळाच्या पुढे नेले. भांडवल संग्रहणाबाबत त्यांचे विचार, काही अपवाद सोडल्यास, सारखेच दिसून येतात.

विशिष्ट तांत्रिक परिस्थितीमध्ये श्रम आणि भांडवल या घटकांचे प्रमाण स्थिर असणे आवश्यक नसून त्यांच्यात प्रतिस्थापन करणे शक्य आहे. विशेषत: श्रमाच्या ऐवजी भांडवलाची मात्रा वाढविणे जास्त शक्य असते. याचा अर्थ असा की लोकसंख्या कायम असतानासुद्धा भांडवलाचा साठा व पर्यायाने राष्ट्रीय आणि दरडोई उत्पन्न वाढू शकते. परंतु तांत्रिक परिस्थिती तीच कायम राहिल्यास याचा परिणाम भांडवलाची सीमांत उत्पादकता घटण्यात होईल.

भांडवल संग्रहणाच्या प्रक्रियेत व्याजाच्या दराला महत्त्वाचे स्थान आहे. प्रथमत: व्याजाचा दर आणि उत्पन्नाच्या पातळीनुसार बचतीचा दर निश्चित होतो. सामान्यत: लोकांना भविष्यकाळातील अनिश्चिततेमुळे आजच्या उत्पन्नाची अभिलाषा जास्त असते. त्यामुळे त्यांनी उत्पन्नाचा वापर अन्यत्र करण्यापेक्षा बचतीकडे करण्यासाठी

व्याजाचा दर जास्त असायला हवा. जर त्यासोबत व्यक्तीचे उत्पन्न जास्त असेल तर अर्थातच तिची बचतीची इच्छा व क्षमतासुद्धा जास्त राहील.

दुसरी गोष्ट म्हणजे लोकसंख्या आणि तांत्रिक प्रगतीच्या विशिष्ट परिस्थितीत व्याजाच्या दरानुसार गुंतवणीचा दरसुद्धा ठरतो. लोकसंख्या कायम असताना समजा एखाद्या शोधामुळे गुंतवणीत एकदम वाढ होण्याची शक्यता निर्माण झाली तर भांडवली वस्तूंची मागणी वाढेल. परिणामत: व्याजाचा दर व पयार्याने बचतीचा दर हेसुद्धा वाढतील. तसेच घटकांच्या मर्यादेमुळे भांडवली वस्तूंची किंमतही वाढेल. यांचा परिणाम म्हणजे, होणारी गुंतवण जास्त नफा देणाऱ्या क्षेत्रातच सीमित राहाते. एकदा हे प्रकल्प पूर्ण झाल्यावर मात्र व्याजाचा दर आणि भांडवली वस्तूंची किंमत यात घट होते. कमी नफा देणारे प्रकल्प उत्तरोत्तर हाती घेतले जातात. शेवटी व्याजाचा दर इतक्या खालच्या पातळीला येतो की लोकांना बचत करण्याची इच्छा राहात नाही. परिणामत: अर्थव्यवस्था स्थैतिक पातळीला येते, कारण येथे भांडवलसंग्रहणाची प्रक्रिया थांबलेली असते. अर्थात या प्रक्रियेत पूर्ण रोजगाराचे अस्तित्त्व आणि मुद्रेचे कायम परिमाण गृहीत धरलेले आहे.

दुसऱ्या बाजूने, समजा तांत्रिक परिस्थिती कायम असताना श्रमाच्या साठ्यात वाढ झाली तर त्यामुळे वेतनाचा मौद्रिक दर घटून रोजगारात वाढ होईल. कारण वेतन-दर घटताना मुद्रेची समस्त मागणी कायम गृहीत धरण्यात आली आहे. या परिस्थितीत श्रम जास्त वापरून उत्पादनात वाढ करण्याची प्रवृत्ती असते. आणि त्यामुळे अस्तित्त्वातील भांडवली सामग्रीचा महत्तम वापर होऊन तिची सीमांत उत्पादकता वाढते. तसेच वस्तूंची मागणीसुद्धा वाढते, व्याजाचा दर वाढतो आणि बचत जास्त होऊन गुंतवणीच्या दरात वाढ होते. यानंतर मात्र पूर्वीप्रमाणेच क्रिया घडून अर्थव्यवस्था स्थैतिक पातळीला येते. अशावेळी नैसर्गिक संसाधनांचा पुरवठा भरपूर असेल तर दरडोई उत्पन्न वाढेल. उलट परिस्थितीत संसाधनांच्या मर्यादेमुळे, लोकसंख्या वाढत असताना, दरडोई उत्पन्न कमी होईल.

नव-अभिमतपंथी विवेचकांचे एक गृहीत तत्त्व म्हणजे नवीन शोध हे श्रमाची बचत करणारे व भांडवलाच्या वापरावर भर देणारे असतात.

(२) विकासाची प्रक्रिया : (अ) सातत्य - या विचारवंतांच्या मते आर्थिक विकासाची प्रक्रिया ही पायरी-पायरीने आणि सातत्याने घडून येणारी असते. मार्शलच्या मते, 'अचानक बदल निसर्गाच्या प्रक्रियेशी सुसंगत नसतात.' ही गोष्ट आर्थिक विकासाला विशेषपणे लागू होते. शुम्पिटरने ज्या प्रवर्तनांवर (Innovations) भर दिला तेसुद्धा अचानक घडणारे नसून सातत्याच्या प्रक्रियेतच बसतात. असे या विचारवंतांचे मत आहे. कारण सामान्यत: ज्या शोधांना 'अचानक' या स्वरूपाचे

समजले जाते तेसुद्धा अनेकांच्या सामूहिक व सतत चाललेल्या प्रयत्नांचे परिणाम असतात. याला उत्पादनाच्या तंत्रातील बदलही अपवाद नाहीत.

(ब) सुसंबद्धता : आर्थिक विकासामुळे समाजातील सर्व गटांचा, विशेषत: श्रमिकांचा फायदा होतो असे या अर्थशास्त्रज्ञांचे मत होते. मौद्रिक घटक किंवा तांत्रिक शोध यामुळे अर्थव्यवस्थेत जरी तात्पुरती बेकारी निर्माण होऊ शकत असली तरी दीर्घकाळात बेकारी असणे शक्य नाही. आर्थिक विकासाच्या प्रक्रियेचा कल पूर्ण रोजगाराकडेच असतो. या प्रक्रियेत वास्तविक वेतनातही वाढ होते. श्रमाची बचत करणाऱ्या शोधांमुळे जरी तात्पुरता प्रतिकूल परिणाम दिसून आला तरी कालांतराने त्या वस्तूंची आणि त्यांच्यासाठी आवश्यक अशा श्रमिकांची मागणी वाढते. अर्थात वेतनातही वाढ होते.

या काळात जमिनदार व भांडवलदार यांच्या उत्पन्नाचा भागसुद्धा वाढतो. पण रिकार्डो किंवा मार्क्सप्रमाणे याबाबत विविध वर्गाच्या लाभाचे तौलनिक विवेचन नव-अभिमतपंथी अर्थशास्त्रज्ञांनी दिलेले नाही.

प्रस्तुत संदर्भात मार्शलची अंतर्गत व बाह्य बचतींची (Internal and External economics) कल्पना समजावून घ्यायला हवी. अंतर्गत बचती किंवा फायदे हे उद्योगाच्या विस्ताराशी संलग्न आहेत. एक संस्था वाढत असताना विविध यंत्रे वापरता येतात, बाजारपेठेचा लाभ होतो, व्यवस्थापकीय क्षमता पूर्णपणे कामात येते. हे सर्व अंतर्गत फायदे होत. उद्योग वाढत असताना संशोधन व ज्ञानाची देवाण-घेवाण, भांडवल पुरविणाऱ्या संस्थांची वाढ यासारखे बाह्य फायदे मिळतात. या फायद्यांमुळे उद्योगांमध्ये नफ्याची शक्यता वाढते आणि त्यांचा इतर क्षेत्रांवर अनुकूल परिणाम होतो. दुसऱ्या शब्दात, या विस्तारक परिणामांमुळे आर्थिक विकासाची प्रक्रिया वर्धमान (Cumulative) होते.

(क) विकासातील आशावाद : अभिमतपंथी विवेचनात आढळणारा निराशावादी सूर या अभ्यासकांच्या स्पष्टीकरणात दिसून येत नाही. विकासाला पडू शकणाऱ्या विविध मर्यादा दूर करण्याची क्षमता मानवात आहे. जरी प्रगतीला भौतिक परिस्थितीचे बंधन असले तरी नवीन शोध आणि श्रमाच्या गुणवत्तेत होणारी वाढ यामुळे वर्धी उत्पन्नत्तीचा नियम दीर्घकाळपर्यंत अंमलात येऊ शकतो. मार्शलच्या मते, संपूर्ण अर्थव्यवस्थेचा विचार करता, वर्धी व आऱ्हासी उत्पन्नत्तीच्या प्रवृत्ती समान बळाच्या आढळतात - त्यापैकी एक प्रवृत्ती विशिष्ट काळात प्रबळ असते इतकेच. जर अर्थव्यवस्थेत श्रमाच्या तुलनेत भांडवल जास्त वेगाने वाढत असेल तर प्रतिव्यक्ती वेतनातही वाढ घडून येईल.

या अभ्यासकांना तांत्रिक मर्यादांचे विशेष महत्त्व वाटले नाही. जरी तांत्रिक

ज्ञान आणि श्रमसंख्या स्थिर असली तरी भांडवल संग्रहणाद्वारे राष्ट्रीय उत्पन्न वाढविणे शक्य आहे. भांडवल साठा वाढताना त्याच्या सीमांत उत्पादकतेत जरी घट होत असली तरी ती अतिशय मंदपणे होते. मूलत: समाजाच्या गरजा व तांत्रिक ज्ञान हे घटक हळूहळू वाढत असल्याने हा प्रश्न उद्‌भवण्याचे कारणच नाही.

आर्थिक विकासाचे दीर्घकाळातील भवितव्य विचारात घेताना मात्र नव-अभिमतपंथीयांचा आशावाद डळमळीत झालेला दिसतो. मार्शल, विकसेल यांच्या लिखाणावरून हेच दिसून येते. विकसेलच्या मते, जर लोकसंख्येत वेगाने वाढ होत राहिली तर लवकरच विकासाचा वेग मंदावेल, इतकेच नव्हे तर स्थैतिक अवस्था निर्माण होण्याची शक्यता राहील.

(३) आंतरराष्ट्रीय व्यापार : देशाचे उत्पन्न वाढविण्याच्या कार्यात आंतरराष्ट्रीय व्यापार उपयुक्त ठरतो. नवीन बाजारपेठा उपलब्ध झाल्याने देशात विशेषीकरण आणि श्रमविभागणी यांचे फायदे मिळतात. यातून उत्पन्नात वाढ होत असल्याने बचत, भांडवलसंग्रहण वेगाने होऊन विकासाचा वेग वाढेल.

व्यापाराच्या संदर्भात या विचारवंतांनी तुलनात्मक परिव्यय भेदाच्या तत्त्वाला बऱ्याच प्रमाणात मान्यता दिली. देशात जी उत्पादनाची साधने मुबलक व स्वस्त असतील त्याद्वारे तयार होणाऱ्या वस्तूंची निर्यात केली जाते, तर ज्या वस्तूंबाबत इतर देशांना अधिक अनुकूलता आहे, अशा वस्तूंची आयात केली जाते. यातून होणाऱ्या आंतरराष्ट्रीय विशेषीकरणांमुळे जागतिक अर्थव्यवस्थेत संसाधनांचे आदर्श वितरण होते आणि अनेक वस्तूंचे उत्पादन वाढते.

वरील लाभ मिळविण्यासाठी मुक्त व्यापारच हवा असे नाही. शिशुउद्योगांसाठी किंवा इतर फायद्यांसाठी आयात-निर्यातीवर कर लागू करणे फायद्याचे ठरू शकते. अर्थात संरक्षण - नीतीचा वापर करताना सरकारी अधिकारांचा अयोग्य वापर होणे शक्य असल्याने या लेखकांनी मुक्त व्यापाराचा जास्त पुरस्कार केला.

Non-substitution Theory - अपर्यायन सिध्दान्त

पॉल ए. सॅम्युएलसन यांनी हा सिध्दान्त मांडला. या सिध्दान्तानुसार ज्या उत्पादनव्यवस्थेत स्थिर गुणांक (Fixed Coefficients of Production) प्रकारचे उत्पादन तंत्र आहे, ज्यात प्रत्येक उद्योग एकच वस्तू निर्माण करतो आणि जिच्यात मानवी श्रमाव्यतिरिक्तच्या उत्पादनातील सर्व निविष्टी अर्थव्यवस्थेतच निर्माण होतात, तेथे कोणत्याही ठरलेल्या नफ्याच्या दराच्या संदर्भात वेतनदराच्या स्वरूपातील वस्तूंच्या किमती कमीत कमी असणारे एक तंत्र (किंवा अशा तंत्रांचा रेषीय संयोग) अस्तित्वात असतो व त्याच्यामुळे सर्व सापेक्ष किमती ठरतात. या किमती ठरण्याशी मागणीच्या संरचनेचा काहीही संबंध नसतो.

या सिध्दान्तात दिलेल्या परिस्थितीत मागणीच्या संरचनेत पडणारा फरक आणि त्यामुळे अर्थातच उत्पादनाच्या संरचनेत पडणारा फरक यांच्यामुळे अर्थव्यवस्थेतील सापेक्ष किमतीवर काहीच परिणाम होत नाही असे हा सिध्दान्त सांगतो. त्यावरून निघणारे तर्कशुध्द अनुमान असे की जर बदलते उत्पादन गुणक असेल व जोड-उत्पादन करणारे उद्योग असले, तर मागणीच्या संरचनेतील बदलांमुळे सापेक्ष किमतीवर परिणाम होतो.

Occupation Theory of Property - संपत्तीचा मालकीहक्काचा सिद्धान्त

प्राचीन काळी माणसाला योग्य वा अयोग्याची जाणीव नव्हती. त्या काळात ज्या वस्तूवर माणसाचा कब्जा होत असे, ती वस्तू त्याच्या मालकीची होत असे. उदा. जेवढी जमीन त्याच्याजवळ असे, तेवढी त्याच्या मालकीची हा न्याय त्या काळात होता. प्रसिद्ध विचारवंत ग्रोशिअरच्या मते, 'नैसर्गिक अवस्थेत प्रत्येक मनुष्याला त्याच्या इच्छेनुसार तसेच नियंत्रणानुसार वस्तूचा उपभोग घेण्याचा अधिकार होता.' नंतरच्या काळात समाज प्रगत अवस्थेत पोहोचला. मानवाने निरनिराळ्या उद्योगधंद्यात प्रगती करून राहणीमानात सुधारणा केली. 'प्रथम ज्यांचा कब्जा त्याची त्या वस्तूवर मालकी' ह्या सिद्धान्ताला मान्यता मिळाली. त्या मालकीहक्काचे रूपान्तर पुढील काळात संपत्तीच्या अधिकारात झाले.

रूसोने मालकीहक्क प्रस्थापित होण्यासाठी पुढील गोष्टी सांगितल्या :- (१) ती जमीन पूर्वी कोणाच्याच मालकीची नसावी. म्हणजे ती पूर्णपणे स्वतंत्र असावी. (२) जीवन जगण्यासाठी आवश्यक व पुरेशी इतकीच जमीन असावी. (३) त्या जमिनीवर व्यक्तीची मालकी श्रमशक्तीनेच निर्माण व्हावी. विलोबीच्या मते, "समाजाच्या व राज्याच्या मान्यतेशिवाय अधिकाराची निर्मिती होत नसते." समाजपूर्व अवस्थेत त्या अधिकाराला समाजाची आणि राज्याची मालकी मिळणे शक्यच नव्हते. परिणामी संपत्तीचा मालकीहक्क चुकीचा आहे असे मत व्यक्त केले गेले.'

Offer Curve - प्रस्ताव वक्र

आंतरराष्ट्रीय अर्थव्यवस्थेत प्रस्ताव वक्र हा कोणत्या तौलनिक किंमतीस व्यापार अस्तित्वात येईल, ते ठरवितो. वेगवेगळ्या आंतरराष्ट्रीय किंमतीनुसार आयात करावयाच्या वस्तूंच्या बदल्यात किती वस्तू निर्यात कराव्या लागतील, हे निश्चित केले जाते. देशाचा प्रस्ताव वक्र हा उत्पादन शक्यतेच्या वक्राच्या आधारे, सामाजिक तटस्थता वक्राच्या आधारे आणि आंतरराष्ट्रीय वस्तूच्या विविध किंमतीनुसार निश्चित होतो.

प्रस्ताव वक्र लवचिक आहे. या वक्रामुळे साधारण समतोल संकल्पना स्पष्ट होते. उत्पादन आणि उपभोग यांच्या संयुक्त अटी यामुळे निश्चित होतात. तसेच प्रत्येक देशाची व्यापार क्षमता यामुळे निश्चित होते.

Pareto Diagrame - पॅरेटो डायग्राम

प्रत्येक कार्यक्षेत्रात काही लहानमोठ्या समस्या असतात व त्यात सुधारणा करता येणे शक्य असते. सदोष मालाचे प्रमाण, खर्च, कच्च्या मालाचा साठा इत्यादी. या प्रत्येक गोष्टीत अडचणी, प्रश्न बरेच असतात आणि हे सोडविण्यासाठी सर्वप्रथम आपल्यापुढे असलेल्या प्रश्नाचे गांभीर्य काय आहे हे कळले पाहिजे. बऱ्याच वेळा असे आढळून येते की, जे प्रश्न, अडचणीचे आहेत असे वाटले, त्यासंबंधी माहिती गोळा केली की ते क्षुल्लक वाटतात. एखादा प्रश्न साधा वाटतो, पण तो महत्त्वाचा असतो. म्हणूनच कोणताही प्रश्न हाताळताना त्याचे स्वरूप नक्की काय आहे, त्याचे गांभीर्य काय आहे यासाठी आपण गोळा केलेली माहिती विशिष्ट पद्धतीने मांडणे तितकेच महत्त्वाचे आहे. याकरिता 'पॅरेटो ॲनॅलिसिस' या तंत्राचा वापर केला जातो.

इ. स. १९०६ साली पॅरेटो या इटालियन अर्थशास्त्रज्ञाने बराच अभ्यास करून असा निष्कर्ष काढला की, राष्ट्रीय संपत्तीच्या ८० टक्के संपत्ती ही २० टक्के व्यक्तींकडेच एकवटलेली असते व बाकीची २० टक्के संपत्ती ८० टक्के लोकांत विभागलेली असते. नंतर असे लक्षात आले की हाच नियम व्यवहारातील इतर बऱ्याच ठिकाणी लावता येतो. थोडक्यात सांगायचे झाले तर 'महत्त्वाचे थोडे, क्षुल्लक फार' हा या सिद्धान्ताचा अर्थ आहे. काही थोडीच कारणे बहुसंख्य चुकांच्या पाठीमागे असतात व इतर क्षुल्लक कारणे जरी पुष्कळ असली तरी त्यामुळे होणाऱ्या चुकांचे प्रमाण कमी असते.

उत्पादकता वाढीसंबंधी किंवा उत्पादनाचा दर्जा सुधारण्याविषयी जेव्हा चर्चा चालू असते त्यावेळी या तत्त्वाचा वापर उपयोगी पडतो. डॉ. जुरान या क्वालिटी कंट्रोल विषयातील अमेरिकन तज्ज्ञाने असे दाखवून दिले आहे की जर एखादा जॉब १०० वेगवेगळ्या कारणांमुळे (दोषांमुळे) रिजेक्ट होत असेल तर त्यापैकी दहा-पंधरा प्रमुख कारणांमुळे बरेचसे जॉब रद्द होतात. त्यामुळे या दहा-पंधरा प्रमुख कारणांवरच जर उपाययोजना केली तर रद्दबातल होण्याचे प्रमाण बरेचसे कमी होते.

पॅरेटो आकृती तयार करायला सोपी आहे. माहिती जमा केल्यावर आकडेवारीचे वर्गीकरण करावे लागते.

उदा. कारखान्यात काम करताना लहानमोठे अपघात होत असतात. हे अपघाताचे प्रमाण कमीत कमी करण्याचा प्रयत्न आपण करावयाचा असे जर ठरवले तर त्यासाठी ठरावीक मुदतीत किती अपघात झाले व कशा प्रकारचे झाले याची माहिती

मिळविणे महत्त्वाचे आहे. माहिती मिळविल्यावर असे आढळले की, जानेवारी २००५ ते डिसेंबर २००५ या काळात ८७ लहानमोठे अपघात झाले. मग या अपघातांचे वर्गीकरण केले.

अपघातांचे वर्गीकरण

अ.क्र.	कारण	संख्या	टक्केवारी	बेरीज
१	तळहातांना व बोटांना इजा	५०	५६.५	५७.५
२	डोळ्यांना झालेली इजा	२४	२७.५	८५.०
३	पायांना झालेले अपघात	११	१३.०	९८.०
४	मोठे अपघात	२	२.०	१००.०
	एकूण	८७	१००.०	

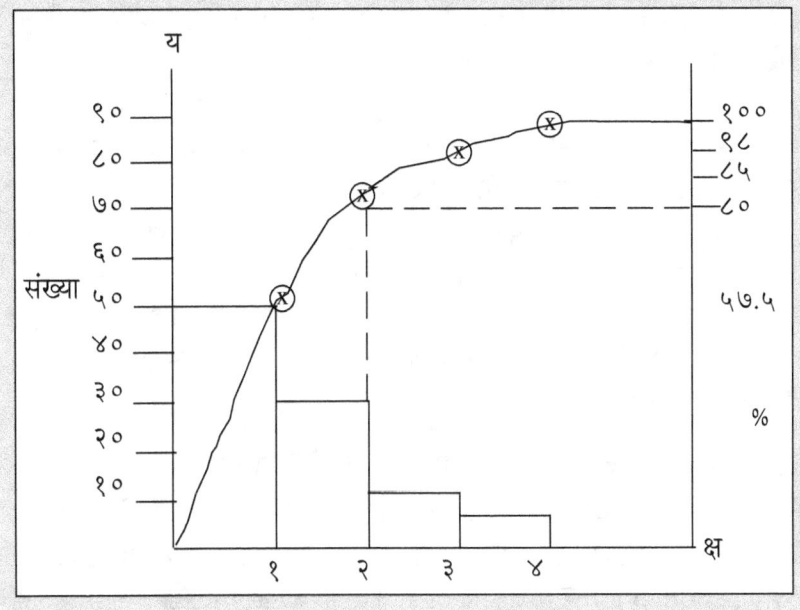

पॅरेटो आकृती तयार करणाऱ्या पायऱ्या पुढीलप्रमाणे :- (१) आकृती तयार करण्यासाठी प्रथम आलेख कागदावर क्ष अक्ष (आडवी रेषा) व य अक्ष (उभी रेषा) काढावी. (२) जमवलेल्या माहितीचे वर्गीकरण करून, वर आकृतीत अपघातांचे वर्गीकरण करून दाखवले आहे. (३) वर्गीकरण केलेल्या प्रत्येक भागाची आकडेवारी

आपल्याला माहिती असतेच. (४) उतरत्या क्रमाने कारणांची मांडणी करून जास्त संख्येचा स्तंभ प्रथम काढावा व नंतर उतरत्या क्रमाने इतर स्तंभ काढावेत. (५) अशा तऱ्हेने सर्व स्तंभ काढून झाल्यावर प्रत्येक कारणाच्या शेकडेवारीची एकत्रित बेरीज करून प्रत्येक स्तंभावर 'बिंदू' काढून नंतर ते बिंदू जोडावेत.

पॅरेटो आकृतीचा वापर कसा करावा?

(१) सुधारणा घडवून आणण्यासाठी पॅरेटो आकृती महत्त्वाची आहे. या आकृतीत सर्वांत उंच स्तंभ जे असतील त्यावर उपाय केले तर बरेचसे प्रश्न सुटू शकतात. आता आपले पहिलेच अपघाताचे उदाहरण बघितल्यास असे आढळले की एकूण ८७ अपघातात ५० अपघात हे हाताचे आहेत, तर २४ अपघात डोळ्यांचे आहेत, म्हणजेच या दोन अपघातांचे प्रमाण जास्त आहे व एकूण अपघातांचे प्रमाण कमी करावयाचे असेल तर या दोन अपघातांच्या कारणांवर जास्त लक्ष केंद्रित करून ती कारणे कमी करण्यावर भर दिला पाहिजे.

जास्त परिणामकारक सुधारणा करण्यासाठी प्रयत्न कोणत्या दिशेने करायला हवे हे या आकृतीवरून कळेल. जास्त उंच असलेले स्तंभ जर कमी करता आले तर परिणामकारक सुधारणा होऊ शकते.

(२) कोणत्याही क्षेत्रात सुधारणा करण्यासाठी या आकृतीचा वापर करता येईल. कार्यक्षमता, सुरक्षितता, खर्च, कच्च्या मालावरील नियंत्रण या प्रत्येक गोष्टीत सुधारणा करण्यासाठी याचा उपयोग होऊ शकतो.

(३) या आकृतीमुळे आपण केलेल्या सुधारणांची तुलना करणे सहजशक्य होते व सुधारणा करण्यात आपण किती प्रमाणात यशस्वी झालो हे कळू शकते.

आपण काम करत असताना कोणकोणत्या घटकांचा कामावर परिणाम होतो व कशामुळे हे दोष किंवा समस्या निर्माण होतात हे जर कळले तर सुधारणा करण्यास उपाययोजना करता येते.

Pareto Optimity Criterion - पॅरेटो पर्याप्ततेचे निकष

इटालियन अर्थशास्त्रज्ञ पॅरेटो (इ. स. १८४८-१९२३) यांनी सामाजिक कल्याणाची (Social Welfare) संकल्पना करताना उपयोगितेच्या क्रमदर्शी पद्धतीचा (Ordinal Utility) वापर केला. तसेच सामाजिक कल्याणाची संकल्पना मांडताना उपभोग व उत्पन्न यांचा विचार केला.

पॅरेटो पर्याप्तता निकषानुसार एखाद्या व्यक्तीच्या स्थितीत सुधारणा होते व इतर व्यक्तीच्या स्थितीत फरक होत नाही, तेव्हा सामाजिक कल्याणात वाढ होते. थोडक्यात, एखाद्या व्यक्तीच्या कल्याणात सुधारणा होताना इतरांच्या कल्याणात घट न झाल्यास,

कल्याणाची पर्याप्तपातळी गाठली जाते. पॅरेटोने वरील निकषासोबत पुढील तीन निकष सुचविले आहेत, ज्यामुळे कल्याणात संपूर्ण वाढ होईल.

(१) *उपभोक्त्यांना उत्पादित वस्तूचे कार्यक्षम वाटप* - (Efficiency in Exchange) - पॅरेटो पर्याप्तता निकषानुसार वस्तूच्या कार्यक्षम वाटपासाठी सीमान्त पर्याप्तता दर सर्व उपभोक्त्यांसाठी समान असल्यास, महत्तम कल्याणाची पातळी गाठता येईल.

(२) *उत्पादन घटकाचे उद्योगसंस्थांना कार्यक्षम वाटप* - (Efficiency of Allocation of Factors Among Firm) - पॅरेटो पर्याप्तता निकषानुसार वस्तूच्या कार्यक्षम उत्पादनासाठी सर्व उत्पादन संस्थांचा सीमांत तांत्रिक पर्याप्तता दर समान असेल.

(३) *उत्पादन घटकाच्या पर्याय उपयोगाच्या साहाय्याने कार्यक्षम उत्पादन* (Efficiency in Optimum Utilisation of Resourses in Composition of Output) - सामाजिक कल्याणात वाढ करण्यासाठी विविध वस्तूंच्या उत्पादनाचा निर्णय काळजीपूर्वक घ्यावा लागतो की ज्यामुळे उत्पादन देखील कार्यक्षमतेने होईल तसेच त्याचवेळी उपभोक्त्यांना देखील अधिक समाधान प्राप्त होईल.

Phillips Curve - फिलिप्स वक्र

ए. डब्ल्यू. फिलिप्स या ब्रिटिश अर्थशास्त्रज्ञाने १८६१ ते १९५७ अशी आकडेवारी जमा केली व त्या आधारे बेरोजगारीचा दर व भाववाढीचा दर यांच्यातील संबंध स्पष्ट करणारा जो वक्र काढला त्यास फिलिप्स वक्र असे म्हणतात.

या वक्राद्वारे फिलिप्स यांनी असा निष्कर्ष काढला की बेरोजगारीचा दर आणि चलनातिरेकाचा दर यांचे संबंध व्यस्त असतात. म्हणून जर बेरोजगार कमी करावयाचा असेल तर चलनातिरेक भाववाढीच्या अधिक दराच्या रूपाने त्याची किंमत मोजावी लागते आणि जर चलनातिरेक भाववाढीचा दर कमी करायचा असेल तर बेरोजगारीच्या उच्च दराच्या रूपाने त्याची किंमत मोजावी लागते.

वरील आकृतीत फिलिप्स वक्र दर्शविला आहे. यामध्ये वक्र 'अबक' हा फिलिप्स वक्र आहे.

वरील आकृतीमध्ये बेरोजगारीचा दर 'क्ष' अक्षावर आणि भाववाढीचा दर 'य' अक्षावर दाखवला आहे. यावरून आपल्याला असे दिसते की भाववाढीचा (चलनातिरेकाचा) दर जेव्हा १०% आहे तेव्हा बेरोजगारीचा दर ३% आहे. सरकारच्या वित्तीय आणि चलनविषयक उपाययोजनेमुळे भाववाढीचा दर जेव्हा ५% वर उतरतो तेव्हा बेरोजगारीचा दर ८% वर चढतो. ही शृंगापत्ती (Trade Offer Dilema) आर्थिक धोरणासाठी एक आव्हान ठरते. आर्थिक धोरणाने बेरोजगारीचा दर कमी

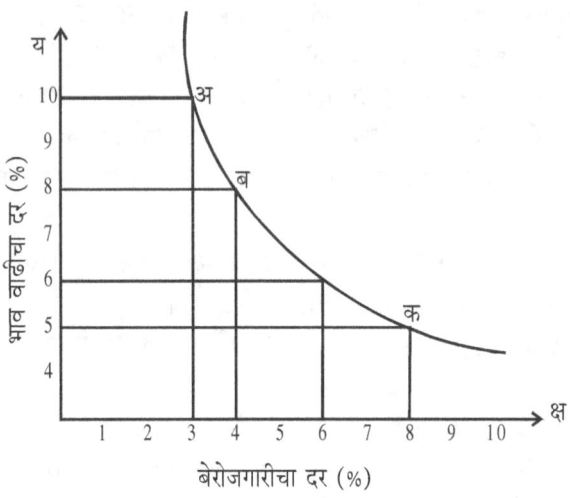

ब
बेरोजगारीचा दर (%)

करण्याकरिता उच्च भाववाढीचा दर स्वीकारावा की याउलट करावे हे ठरविणे अवघड असते.

१९६० च्या दशकामध्ये फिलिप्स वक्र ही साकलिक, आर्थिक विश्लेषणातील एक महत्त्वाची संकल्पना मानली गेली. चलनातिरेक (भाववाढ) आणि बेराजगार यातील स्थिर संबंध १९७१ ते १९८१ काळात फारसे प्रत्ययास आले नाहीत. या दोन दशकांमध्ये काही काळात चलनातिरेकाचा दर व बेरोजगारीचा दर हे दोन्ही एकाच दिशेने वाढत होते. म्हणजेच अतिरेकी भाववाढ व उच्च पातळीवर बेरोजगारी असे एकाच वेळी अनुभवास येत होते. या घटना असे सूचित करतात की बेरोजगार व चलनातिरेक यामध्ये शृंगापत्ती असत नाही. या दोन दशकांमध्ये असे दिसून आले की फिलिप्स वक्र स्थिर राहण्याऐवजी उजवीकडे सरकत होता. १९७० च्या दशकामध्ये व १९८० च्या दशकाच्या सुरुवातीला फिलिप्स वक्र उजवीकडे सरकत असल्याचे आढळते. तर १९८० च्या दशकाच्या अखेरीस फिलिप्स वक्र डावीकडे सरकत असल्याचे निदर्शनास आले.

इंग्लंडमधील १०० वर्षांचा ऐतिहासिक आकडेवारीचा अभ्यास करून फिलिप्स या ब्रिटिश अर्थतज्ज्ञाने असा निष्कर्ष काढला की भाववाढातिरेकाचा दर आणि बेराजगारीचा दर यांचे संबंध विरोधी असतात. जेव्हा कामगार संघटना कामगारांच्या उत्पादनक्षमतेपेक्षा अधिक वेतनदराचा आग्रह धरतात. तेव्हा परिणामी उत्पादनखर्चात वाढ होते आणि त्यामुळे श्रमिकांकडून उत्पादित केल्या जाणाऱ्या वस्तूंच्या किंमती वाढतात. त्यामुळे खर्चनिर्मित वा वेतननिर्मित भाववाढातिरेक सुरू होतो. परंतु जेव्हा

बेरोजगार अधिक वाढतो आणि नफ्याचे प्रमाण घसरू लागते. तेव्हा उद्योगांचे मालक वेतनवाढीला विरोध करू लागतात. तेव्हा वेतनदरवाढ आणि बेरोजगारीचा दर यांच्यात विरोधी संबंध प्रस्थापित होतात.

प्रा. लिप्से यांच्यामते वेतनदर हे कामगारांच्या अधिक मागणीच्या मात्रेच्या प्रमाणात वाढत असतात. तर बेरोजगार आणि कामगारांच्या अधिक मागणीत व्यस्त प्रमाण असते.

१९७१ - ९१ च्या दरम्यान एक नवीन समस्या निर्माण झाली. कारण त्याकाळी भाववाढ आणि बेरोजगारी एकाच वेळी वाढत होते. यावरून असे दिसून येते की भाववाढ आणि बेरोजगारी ह्यांच्यामध्ये कोणत्याही प्रकारची देवाणघेवाण होत नाही. काही अर्थशास्त्रज्ञांचे मते फिलिप्स वक्रांत बदल झाला होता हे होय.

प्रा. केन्स यांच्या मते, उत्पादनाच्या खर्चात एकदम वाढ होण्याचे कारण म्हणजे पुरवठ्याचा विपरीत धक्का हे होय. त्यामुळे उत्पादनात घट झाली व रोजगारही कमी झाला.

प्रा. फ्राईडमन यांच्या मतानुसार भाववाढीचा दर आणि बेकारीचा दर ह्यांच्यामध्ये जुळवाजुळव अथवा देवाण-घेवाण होते. ती फक्त अल्पकाळापुरती मर्यादित असते. परंतु असा व्यवहार दीर्घकाळाच्या संदर्भात दिसून येत नाही.

फिलिप्स वक्रानुसार भाववाढीचा दर आणि बेरोजगारीचा दर यामध्ये जुळवाजुळव किंवा देवाण-घेवाण असते. अशा परिस्थितीत भाववाढ आणि बेरोजगारी एकाच वेळी मौद्रिक आणि वित्तीय धोरणांच्या ?? कमी करणे शक्य होत नाही. त्यामुळे धोरण घेणाऱ्यास संभ्रम निर्माण होतो. त्यामुळे अर्थशास्त्रज्ञांना दुसऱ्या प्रकारची धोरणे शोधणे भाग पडते.

Posner's Technological Gap Theory - पोझनरचा तांत्रिक पोकळी सिद्धान्त

रिकार्डो आणि हेक्श्चर -ओहलिन सिद्धान्तात व्यापार करणाऱ्या सर्व देशात तंत्रज्ञान सारखेच असते असे गृहीत धरले. त्यामुळे तांत्रिक बदलाचे व्यापारावर होणाऱ्या परिणामाचे त्याने विश्लेषण केले नाही. पोझनर यांनी 'Technical Change and Internaional Trade.' या लेखात १९६१ मध्ये तांत्रिक बदलाचे व्यापारावर होणाऱ्या परिणामाचे विश्लेषण केले. त्याच्या मते तांत्रिक बदल ही सातत्याने घडणारी प्रक्रिया आहे. तांत्रिक प्रगतीमुळे नवीन वस्तू निर्माण होतात. त्यामुळे दुसऱ्या देशात तेवढी मागणी पोकळी निर्माण होते. या मागणी पोकळीवर, अतिअनुकरणप्रियतेवर आंतरराष्ट्रीय व्यापार अवलंबून असतो.

या सिद्धान्ताची गृहीतके याप्रमाणे

(१) दोनच देश विचारात घेतले.

(२) घटक देणगी दोन्हीं देशात सारखी आहे.

(३) दोन्हीं देशात मागणीच्या शर्ती सारख्या आहेत.

(४) व्यापारापूर्वी घटक किंमतप्रमाण दोन्हीं देशात सारखे आहे.

(५) दोन्हीं देशातील तंत्रज्ञान भिन्न आहे.

नवनवीन शोधामुळे दुसऱ्या देशात मागणी पोकळी निर्माण होते. त्यातून व्यापार उद्‌भवतो. एखाद्या देशात एखादी उद्योग संस्था नवीन तंत्र विकसित करते. त्या उद्योग संस्थेला तात्पुरती मक्तेदारी मिळते. त्या वस्तूची निर्यात होते. मक्तेदारीचा लाभ घेऊन त्या उद्योग संस्थेस फायदा होतो. पण तो तात्पुरता असतो. कारण दुसरा देश त्याचे अनुकरण करतो. जोपर्यंत हे नवीन उत्पादनतंत्र दुसरा देश आत्मसात करीत नाही, तोपर्यंत व्यापार होतो. पोझनरचा सिद्धान्त तीन घटकांवर अवलंबून आहे. (१) मागणीतील पोकळीविषयी परकियांची प्रतिक्रिया त्याला वेळ लागतो. (२) अंतर्गत मागणी पोकळीतील प्रतिक्रिया-देशांतर्गत उत्पादकतेचे तंत्र स्वीकारण्यास वेळ लागतो. (३) प्रशिक्षण कालावधी - नवीन उत्पादनतंत्र शोधल्यावर व ते वापरण्यात पारंगत होण्यास वेळ लागतो. या तिन्हीं घटकांना अनुकरण विलंब Limitation lag असे म्हणतात.

नवीन वस्तूची आयात केल्यावर त्या वस्तू बाबींवर निर्माण होणाऱ्या आयात करणाऱ्या ग्राहकांना वेळ लागतो. त्यामुळे नवीन वस्तूची मोठ्या प्रमाणात या दुसऱ्या देशात आयात होत नाही. मात्र आयात करणाऱ्या देशात या आयात केलेल्या वस्तूचे उत्पादन झाल्यास आणि ग्राहकांनी नवीन वस्तू मोठ्या प्रमाणावर स्वीकारल्यास अनुकरण विलंब कालावधी कमी होऊ शकेल. या उलट ग्राहकांनी नवीन वस्तू तात्परतेने स्वीकारली आणि उत्पादकांनी ती वस्तू निर्माण केलीच नाही, तर हा अनुकरण विलंब कालावधी लांबेल आणि त्या देशाला तोपर्यंत वस्तूची

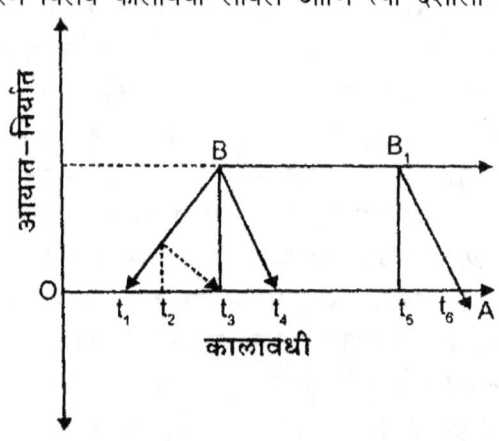

आयात करावी लागेल. मात्र अनुकरण विलंब कालावधी आणि मागणी पोकळी समान झाल्यास आयात बंद होईल हे आकृती ३ मध्ये दर्शविले आहे.

या आकृतीत कालावधी आडव्या अक्षांश रेषेवर आणि व्यापार शेष उभ्या अक्षावर दाखविला आहे. या आकृतीत t_1 बिंदूपाशी अमेरिका नवीन वस्तूचे उत्पादन करते. ब्रिटनमधील मागणी पोकळी अमेरिकेच्या निर्यातीवर अवलंबून आहे. ते t_1B ने दाखविले आहे. अनुक्रम विलंब पोकळी यात ब्रिटनमध्ये अमेरिकेतून या वस्तूंची किती कालावधीपर्यंत आयात केली जाते. त्यावर अवलंबून आहे. ब्रिटनमध्ये अनुकरण नसेलच तर t_3 कालावधीत ही निर्यात पर्यंत प्रमाणात होऊ शकेल. यात t_1t_3 पर्यंतचा कालावधी मागणी पोकळी कालावधी आहे. जर ब्रिटनमध्ये उत्पादकांनी नवीन वस्तू कालावधीत t_3 वस्तू निर्यात केली तर अमेरिकेची निर्यात कमी होईल आणि t_4 कालावधीत ती निर्यात पूर्णपणे थांबेल. या ठिकाणी B पासून t_4 पर्यंत हा वक्र उतरता येतो. या परिस्थितीत t_3t_4 हा अनुकरण कालावधी मागणी पोकळीपेक्षा कमी आहे. जर अनुकरण पोकळी मोठी असेल आणि ब्रिटनमधील कारखानदाराना नवीन वस्तू निर्यात करता आली नाही तर अमेरिकेची निर्यात t_3 कालाखंडात B_1 इतकी होते.

Price Effect - किंमत परिणाम

उपभोक्त्याचे उत्पन्न स्थिर असताना दोन वस्तूंपैकी एका वस्तूची किंमत बदलल्यामुळे दोन वस्तूंच्या नगसंख्येच्या खरेदीवर होणारा परिणाम, म्हणजे किंमत परिणाम होय. किंमत परिणाम हा उत्पन्न परिणाम व पर्यायता परिणामातूनच व्यक्त होत असतो.

किंमत परिणाम = उत्पन्न परिणाम + पर्यायता परिणाम

" उपभोक्त्याचे उत्पन्न स्थिर राहून दोन वस्तूंपैकी एका वस्तूची किंमत बदलली तर या किंमत बदलाचे जे परिणाम उपभोक्त्याच्या समतोलावर घडून येतात, त्यांना किंमत परिणाम असे म्हणतात." दुसऱ्या भाषेत " एखाद्या वस्तूची किंमत बदलल्यामुळे त्या वस्तूच्या खरेदीवर होणारा परिणाम म्हणजे किंमत परिणाम होय. "

किंमत परिणाम स्पष्ट करण्यासाठी उपभोक्त्याचे उत्पन्न स्थिर आहे आणि एका वस्तूची किंमत बदलते असे गृहीत मानल्यास - समजा संत्र्याची किंमत कमी होते आणि आंब्याची किंमत स्थिर राहते असे मानल्यास, संत्र्याच्या किमतीत झालेल्या बदलांमुळे पुढील परिणाम दिसून येतील.

(१) संत्र्याची किंमत कमी झाल्यामुळे उपभोक्त्याची किंमत - रेषा उजवीकडे

सरकेल म्हणजेच उपभोक्ता अधिक संत्री खरेदी करील हे त्यातून दिसून येते.

(२) उपभोक्त्याचे पैशातील उत्पन्न स्थिर असले तरी संत्र्याची किंमत कमी झाल्याने त्याचे वास्तव उत्पन्न वाढेल. म्हणजेच संत्र्याची किंमत कमी झाल्याने संत्री आणि आंबे अधिक संख्येने खरेदी केले जातील. तांत्रिक भाषेत याला उत्पन्न परिणाम असे म्हणतात.

(३) आंब्याच्या मानाने संत्री स्वस्त झाल्याने उपभोक्ता आंब्याच्या ऐवजी काही संत्री खरेदी करील. यालाच पर्यायता परिणाम असे म्हणतात. थोडक्यात उत्पन्न परिणाम आणि पर्यायता परिणाम अशा प्रकारे घडून येत असल्यामुळे उपभोक्त्याची संत्र्याकरिता असणारी मागणी अधिक होईल.

Price Elasticity of Demand - मागणीची किंमत लवचिकता

किंमत लवचिकता म्हणजे एखाद्या वस्तूच्या किमतीतील बदलास मागणीकडून मिळणारा प्रतिसाद होय.

सूत्ररूपात

$$\text{मागणीची किंमत लवचिकता} = \frac{\text{मागणीतील बदलाचे प्रमाण}}{\text{किंमतीतील बदलाचे प्रमाण}}$$

या समीकरणात $l P$ = मागणीची किंमत लवचिकता

$\triangle Q$ = किंमतीतील बदलामुळे मागणीतील होणारा बदल

$\triangle P$ = किंमतीतील बदल

Q = मागणीची नगसंख्या

P = किंमत

मागणीची किंमत लवचिकता खालील पाच घटकांवर अवलंबून असते.

(१) पर्यायी वस्तूंची उपलब्धता. (२) गरजेचे स्वरूप. (३) कालखंड. (४) वस्तूंचे वेगवेगळे उपयोग. (५) एखाद्या वस्तूवर उत्पन्नाचा किती भाग खर्च होतो.

डॉ. आल्फ्रेड मार्शल यांनी मागणीच्या किंमत लवचिकतेची संकल्पना मांडली.

डॉ. मार्शल यांच्या मते " किमतीतील घटीमुळे मागणीत होणारी कमी किंवा जास्त वाढ आणि किमतीतील वाढीमुळे मागणीत होणारी कमी किंवा जास्त घट म्हणजे मागणीची किंमत लवचिकता होय. "

" किमतीत होणाऱ्या प्रमाणशीर बदलामुळे वस्तूच्या मागणीत जे प्रमाणशीर बदल होत असतात, त्यांचे गुणोत्तर म्हणजे मागणीची किंमत लवचिकता होय."

प्रा. लिप्से यांच्या मते " मागणीतील शेकडा बदलाचे किमतीतील शेकडा बदलाशी असणारे प्रमाण म्हणजे मागणीची किंमत लवचिकता होय. "

मागणीतील बदलाचे प्रमाण आणि किमतीतील बदलाचे प्रमाण यांच्यातील गुणोत्तर प्रमाणास मागणीची किंमत लवचिकता म्हणतात.

उदा. किमतीत १०% नी घट झाल्यामुळे मागणीत २०% वाढ झाली असेल तर मागणीची लवचिकता २ आहे.

Psychological Theory of Trade Cycle - व्यापारचक्राचा मानसशास्त्रीय सिद्धान्त

आर्थर सेसिल पिगु या प्रसिध्द अर्थशास्त्रज्ञाने व्यापारचक्राच्या सिद्धान्तात मानसशास्त्रीय घटकांचा समावेश केला आहे. या सिद्धान्तानुसार उपभोक्ते, उत्पादक यांचा भविष्यासंबंधीचा अंदाज हा व्यापारचक्र निर्माण करतो.

तेजीच्या काळात उत्पादक अधिक आशावादी होतात व जास्तीत जास्त नफा मिळविण्याच्या उद्देशाने अधिक उत्पादन करतात. याचप्रमाणे उपभोक्तेसुद्धा भविष्यात वस्तूंच्या किमती वाढतील या भीतीने जास्तीत जास्त वस्तूंची मागणी करतात. यांचा एकत्रित परिणाम एकूण मागणी वाढून किमती वाढण्यावर होतो. त्यातून नफा वाढतो तसेच गुंतवणूकही वाढते व त्याचा परिणाम तेजी येण्यावर होतो. तेजीमध्ये अतिवृध्दी झाली असता लोकांच्या प्रवृत्तीत आपोआप बदल होतो व त्यांना भविष्यात किमती कमी होतील असे वाटू लागते. यामुळे ते वस्तूची कमी मागणी करू लागतात. यामुळे पुरवठा घटतो, उत्पन्न घटते, बेकारी वाढते व हळूहळू किमती कमी होऊ लागतात. तेव्हा उत्पादक गुंतवणूक कमी करतात. अर्थव्यवस्था मंदीकडे वाटचाल करू लागले.

Purchasing Power Parity Theory - खरेदी शक्ती किंवा क्रयशक्ती समता सिद्धान्त

पहिल्या महायुद्धानंतर गुस्ताव्ह कॅसल (Gustav Cassel) यांनी हा सिद्धान्त विकसित केला. पहिल्या महायुद्धाच्या काळात सुवर्ण चलन पद्धत संपुष्टात येवून अपरिवर्तनीय कागदी चलन पद्धती अस्तित्त्वात आली. कागदी चलन पद्धतीचा स्वीकार जगातील बहुतेक सर्वच देशांनी केल्यामुळे दोन वेगवेगळ्या देशातील वेगवेगळ्या कागदी चलनाची देवाण-घेवाण कोणत्या रीतीने करावी व विनिमय दर कसा निश्चित करावा यासाठी स्वीडिश अर्थशास्त्रज्ञ गुस्ताव कॅसल यांनी विनिमय दर निश्चितीचा खरेदीशक्ती समता सिद्धान्त (Purchasing Power Parity Theory) मांडला. अशा रीतीने अपरिवर्तनीय कागदी चलनाचा विनिमय दर कसा ठरतो याचे स्पष्टीकरण खरेदीशक्ती समता सिद्धान्त देतो.

पहिल्या महायुद्धानंतर कॅसेल यांनी आपल्या सिद्धान्तात तपशीलवार माहिती दिली आहे.

सुवर्ण परिमाण असताना टांकसाळी समानता दर (Mint Par) हा मूलभूत दर असतो व विनिमयाचा प्रत्यक्ष दर त्या दराच्या खाली वर असा बदलत असतो. या चढउतारांना सुवर्णबिंदू मर्यादा घालतात. त्याप्रमाणे अपरिवर्तनीय कागदी चलन पद्धतीमध्ये खरेदीशक्ती समता दर (Purchasing Power Per) हा मूलभूत दर असतो. प्रत्यक्ष दर या मूलभूत दराच्या दिशेनेच बदलतो, प्रत्यक्ष दर मूलभूत खरेदी शक्ती समता दरापासून फार दूर जाऊ शकत नाही. विशिष्ट देशातील चलनाच्या अंगी त्या देशातील वस्तू खरेदी करण्याची शक्ती असल्यामुळे, इतर देशातील अनेक लोक या चलनाची मागणी करतात. ही खरेदी शक्ती समता सिद्धान्तामागील मूळ कल्पना आहे. देशी चलन देऊन परदेशी चलन मिळविणे म्हणजे देशांतर्गत खरेदी शक्तीच्या मोबदल्यात परदेशी खरेदी शक्ती मिळविणे होय. म्हणजेच दोन चलनांची सापेक्ष खरेदीशक्ती त्या चलनाचा विनिमय दर ठरविते, दोन देशांमधील चलनांची देवघेव म्हणजे त्या दोन चलनांच्या खरेदी शक्तीचीच देवघेव होते. त्यामुळे ज्या वेळेला समान खरेदी शक्तीची देवघेव होते, तेव्हा समतोल विनिमय दर निर्माण होतो. म्हणजे असे म्हणता येते ज्यावेळी दोन भिन्न चलनांची खरेदी शक्ती समान असेल तेव्हा समतोल विनिमय दर ठरतो. दोन अपरिवर्तनीय कागदी चलनांचा विनिमय दर त्या चलनांच्या खरेदी शक्तीच्या गुणोत्तराएवढा असतो.

सुवर्ण परिमाण असताना दोन देशांच्या चलनांमध्ये असलेल्या शुद्ध सोन्याच्या प्रमाणावरून विनिमयाचा दर ठरविला जात असे. अपरिवर्तनीय कागदी चलनाचा वापर करताना मात्र या पद्धतीचे विनिमय दर ठरविता येणे शक्य नसते. म्हणूनच त्याच्या चलनातील खरेदीशक्ती विचारात घेतली जाते. खरेदी शक्तीच्या साहाय्याने परदेशातील वस्तू आणि सेवांची खरेदी करता येते. परंतु परदेशी चलन मिळविण्याकरिता स्वदेशी चलन द्यावे लागते. म्हणूनच दोन्ही चलनांच्या खरेदी शक्तीची समानता प्रस्थापित करणारा मूलभूत दर शोधून काढावा लागतो. अशा दरापासून विनिमयाचा प्रत्यक्ष दर फार दूर राहू शकत नाही. उदा. एक अमेरिकन डॉलर खर्च केल्यावर जेवढ्या वस्तू आणि सेवा खरेदी करता येतात, तेवढ्याच वस्तू आणि सेवा खरेदी करण्यासाठी भारतात ४० रुपये खर्च करावे लागत असतील तर विनिमयाचा दर १ डॉलर = ४० रुपये असा राहील.

क्रयशक्ती समतेतील बदल आणि त्यावर आधारित विनिमय दर कसा काढला जातो हे पुढील उदाहरणावरून स्पष्ट होईल.

समजा – आधार वर्षात भारत आणि अमेरिका या दोन देशांतील विनिमय

दर १ डॉलर = ४० रुपये आहे. म्हणजे भारतात ४० रुपयाला जेवढ्या वस्तू मिळतात, तेवढ्याच वस्तू १ डॉलरला अमेरिकेत मिळतात. आधार वर्षातील मूल्य निर्देशांक हा १०० असतो.

समजा – ५ वर्षानंतर भारतातील मूल्य निर्देशांक वाढून ५०० आणि अमेरिकेचा २५० झाला. म्हणजे भारतात किंमत पातळीत ५ पट तर अमेरिकेत २.५ पट वाढ झाली आहे. दोन्ही देशांतील किंमत पातळीत सारख्या प्रमाणात वाढ झाली नाही. त्यामुळे चालू वर्षातील क्रयशक्ती समता बदलून त्यावर आधारित नवीन विनिमय दर निश्चित होईल. क्रयशक्तीत झालेल्या बदलामुळे नवीन विनिमय दर पुढील सूत्राद्वारे काढता येतो.

चालू विनिमय दर =

$$\text{जुना विनिमय दर} \times \frac{\text{भारताचा निर्देशांक (चालू वर्षातील)}}{\text{भारताचा निर्देशांक (मूळ वर्षातील)}} \times \frac{\text{अमेरिकेचा निर्देशांक (मूळ वर्षातील)}}{\text{अमेरिकेचा निर्देशांक (चालू वर्षातील)}}$$

$$\text{१ डॉलर} = ४० \times \frac{५५०}{१००} \times \frac{१००}{२५०}$$

$$= ४० \times \frac{५५०}{२५०}$$

$$= ४० \times २$$

$$= ८० \text{ रुपये}$$

किंवा

$$\text{नवीन विनिमय दर} = \text{जुना विनिमय दर} \times \frac{\text{भारताचा चालू वर्षातील निर्देशांक}}{\text{अमेरिकेचा चालू वर्षातील निर्देशांक}}$$

$$\text{१ डॉलर} = ४० \times \frac{५५०}{२५०}$$

$$= ४० \times २$$

$$= ८० \text{ रुपये}$$

अशाप्रकारे क्रयशक्ती समता दराच्या आधारे १ डॉलर = ८० रुपये हा नवीन विनिमय दर निश्चित होतो. म्हणजेच भारतात ८० रुपयात जेवढ्या वस्तू

मिळतात तेवढ्याच वस्तू अमेरिकेत १ डॉलरला मिळतात. १ डॉलर आणि ८० रुपयांची क्रयशक्ती सारखीच आहे. "दोन देशांच्या चलनातील विनिमय दर हा प्रामुख्याने त्या चलनाच्या अंतर्गत गुणांकावर किंवा भागाकारांवर अवलंबून असतो असे कॅसेल यांचे म्हणणे आहे.

विनिमय दराचे सिद्धान्त

सिद्धान्तावरील आक्षेप : (अ) क्रयशक्तीचे अचूक मापन करणे कठीण आहे. (ब) वाहतूक खर्चाचा विचार नाही. (क) मुद्रा परिमाण सिद्धान्ताचा आधार अयोग्य (ड) विनिमय दरावर प्रभाव टाकणाऱ्या इतर घटकांकडे दुर्लक्ष (इ) मुक्त व्यापाराचे गृहीत अवास्तव (फ) विदेशी चलनाच्या मागणीचे अपूर्ण स्पष्टीकरण (ग) अल्पकाळाचा विचार नाही.

सिद्धान्ताची उपयुक्तता : (अ) पत्रमुद्रामानासाठी उपयुक्त (ब) सर्वगामी आणि सर्वस्पर्शी सिद्धान्त (क) किंमत पातळीचा आधार (ड) विनिमय नियंत्रणासाठी उपयुक्त (इ) शोधन शेषाची कल्पना

Quantity Theory of Money - चलन संख्यामान सिद्धान्त

पैशाच्या मूल्यात म्हणजेच सर्वसाधारण किंमतपातळीत कोणत्या कारणांमुळे बदल घडून येतात? द्रव्यनिधी सिद्धान्ताने या प्रश्नाचे उत्तर देण्याचा प्रयत्न केला आहे. किंमत पातळी पैशाच्या संख्येत होणाऱ्या बदलांच्या प्रमाणात बदलते, म्हणजेच पैशांचे मूल्य पैशाच्या एकूण संख्येवर म्हणजेच एकूण द्रव्यनिधीवर अवलंबून असते असे द्रव्यनिधी सिद्धान्ताचे प्रतिपादन आहे. द्रव्यनिधी सिद्धान्तानुसार, पैशाचे मूल्य पैशाच्या संख्येत होणाऱ्या बदलांच्या व्यस्त प्रमाणात असते. एकूण द्रव्यनिधी किंवा एकूण पैशाची संख्या दुप्पट केली गेल्यास अर्थव्यवस्थेतील किंमतमानही दुप्पट होईल आणि पैशाचे मूल्य १/२ पट होईल; त्याचप्रमाणे पैशाची एकूण संख्या १/२ पट केली गेली तर वस्तूंची किंमतपातळीही १/२ पट होईल म्हणजेच पैशाचे मूल्य २ पट होईल. अशा प्रकारे पैशाची एकूण संख्या आणि पैशाचे मूल्य या दोहोमध्ये निश्चित प्रत्यक्ष प्रमाणशीर आणि फलनात्मक संबंध (Functional Relationship) असतो, असे द्रव्यनिधी सिद्धान्ताचे प्रतिपादन आहे.

द्रव्यनिधी-सिद्धान्ताची वरीलप्रमाणे अत्यंत सोप्या व साध्या भाषेतील मांडणी रिकार्डो, जे एस. मिल यांसारख्या अर्थशास्त्रज्ञांच्या लिखाणातून आढळून येते. विसाव्या शतकाच्या सुरवातीपासून हा सिद्धान्त सुधारित स्वरूपात मांडला जाऊ लागला व नवीन मांडणीनुसार या सिद्धान्ताचे विश्लेषण निधीसमीकरणाच्या (Quantity Equation) साहाय्याने दिले जाऊ लागले.

द्रव्यनिधी – सिद्धान्ताची मांहणी पुढील दोन दृष्टिकोनातून केली जाते. हे दोन दृष्टिकोन म्हणजे

(१) व्यवहार दृष्टिकोन (The Transactions Approach)

(२) रोख शिल्लक दृष्टिकोन (The Cash Balance Approach)

प्रसिद्ध अमेरिकन अर्थशास्त्रज्ञ आयर्विन फिशर (१८६७-१९४७) यांनी १९११ मध्ये प्रसिद्ध केलेल्या "The Purchasing Power of Money' या ग्रंथात समीकरणाच्या साहाय्याने चलन संख्यामान सिद्धान्त मांडला.

ह्या सिद्धान्तानुसार पैशाच्या संख्येत होणाऱ्या बदलाच्या प्रमाणात वस्तूंच्या किंमतीत बदल होतो. याचाच अर्थ इतर परिस्थिती कायम असताना चलनाची संख्या दुप्पट केली असता, वस्तूंच्या किंमती दुप्पट होतात व चलनाचे मूल्य निम्मे होते. या उलट चलनाची संख्या निम्मी केली असता वस्तूंच्या किंमती निम्म्या होतात व चलनाचे मूल्य दुप्पट होते. हीच संकल्पना फिशरने खालील समीकरणाने मांडली म्हणून त्यास फिशरचे समीकरण असेही म्हणतात.

$$MV = PT$$

म्हणजेच $P = \frac{MV}{T}$

या समीकरणात, M = पैशाची एकूण संख्या किंवा विधिग्राह्य पैशाचा पुरवठा

V = पैशाचा भ्रमण वेग

P = सर्वसाधारण किंमत पातळी

T = विशिष्ट काळात खरेदी विक्री होणाऱ्या वस्तू व सेवांची संख्या.

MV = PT या समीकरणानुसार फिशर यांच्या मते पैशाची एकूण संख्या (M) आणि किंमत पातळी (P) या दोन्हीमध्ये समप्रमाण संबंध असतो.

वरील समीकरणातील निरनिराळ्या संज्ञांचा अर्थ खाली स्पष्ट केला आहे. M म्हणजे पैशाची एकूण संख्या.

V म्हणजे पैशाचा भ्रमणवेग, म्हणजे एखाद्या विशिष्ट कालखंडात वस्तू आणि सेवा खरेदी करण्याकरिता पैशाचे प्रत्येक परिमाण किती वेळा वापरले जाते ती संख्या. अशा प्रकारे M आणि V यांच्या गुणाकारावरून, म्हणजेच MV वरून, अर्थव्यवस्थेतील पैशाच्या एकूण पुरवठ्याची कल्पना येते.

P म्हणजे सर्वसाधारण किंमतमान, याचाच अर्थ वस्तूंच्या आणि सेवांच्या परिमाणाची सरासरी किंमत.

T म्हणजे विकल्या जाणाऱ्या आणि खरेदी केल्या जाणाऱ्या वस्तूंची आणि

सेवांची संख्या म्हणजेच अर्थव्यवस्थेतील एकूण व्यवहारांचे पैशातील एकूण मूल्य समजते - MV = PT

म्हणून या समीकरणाला 'रोकड-व्यवहार समीकरण' (The Cash Transactions Equation) म्हटले जाते. वरील समीकरणातील V आणि T कायम आहेत असे मानल्यास, फिशरच्या मते पैशाची एकूण संख्या (M) आणि किंमतपातळी (P) या दोहोंमध्ये समप्रमाण संबंध असतो.

वरील समीकरणात फक्त सरकारी चलनाच्या स्वरूपातील म्हणजेच विधिसिद्ध पैसा लक्षात घेतला आहे. परंतु आपण यापूर्वी पहिल्याप्रमाणे, आधुनिक अर्थव्यवस्थेत विधिसिद्ध पैशाखेरीज बँकनिर्मित पतपैशाचाही फार मोठ्या प्रमाणात वापर केला जातो. म्हणून फिशरने व्यापारी बँकाकडून निर्माण केल्या जाणाऱ्या पतपैशाचा अर्थव्यवस्थेतील एकूण पैशाच्या संख्येत समावेश केला.

फिशरने, M हे अक्षर बँकनिर्मित पतपैशाकरिता वापरले आहे आणि V हे अक्षर पतपैशाच्या भ्रमणवेगासाठी वापरले आहे. अशा प्रकारे फिशरने विस्तृत स्वरूपातील विनिमय-समीकरण पुढीलप्रमाणे मांडले.

$$MV + M^1V^1 = PT$$

म्हणजेच $P = \dfrac{MV + M^1V^1}{T}$

किंमतपातळी (म्हणजेच पैशाचे मूल्य) फक्त पैशाच्या संख्येवरच (म्हणजेच विधिसिद्ध चलन + व्यापारी बँकनिर्मिती पैसा) अवलंबून असते, असे फिशरचे प्रतिपादन आहे.

अशा प्रकारे फिशरच्या मते, विनिमय समीकरण म्हणजे सर्वसाधारण किंमतपातळी आणि पैशाची एकूण संख्या (म्हणजेच द्रव्यनिधी) या दोहोंमध्ये सहसंबंध स्पष्ट करण्यासाठी उपयुक्त असणाऱ्या विश्लेषणाचे एक महत्त्वाचे साधन होय.

सर्वसाधारण किंमत पातळीत ज्या निरनिराळ्या प्रक्रियांद्वारा बदल घडून येत असतात त्या प्रक्रियांचे समाधानकारक आणि पुरेसे स्पष्टीकरण द्रव्यनिधी - सिद्धान्तातून मिळत नाही. म्हणून द्रव्यनिधी - सिद्धान्ताची उपयुक्तता कमी होते. तरीपण पैशाच्या पुरवठ्यात वाढ झाल्यामुळे किंमत वाढीची प्रवृत्ती दिसू लागले. या गृहीताच्या आधारावर बँक रेट, सरकारी रोख्यांची खरेदी-विक्री इत्यादी पतनियमनाची साधने अद्यापही वापरली जात आहेत. या दृष्टीने विचार करता द्रव्यनिधी-सिद्धान्त महत्त्वाचा ठरतो.

अलीकडील काळातील द्रव्यविषयक विश्लेषणात मात्र द्रव्यनिधी-सिद्धान्ताला विशेष महत्त्व दिले जात नसल्याचे आढळून येते. आर्थिक विश्लेषणाचे आणि धोरण

निश्चितीचे महत्त्वाचे साधन या दृष्टीने तो सिद्धान्त विशेष उपयुक्त मानला जात नाही. एकूण पैशाची संख्या आणि किंमत पातळी यासंबंधी काही अत्यंत ढोबळ विचार व्यक्त करण्याचे एक अत्यंत साधे आणि सोपे साधन या दृष्टीने मात्र द्रव्यनिधी-सिद्धान्ताला थोडे-फार महत्त्व आहे.

पुढे ह्या समीकरणावर मोठ्या प्रमाणात केंब्रिज अर्थशास्त्रज्ञ मार्शल, पिगू, रॉबर्टसन यांनी टीका केली व त्यातून त्यांनी मागणीला प्राधान्य देणारी समीकरणे मांडली. यांनाच केंब्रिज समीकरणे म्हणतात.

Rank - Size Rule - आकार - श्रेणीचा नियम

'आकार - श्रेणीचा नियम' ही एक प्रयोगायंच्या निरीक्षणावर आधारलेली संकल्पना आहे. जेव्हा आपण जगातील विभिन्न अशा शहरांच्या आकाराबाबत निरीक्षण केले असता असे आढळते की जगामध्ये थोडीशीच अशी महानगरे आहेत आणि मध्यम आकारांच्या शहरांचे प्रमाण मोठे आहे व छोट्या शहरांचे प्रमाण तर त्याहूनही अधिक आहे.

आकारश्रेणीचा नियम हा कुठल्याही देशातील किंवा प्रदेशातील नागरी वस्त्यांच्या संख्येचे त्या नागरी वस्त्यांतील लोकसंख्येशी असलेला संबंध स्पष्ट करणारा नियम आहे. हा नियम सर्वप्रथम 'फेलिक्स ऑरबॅक' या जर्मन समाजशास्त्रज्ञाने मांडला. झिफ या समाजशास्त्रज्ञाने १९४९ मध्ये या नियमास शास्त्रीय स्वरूप दिले. या नियमानुसार, जर आपण एखाद्या देशातील सर्व शहरे त्यांच्या लोकसंख्येनुसार उतरत्या क्रमाने मांडली तर सर्वात पहिल्या (सर्वात जास्त लोकसंख्येचे शहर) शहराचा दुसऱ्या शहरांशी एक विशिष्ट असा संबंध दिसून येतो.

लोकसंख्येनुसार दुसऱ्या क्रमांकाचे शहर हे पहिल्या क्रमांकाच्या शहराच्या आकाराच्या मानाने अर्धे असते. तसेच तिसऱ्या क्रमांकाचे शहर हे पहिल्या क्रमांकाच्या शहराच्या आकारमानाने एक तृतीयांश $\left(\dfrac{१}{३}\right)$ असते.

सूत्र रूपाने हा नियम खालील प्रमाणे मांडला जातो.

$$P = \dfrac{P_1}{rn}$$

येथे P = n क्रमांकाच्या शहराची लोकसंख्या

P_1 = सर्वात जास्त लोकसंख्या असलेल्या महानगराची लोकसंख्या

rn = त्या विशिष्ट शहराचा क्रम

उदा.- समान सर्वात जास्त लोकसंख्या असलेल्या महानगराची लोकसंख्या एक करोड आहे तर चौथ्या क्रमांकाच्या शहराची लोकसंख्या

$$P = \frac{P_1}{rn} = \frac{100,000,00}{4} = 25,00000$$

२५ लाख एवढी होईल.

Return to Scale Theory - प्रमाण फल सिद्धान्त

जेव्हा उत्पादनाचे घटक एकाच वेळी वाढवावयाचे असतात तेव्हा त्यांच्या जुळणीसाठी पुरेसा कालावधी लागतो. अल्पकाळात यंत्रकुल आणि यंत्रसामग्री (Plant & Machinery) स्थिर असते कारण ती बदलण्यासाठी कृती व निर्णयासाठी बराच वेळ लागतो. त्यामुळे उत्पादन प्रतिफलासाठी दीर्घ काळाचा विचार केला जातो. दीर्घ काळात उत्पादन घटक बदलले जाण्यासाठी वेळ असतो.

जेव्हा उत्पादनाच्या सर्व घटकात एकाच वेळी आणि एकाच प्रमाणात वाढ केली जाते तेव्हा प्रथम सीमान्त उत्पादन अथवा प्रतिफल वाढत जाते नंतर काही काळ ते स्थिर राहते आणि उत्पादनाचे प्रमाण आणखी पुढे वाढवत गेल्यास शेवटी ते घटू लागते. म्हणजेच बदलत्या प्रमाणाच्या सिद्धान्तात जशा प्रतिफलाच्या तीन अवस्था दिसून येतात तशाच प्रकारे येथेही उत्पादनाचे प्रतिफल तीन अवस्थांतून दिसते.

''उत्पादनाचे सर्व घटक एकाचवेळी सारख्याच प्रमाणात बदलले तर त्यामुळे जे उत्पादन होते त्यास उत्पादनाचे प्रतिफल म्हणतात.''

या सिद्धान्ताची गृहीते खालीलप्रमाणे :

(१) तांत्रिक स्थिती कायम आहे.

(२) उत्पादनाचे सर्व घटक बदलले आहेत.

(३) पूर्ण स्पर्धा आहे.

(४) भौतिक स्वरूपात प्रमाण फल मोजता येते.

उत्पादनाचे सर्व घटक एकाच वेळी एकाच प्रमाणात बदलल्यास वाढते, स्थिर घटते प्रतिफल या सिद्धान्तात दिसून येते. उदाहरणार्थ समजा १ श्रमिक, २ एकर जमीन आणि भांडवली वस्तूंचा एक संच मिळून उत्पादनाच्या घटकांचा एक पर्याप्त संयोग होतो, हा संयोग सम प्रमाणात वाढवत नेला असता म्हणजेच दुप्पट, तिप्पट, चौपट या प्रमाणात वाढवला असता प्रतिफलाचे स्वरूप पुढीलप्रमाणे सांगता येते.

घटकांचा संयोग	एकूण उत्पादन क्विंटल	सीमान्त उत्पादन क्विंटल	प्रमाण फलाच्या अवस्था
१	१०	१०	अवस्था - १
२	२५	१५	} वाढते प्रतिफल
३	४५	२०	
४	७०	२५	अवस्था - २
५	९५	२५	} स्थिर प्रतिफल
६	१२०	२५	
७	१४०	२०	अवस्था - ३
८	१५५	१५	} घटते प्रतिफल

तक्त्यावरून असे दिसून येते की, सुरुवातीचे उत्पादनमान दुप्पट केल्यास एकूण उत्पादन १० क्विंटल ऐवजी २५ क्विंटल होते, या दुसऱ्या टप्प्याशी सीमान्त उत्पादन १५ क्विंटल येते. तेथे उत्पादन दुपटीहून जास्त झालेले दिसते. उत्पादनमान तिप्पट केल्यास एकूण उत्पादन साडेचार पट होते. उत्पादनमान चौपट केल्यास एकूण उत्पादन सात पट होते. पर्याप्त संयोगात एक पासून चार पर्यंत वाढ होईपर्यंत प्रतिफळ वाढत जाते. त्यामुळे पाच आणि सहा या संयोग गटाशी उत्पादन मानाचे प्रतिफल स्थिर राहिलेले आहे. त्यापुढे मात्र उत्पादनमान वाढत गेल्यास सीमान्त उत्पादन घटत जाते.

आकृतीमध्ये उत्पादनाच्या वाढत्या, स्थिर आणि घटत्या प्रतिफळाच्या तीन अवस्था वक्राने दाखविल्या आहेत.

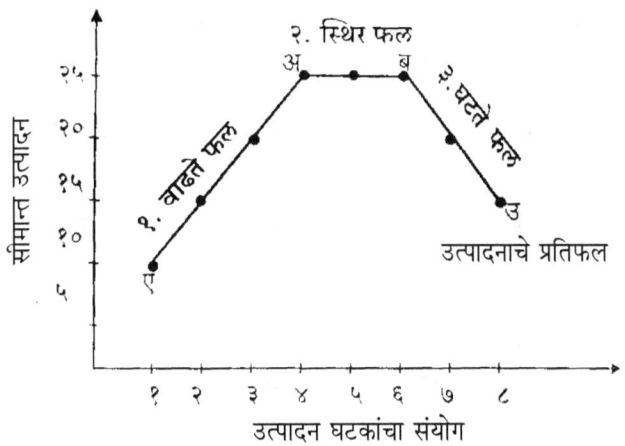

स्पष्टीकरण : एउ = प्रतिफल वक्र; ए अ = वाढते प्रतिफल; अ ब = स्थिर प्रतिफल; बउ = घटते प्रतिफल

(१) वाढते प्रतिफल : वाढत्या प्रतिफलाचे कारण म्हणजे श्रमिक आणि यंत्र सामग्रीच्या बाबतीत विशेषीकरण आणि श्रम विभागणी शक्य होते. प्रतिफलाचे फायदे मिळतात. यांत्रिकीकरणाचे फायदे मिळतात. तसेच खरेदी - विक्री विषयक फायदे मिळतात. १ ते ४ या संयोगापर्यंत एकूण उत्पादन वाढल्याने प्रतिफल १०, १५, २०, २५ असे वाढत जाते. त्यामुळे एउ वक्राचा एअ हा भाग वर जातो तो वाढते फल दर्शवितो.

(२) स्थिर प्रतिफल : उत्पादन घटक ठराविक पटीने वाढविले असता उत्पादनही त्याच पटीत वाढत असेल तर प्रतिफल स्थिर आहे असे समजले जाते. उदा. उत्पादन घटक दोन पटींनी वाढवले तर उत्पादनही त्याच पटीने वाढते. 'एउ' वक्राचा 'अब' हा भाग 'क्ष' अक्षाला समांतर आहे. ४ ते ६ संयोगापर्यंत एकूण उत्पादन स्थिर दराने वाढत असल्याने 'एउ' वक्र 'क्ष' अक्षाला समांतर होते. त्यामुळे 'एउ' वक्राचा 'अब' हा भाग स्थिर फलाचा आहे.

(३) घटते प्रतिफल : काही काळापर्यंत प्रतिफल स्थिर राहिले तरी उत्पादनाचे प्रमाण वाढवीत गेल्यास प्रतिफलाची ही स्थिरता अमर्यादपणे वाढू शकत नाही. याची कारणे म्हणजे एकाच प्रमाणात सर्वच घटक वाढवीत गेल्यास सुद्धा एक अवस्था अशी येते की, उत्पादन घटकातील श्रम विभागणी आणि विशेषीकरणाला आणखी वाव राहत नाही. मोठ्या प्रमाणावरील उत्पादनाचे तोटे अनुभवास येतात. नैसर्गिक उत्पादन घटकांची उपलब्धता कमी होते त्यामुळे उत्पादनाचे प्रतिफल अखेर घटू लागते.

काही अर्थशास्त्रज्ञांच्यामते उत्पादन प्रक्रियेत वापरले जाणारे सर्व घटक सारख्याच प्रमाणात बदलणे शक्य नसते. तसेच काही घटक अविभाज्य असतात अशी टीका केली आहे.

Ricardo's Theory of Comparative Cost - रिकार्डोचा तुलनात्मक खर्च लाभाचा सिद्धान्त

रिकार्डो यांनी १८१७ या वर्षी आपल्या 'Principles of Political Economy and Taxation' या ग्रंथातील 'On Foreign Trade' या सातव्या प्रकरणात हा सिद्धान्त मांडला.

रिकार्डो यांच्या मते आंतरराष्ट्रीय व्यापार चालू राहण्याचे कारण हे दोन देशांमध्ये निर्माण होणाऱ्या वस्तूंच्या उत्पादन खर्चातील फरक, हे असते. असा फरक :- (अ) निरपेक्ष फरक (ब) तुलनात्मक फरक (क) समान फरक या तीन

प्रकारचा असतो. ॲडम स्मिथ यांनी फक्त यातील निरपेक्ष फरकाचा विचार केला तर रिकार्डो यांनी आपल्या सिद्धान्तात तौलनिक फरकही विचारात घेतला आहे.

रिकार्डोच्या मते देशांमधील आंतराष्ट्रीय व्यापाराचा पाया तुलनात्मक खर्च लाभ हा आहे. त्यांच्या मते इतर घटक सारखे असतील तर देशाचा कल विशेषीकरण करून निर्यातीचा असेल. तुलनात्मक खर्च लाभ हा वस्तूचे उत्पादन फायदेशीर होत असेल तर मिळतो व ते उत्पादन केले जाते. देश आयात करीत असलेल्या वस्तूंच्या बाबतीत कमी तुलनात्मक खर्च फायदेशीर ठरतो. समजा दोन देशांपैकी एक देश असा आहे की, जो सर्वच वस्तूंच्या उत्पादनात दुसऱ्या देशापेक्षा अधिक कार्यक्षम आहे. अशा परिस्थितीतदेखील विशिष्ट वस्तूच्या उत्पादनात विशेषीकरण करून दोन्ही देशांना उत्पादन व्ययातील तौलनिक फरकाच्या आधारे व्यापार लाभदायक होऊ शकतो, हे रिकार्डोने दाखवून दिले. तौलनिक लाभाचा हा नियम गेली दोन शतके निर्विवादपणे मान्य करण्यात आला आहे. हा नियम विविध देशांमध्ये होणाऱ्या व्यापाराला प्रत्यक्षात लागू करून तपासता येऊ शकतो.

Ricardo's Theory of Rent - रिकार्डोचा खंड सिद्धान्त

डेव्हिड रिकार्डो या इंग्लंडमधील सनातनवादी अर्थशास्त्रज्ञाने १९ व्या शतकाच्या सुरुवातीस (१८१५-१८१७) आपल्या 'Principles of Political Economy' या ग्रंथात खंडविषयक सिद्धान्ताची सविस्तर मांडणी केली.

रिकार्डोच्या मते जमिनीच्या एकूण उत्पन्नापैकी जो भाग जमिनीच्या उपजत व अविनाशी गुणाबद्दल जमिनीच्या मालकाला दिला जातो, त्यास खंड म्हणतात.

रिकार्डोच्या मते, लोकसंख्येच्या अन्नधान्य विषयक गरजा भागविण्यासाठी भिन्न भिन्न प्रतीच्या अथवा सुपीकता असलेल्या जमिनीची लागवडीसाठी निवड केली जाते. जमिनीमध्ये सुपीकतेच्या दृष्टीने गुण-भिन्नता असल्याने खंड निर्माण होत असतो. म्हणजेच खंडाचे स्वरूप गुणभेदजन्य वाढावा अशा प्रकारचे असते. लोकसंख्येच्या अन्नधान्यविषयक गरजा पूर्ण करण्यासाठी प्रकर्षित अथवा 'सखोल शेती' आणि 'विस्तीर्ण शेती' या दोन्ही प्रकारांचा स्वीकार करता येतो. यापैकी कोणत्याही पद्धतीने शेती केली तरी खंड निर्माण होत असतोच.

रिकार्डोच्या या खंड सिद्धान्तानुसार खंडाची वैशिष्ट्ये पुढीलप्रमाणे :- (१) खंड हा जमिनीपासून उत्पन्न होणाऱ्या उत्पन्नाचाच एक भाग होय. (२) खंड हा भूमी मालकाला भूमीच्या उपयोगाबद्दल द्यावा लागतो. (३) जमिनीतील उपजत गुणांच्या वापराबद्दल खंड दिला जातो. (४) जमिनीतील हे उपजत गुण हे नाशवंत नसतात तर ते टिकावू स्वरूपाचे असतात. याच कारणामुळे वर्षानुवर्षे वापरूनसुद्धा जमिनींच्या गुणांचा नाश होत नाही.

डेव्हिड रिकार्डोने खंड विषयक सिद्धान्त मांडताना पुढील विशिष्ट परिस्थिती गृहीत धरली आहे.

(१) खंड विषयक सिद्धान्ताची चर्चा दीर्घकाळाच्या संदर्भात केली आहे.

(२) बाजारात पूर्ण स्पर्धेची परिस्थिती अस्तित्वात आहे.

(३) सर्व सीमान्त जमीन ही खंड न देणारी जमीन असून सीमान्तर्गत जमिनीवर खंड प्राप्त होतो.

(४) जमिनीच्या मागणीच्या मानाने तिचा पुरवठा हा मर्यादित आहे. व जमीन दुर्मीळ आहे.

(५) जमिनीच्या अंगी काही मूलभूत आणि अविनाशी शक्ती असून त्यांच्या वापराबद्दल जमिनीला खंडाच्या स्वरूपात मोबदला दिला जातो.

(६) जमिनीचे तुकडे हे भिन्न-भिन्न सुपीकतेचे असतात.

(७) प्रथम सुपीक जमीन लागवडीखाली आणली जाते व त्यानंतर सुपीकतेच्या दृष्टीने उतरत्या क्रमाने जमिनी लागवडीखाली आणल्या जातात आणि शेती क्षेत्रातील उत्पादनात घटत्या फलाचा नियम प्रत्ययास येतो.

(८) लोकसंख्या वाढत जाण्याची प्रवृत्ती असते.

रिकार्डोच्या मते, लोकसंख्येच्या अन्नधान्य विषयक गरजा भागविण्यासाठी भिन्न भिन्न प्रतीच्या अथवा सुपीकता असलेल्या जमिनीची लागवडीसाठी निवड केली जाते. जमिनीमध्ये सुपीकतेच्या दृष्टीने गुण-भिन्नता असल्याने खंड निर्माण होत असतो. म्हणजेच खंडाचे स्वरूप गुणभेदजन्य वाढावा अशा प्रकारचे असते. लोकसंख्येच्या अन्नधान्य विषयक गरजा पूर्ण करण्यासाठी प्रकर्षित अथवा 'सखोल शेती' आणि 'विस्तीर्ण शेती' या दोन्ही प्रकारांचा स्वीकार करता येतो. शेतजमिनीचे क्षेत्र कायम ठेवून त्या जमिनीच्या तुकड्यावर वापरल्या जाणाऱ्या भांडवलाचे व श्रमाचे प्रमाण वाढवून उत्पादन वाढविण्याचा प्रयत्न म्हणजे प्रकर्षित अथवा सखोल शेती होय. तर सुपीक, मध्यम सुपीक आणि कमी सुपीक अशा क्रमवारीने जमिनी लागवडीखाली आणल्या जात असतील तर त्यास 'विस्तीर्ण शेती' असे म्हणतात. यापैकी कोणत्याही पद्धतीने शेती केली तरी खंड निर्माण होत असतोच.

रिकार्डोच्या मते, जमिनीची लागवड प्रकर्षित पद्धत व विस्तृत पद्धत अशा दोन्ही पद्धतीने करता येते. कोणत्याही पद्धतीने जमीन लागवडीखाली आणली तरी खंडाची निर्मिती होते.

'अ' प्रतीची जमीन अधिक सुपीक अथवा उच्च प्रतीची' 'ब' प्रतीची जमीन मध्यम सुपीक आणि 'क' प्रतीची जमीन कमी सुपीक अथवा कनिष्ठ प्रतीची आहे.

जमिनीचा प्रकार	उत्पादन खर्च (रु.)	उत्पादन (क्विंटल)	एकूण उत्पन्न (रु.)	खंड (रु.)
'अ' उच्च प्रत	२०००	६	६०००	४०००
'ब' मध्यम प्रत	२०००	४	४०००	२०००
'क' कनिष्ठ प्रत	२०००	२	२०००	०

रिकार्डोच्या मते, सुरवातीला 'अ' प्रतीची जमीन लागवडीखाली आणली जाते. कालांतराने लोकसंख्या वाढून अन्नधान्याची मागणी वाढल्याने 'ब' आणि 'क' प्रतीची जमीन लागवडीखाली आणली जाते.

त्यामुळे 'अ' या उच्चप्रतीच्या जमिनीला रु. ४००० आणि 'ब' या मध्यम जमिनीला २००० रु. इतका खंड मिळतो. 'क' या कनिष्ठ प्रतीच्या जमिनीला उत्पादन आणि खर्च समान होत असल्याने या सीमान्त जमिनीला खंड मिळत नाही. हे आकृतीच्या साहाय्याने दाखविता येते.

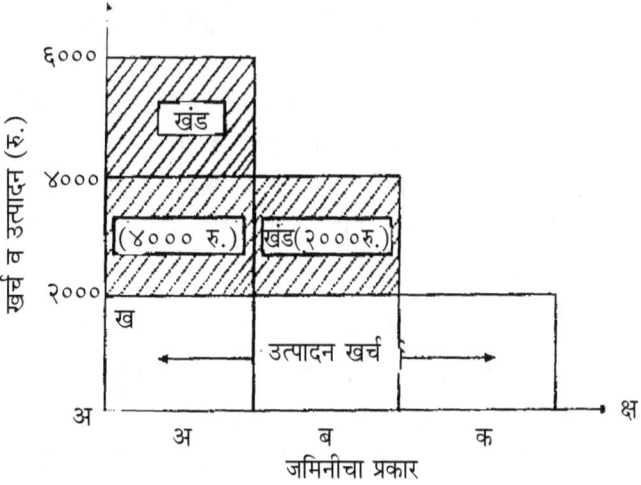

आकृतीमध्ये 'अक्ष' अक्षावर जमिनीचा प्रकार आणि 'अय' अक्षावर उत्पादन व खर्च दर्शविला आहे. अ ब क हे जमिनीचे तीन तुकडे आहेत. अ ही जमीन ब आणि क या जमिनीपेक्षा अधिक सुपीक आहे. तर 'क' ही सीमान्त जमीन किंवा कनिष्ठ जमीन आहे. अ ब आणि क या तीनही प्रकारच्या जमिनीवरील उत्पादन खर्च समान म्हणजे 'अख' (२००० रु.) इतका आहे. परंतु त्यांच्यातील गुणभिन्नतेमुळे

उत्पादनाचे प्रमाण मात्र भिन्न आहे. त्यामुळे उत्पादन खर्च समान असला तरी 'अ' या सर्वात सुपीक जमिनीतील ब आणि क जमिनीपेक्षा जास्त उत्पादन होते व 'ब' या जमिनीत 'क' या जमिनीपेक्षा जास्त उत्पादन होते. 'अ' आणि 'ब' जमिनींना मिळणारा वाढावा म्हणजे खंड (४००० रु. व २००० रु.) आकृतीत रेखांकित केला आहे. रिकार्डोच्या मते 'क' जमिनीला खंड मिळत नाही कारण उत्पन्न व खर्च समान आहे.

Risk Theory of Profit - नफ्याचा जोखीम सिद्धान्त

प्रा. हॉईल या अमेरिकन अर्थशास्त्रज्ञाने आपल्या 'Enterprise and Productive Process' या पुस्तकात नफ्याचा जोखीम सिद्धान्त मांडला. यानुसार जोखीम स्वीकारणे हे संघटकाचे महत्त्वाचे कार्य आहे. सर्व प्रकारच्या व्यवसायात कुठली तरी जोखीम असतेच आणि नफा मिळणार आहे म्हणून संघटक ती जोखीम स्वीकारत असतो. जोखीम जितकी जास्त, तितकी नफ्याची शक्यता जास्त असते.

प्रा. हॉईल यांच्या मते संघटकाला साधारणत: चार प्रकारच्या जोखमींना तोंड द्यावे लागते :- (१) भांडवलाची झीज झाल्याने त्याची पुनर्स्थापना करणे. (२) प्रत्यक्ष उत्पादना संबंधी जोखीम. (३) अनिश्चितता. (४) उत्पादन जुने झाले म्हणून न विकले जाण्याची जोखीम.

जे संघटक जोखीम स्वीकारून आपले अस्तित्त्व टिकवून ठेवतात, त्यांना नफा प्राप्त होतो. जोखमीचे स्वरूप व प्रमाण वेगवेगळ्या व्यवसायात कमी जास्त असते म्हणून भिन्न व्यवसायात प्राप्त होणारा नफा कमी जास्त असतो. तसेच एकाच व्यवसायात वेगवेगळे संघटक कमी जास्त जोखीम स्वीकारतात. म्हणून त्यांना मिळणारा नफा हा समान नसतो.

Rbczynski Theorem रिबझिन्स्की प्रमेय

रायबेगनस्की यांनी दोन वस्तू, दोन घटक अर्थव्यवस्थेत गृहीत धरले आहेत. इतर घटकांचा पुरवठा स्थिर असल्यास एका घटकाचा पुरवठा चालू ठेवला जातो. वस्तूच्या उत्पन्न वाढीसाठी त्याचा उपयोग हेतुपूर्वक केला जातो आणि घटकांचा उपयोग इतर वस्तुवाढीसाठी व उत्पादनाच्या घटीसाठीसुद्धा होतो. उदा. श्रमाचा पुरवठा वाढतो तव्हा श्रमप्रधान वस्तूचे उत्पादन वाढते आणि भांडवलप्रधान वस्तूंचे उत्पादन घटते.

गृहीते : प्रमेयाचा पाया खालील गृहीतांवर आधारित आहे.

(१) दोन देश एकमेकांबरोबर व्यापार करतात.

(२) दोन वस्तूंचे उत्पादन त्या देशात होते.

(३) श्रम आणि भांडवल या दोन घटकांची मदत वस्तूच्या उत्पादनात होते.
(४) सारख्या वातावरणात घटक पूर्णपणे विभक्त, गतिमान आणि स्थिर आहेत.
(५) दोन्ही देशात उत्पादन कार्य सारखे (Linear) परंतु वेगवेगळे असते.
(६) प्रत्येक घटकाचा वस्तूच्या हेतूत फरक आहे.
(७) वस्तू आणि घटकांच्या किमती स्थिर आहेत.
(८) वस्तुबाजार आणि घटकांच्या बाजारात पूर्ण स्पर्धा अस्तित्वात असते.
(९) इतर घटक स्थिर असतात. त्यामध्ये फक्त एकाच घटकाच्या पुरवठ्यात बदल होतो.

प्रमेयाचे स्पष्टीकरण : टी. एम. रायबेगनस्की प्रमेयाचे स्पष्टीकरण झिंगन (Jhingan) यांनी पेटी आकृती (Box diagram) च्या मदतीने केले आहे.

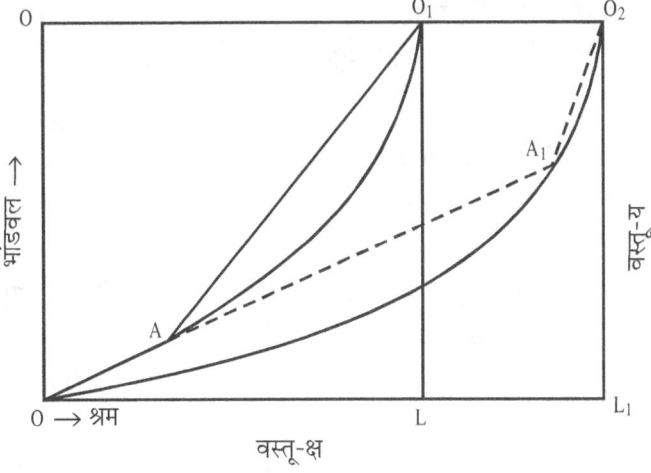

पेटी आकृतीत (Box diagram) 'क्ष' उत्पादन वस्तूचा आरंभबिंदू 'O' आहे. तर O_1 हा 'य' चा आहे. देशाची देणगी घटक 'OLO_1C' या बॉक्सइतकी आहे. आकृतीत श्रम 'क्ष' अक्षावर दाखविले आहेत आणि भांडवल 'य' अक्षावर दाखविले आहे. आता 'अ' करारवक्रावर 'OAO_1' हे सुरुवातीचे उत्पादन बिंदू आहेत. प्रत्येक वस्तूचे गुणोत्तर भांडवल-श्रम आहे. 'OA_1' आणि 'OA' उतार दिला आहे. 'क्ष'चा 'OA' उतार दाखविला आहे. ते श्रमप्रधानाशी संबंधित आहे. येथे 'O_1A' निर्देशक उतार भांडवल प्रधानाशी संबंधित 'य' वस्तू आहे. 'क्ष' वस्तू 'OA' 'क्ष' चे उत्पादन आहे आणि भंडवलाचा पुरवठा 'OA' आणि श्रमाचा पुरवठा 'OL' आहे. 'O_1L' हे 'य' ला दिले आहेत 'OL' पासून 'OL_1' पर्यंत श्रमाचा पुरवठा वाढतो. नवीन पेटी आकृती (New box diagram) 'OL_1O_2C' अशी येते. भांडवल श्रम गुणोत्तर स्थिर

वस्तू किमतीला राहाते. नवीन उत्पादन बिंदू A_1 आहे. या रेषेचा 'OA' रेषेपर्यंत विस्तार होतो आणि नवीन रेषा 'A_2A' पासून 'O_1A' समांतर खाली येते. नवीन उत्पादन बिंदू A_1 ही रेषा करारवक्र (contract curve) 'OA_1O_2' हे त्याचे निर्देशक आहे. श्रमप्रधान उत्पादनाचे वस्तू 'क्ष' मध्ये 'OA' पासून ते 'OA' पर्यंत वाढ होते. परंतु भांडवलप्रधान 'य' वस्तूचे उत्पादन 'O_1A' पासून ते 'O_2A_1' पर्यंत घटते.

व्यापाराच्या बदलाचा हा हेतू रायबेगनस्की यांचा होता. व्यापारात सहभागी होणाऱ्या देशांपैकी एका देशातील उत्पादन घटकाच्या पुरवठ्यात बदल झाल्यानंतर त्याच्या व्यापारी संबंधावर काय परिणाम होतो हे या प्रमेयामध्ये दिले आहे.

यावरून असेही दिसून येते की, भांडवल विपुल देशात भांडवलाचा पुरवठा आणि श्रमाचा पुरवठा विपुल असेल तर घटक किंमत समानीकरणाच्या प्रवृत्तीवर प्रतिकूल परिणाम होतो आणि घटक किंमत बदलत नसतील तसेच वस्तुकिंमतीमध्ये बदल होत नसेल आणि भांडवल साठ्यातील वाढीमुळे समतोल बिंदू पुढे सरकतो.

Sargent Florence's Theory of Industrial Location - सार्जंट फ्लॉरेन्स यांचा औद्योगिक स्थाननिश्चितीचा सिद्धान्त

वेबरने निगमन पद्धतीचा अवलंब करून स्थाननिश्चितीच्या सिद्धान्ताचे विश्लेषण केले आहे; परंतु फ्लॉरेन्सने मात्र आगमन पध्दतीचा (Inductive Method) अवलंब केला आहे. फ्लॉरेन्स यांच्या मते उद्योगाच्या स्थानीयीकरणात केवळ विशिष्ट भौगोलिक प्रदेशांशी असलेला संबंध महत्त्वाचा नाही, तर विविध उद्योगांतील विविध व्यवसायांत लोकसंख्येचे वाटप कसे झाले आहे, यावर स्थानीयीकरणाचे स्वरूप अवलंबून असते.

Saving Investment Theory of Interest - व्याजाचा बचत गुंतवणूक सिद्धान्त

हा सिद्धान्त सनातनवादी (Classical) अर्थशास्त्रज्ञांनी प्रथम प्रतिपादन केला. या सिद्धान्तानुसार भांडवलाची मागणी व पुरवठा यांच्या समन्वयाने व्याजाचा दर निश्चित होतो. त्यामुळे हा सिद्धान्त मागणी पुरवठ्याचा सिद्धान्त म्हणूनही ओळखला जातो. भांडवलाची मागणी गुंतवणुकीतून तर भांडवलाचा पुरवठा बचतीतून होतो. म्हणूनच या सिद्धान्ताला बचत गुंतवणूक सिद्धान्त असे म्हणतात. सनातनवादी अर्थशास्त्रज्ञांच्या मते बचत म्हणजे उपभोग न घेता वाचविलेल्या वस्तू होत. याच वस्तू उत्पादनासाठी उपयोगात आणल्या जातात. गुंतवणूक म्हणजे नव्या भांडवली वस्तूचे उत्पादन जसे यंत्र, उपकरणे इ. तसेच या भांडवली वस्तू व बचत केलेल्या वस्तू, यांचा मुद्रेशी काही संबंध नसतो. यामुळेच हा सिद्धान्त अमौद्रिक सिद्धान्त होय.

बचत व गुंतवणूक यांच्या समन्वयाने व्याजाचा दर प्रस्थापित होतो. जेथे

भांडवलाची एकूण मागणी भांडवलाच्या एकूण पुरवठ्याबरोबर असते. तेव्हा हा व्याजदर निर्धारित होतो. एकूण बचत ही या बिंदूत एकूण गुंतवणुकीबरोबर असते. आकृतीच्या साह्याने हे सिद्ध करू अक्ष अक्षावर भांडवलाची मागणी व पुरवठा तर अय अक्षावर व्याजाचा दर दर्शविला आहे. मम हा भांडवलाचा मागणीवक्र तर पप हा पुरवठा वक्र आहे. स बिंदूत भांडवलाची मागणी व पुरवठा समान ('अत' एवढे) होतात म्हणून 'तस' अथवा 'अक' हा व्याजदर निश्चित होईल.

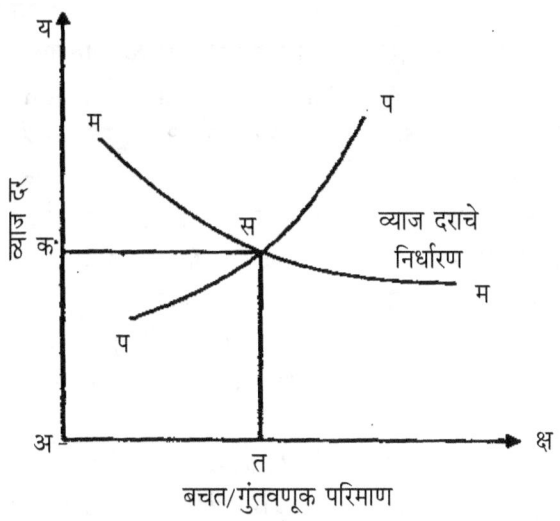

बचत/गुंतवणूक परिमाण

बचत, गुंतवणुकीत असंतुलन निर्माण झाल्यास व्याजदरातील बदलाद्वारे बचत गुंतवणूक पुन्हा संतुलित होतात, समजा, गुंतवणूक बचतीपेक्षा जास्त आहे म्हणजे भांडवलाची मागणी भांडवलाच्या पुरवठ्यापेक्षा जास्त आहे. मागणी जास्त असल्याने उत्पादक जास्त व्याजदर देण्यास तयार होतात. व्याजदर वाढत जातील. परिणामतः एकीकडे गुंतवणूक कमी होईल, दुसरीकडे बचत वाढेल. अशा प्रकारे बचत गुंतवणुकीत समानता निर्माण होईल. समजा बचत गुंतवणुकीपेक्षा जास्त झाली तर या उलट प्रक्रिया कार्यन्वित होईल. तात्पर्य, व्याजदरातील बदलाद्वारे बचत व गुंतवणूक समान होते.

Say's Law of Market - 'से' चा बाजारविषयक नियम

फ्रेंच अर्थशास्त्रज्ञ जे.बी.से (Ja Batist Say) यांनी आपल्या (Traited Economic Politics) या ग्रंथात बाजारविषयक नियमाची मांडणी केली.

''प्रत्येक पुरवठा आपली मागणी निर्माण करतो'' हे से यांनी आपल्या नियमात स्पष्ट केले.

उत्पादक हे वस्तू किंवा सेवा निर्माण करण्यासाठी उत्पादनाचे घटक वापरतात व त्यांना खंड, मजुरी, व्याज या मार्गाने पैशाच्या रूपात मोबदला देतात. हे सर्व उत्पादक घटकांच्या मालकांचे उत्पन्न असते व हे सर्व उत्पन्न ते इतर वस्तू खरेदी करण्यासाठी वापरतात. त्यामुळे पुरवठा व मागणी समतोल राहतो.

फ्रेंच अर्थशास्त्रज्ञ प्रो. जे. बी. से. ह्यांनी एकोणिसाव्या शतकाच्या सुरवातीस आपला बाजाराबाबतचा सिद्धान्त प्रसिद्ध केला. सुरवातीस त्यांनी वस्तुविनिमय स्वरूपाच्या बाजाराचे उदाहरण घेतले. या बाजारात वस्तूचा मोबदला वस्तूच्या रूपात होत असतो. म्हणून वस्तूचा पुरवठा होतो त्याचवेळी वस्तूची मागणीही उपलब्ध होत असते. असाच व्यवहार पैशाच्या आधाराने चालणाऱ्या अर्थव्यवस्थेत होत असतो. उत्पादक हे वस्तू अथवा सेवा निर्माण करण्यासाठी उत्पादनाचे घटक वापरतात व त्यांना खंड, मजुरी व्याज या मार्गाने पैशाच्या रूपात मोबदला देतात. हे उत्पादक घटकांच्या मालकांचे उत्पन्न असते व हे सर्व उत्पन्न ते इतर वस्तू खरेदी करण्यासाठी वापरतात. त्यामुळे पुरवठा व मागणी समतोल राहतो. त्यामुळे जादा उत्पादन अथवा मागणीची कमतरता कधीच भासत नाही. अर्थव्यवस्थेमध्ये एखाद्या वस्तूचे अधिक उत्पादन उत्पादकाच्या चुकीच्या मागणीच्या अंदाजामुळे होणे शक्य आहे. परंतु एकूण अर्थव्यवस्थेच्या पातळीवर उत्पादन आणि मागणी ह्यामध्ये सतत समतोल साधला जात असतो.

से ह्यांच्या सिद्धान्तानुसार जोपर्यंत अर्थव्यवस्था पूर्ण रोजगाराच्या पातळीपर्यंत कार्य करीत नाही. तोपर्यंत उत्पादक घटकांचा अधिकाधिक वापर करून उत्पादन वाढवणे शक्य असते.

उदा. समजा एका कारखान्यात तयार झालेल्या कारची किंमत ३ लाख रुपये आहे. या ३ लाख रुपयांपैकी ३० हजार रुपये कामगारांना पगार म्हणून, ७० हजार रुपये कच्चा माल, ३० हजार रुपये सुट्ट्या भागांवर व ३० हजार रुपये खंड, भाडे इत्यादींवर खर्च केले जातात असे समजू. येथे संयोजकाचा-प्रवर्तकाचा नफा १ लाख ४० हजार इतका मानला, तर ३ लाखाला वाहन विकल्यावर ३ लाख रु. एवढे उत्पन्न झालेले दिसून येते. उत्पादनप्रक्रियेत सहभागी झालेले सर्वजण ही रक्कम (३ लाख) बाजारातून ३ लाख रुपयांच्या वस्तू व सेवा घेण्यावर खर्च करतील. थोडक्यात, पुरवठा आपली मागणी निर्माण करतो हे सिद्ध होते.

से च्या सिद्धान्ताच्या वरील चर्चेवरून खालील निष्कर्ष काढता येतात.

१. अर्थव्यवस्थेची स्वयंप्रेरित कार्यपद्धती – अर्थव्यवस्था ही स्वयंप्रेरित रीतीने कार्य करीत असते. तिला कोणत्याही नियंत्रण यंत्रणेच्या मार्गदर्शनाची आवश्यकता नसते. काही कारणामुळे असमतोलाची परिस्थिती निर्माण झाल्यास ती तात्पुरत्या

स्वरूपाची असते. बाजारातील मागणी आणि पुरवठा यांचे मुक्त प्रवाह एकमेकांशी जमवाजमव करून घेतात. आणि समतोल साधला जातो.

२. *सार्वत्रिक जादा उत्पादनाची शक्यता नसते* – से ह्यांच्या सिद्धान्तानुसार सार्वत्रिक स्वरूपाचे जादा उत्पादन शक्य नसते. कारण, काही कारणामुळे एखाद्या वस्तूचे मागणीपेक्षा अधिक उत्पादन झाल्यास त्याची किंमत घसरते म्हणून मागणी वाढते. अशा रीतीने जादा उत्पादन जादा मागणीमुळे खपून जाते. तसेच एखाद्या उद्योगामध्ये जादा उत्पादन झाले तर तेही तात्पुरत्या स्वरूपाचे ठरते. आवश्यक ती जुळवाजुळव मागणी आणि पुरवठा ह्यामध्ये होते. व पुन्हा समतोलाची परिस्थिती निर्माण होते. थोडक्यात, वार्षिक उत्पादन आणि वार्षिक मागणी समान राहतात. काही कारणामुळे उत्पादन वाढल्यास, उत्पादक घटकांच्या उत्पन्नात वाढ होते. आणि वाढलेले उत्पन्न अधिक मागणी निर्माण करते, त्यामुळे अधिक उत्पादनाची बाजारात सहजच विक्री होते.

उत्पन्नाचा चक्राकार प्रवाह : अर्थव्यवस्थेमधील उत्पन्नाचा चक्राकार प्रवाह पुढीलप्रमाणे आकृतीच्या साहाय्याने स्पष्ट करता येतो.

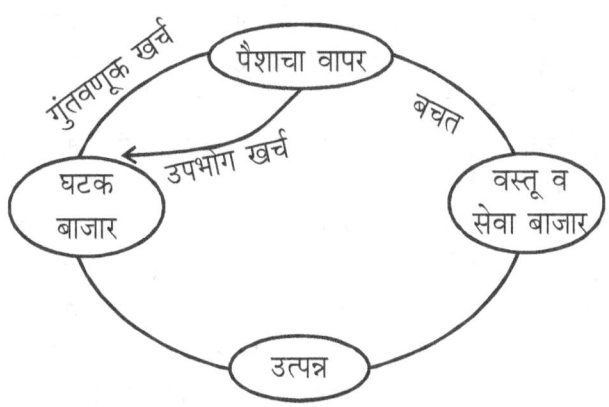

उत्पादक संस्था जेव्हा उत्पादक घटक उत्पादनाच्याकामी वापरतात तेव्हा त्यांना खंड, मजुरी, व्याज, आणि नफा या प्रकारे मोबदला दिला जातो. ते उत्पादक घटकांचे उत्पन्न असते. हे उत्पादक घटक समाजातील कुटुंबे पुरवीत असतात. ही कुटुंबे त्यांना प्राप्त झालेले सर्वच्या सर्व उत्पन्न संस्थांनी निर्माण केलेल्या वस्तू आणि सेवा ह्यांच्या खरेदीवर खर्च करतात. कुटुंबाचा खर्च म्हणजे उत्पादन संस्थांचे उत्पन्न होय. हे उत्पन्न उत्पादनसंस्था उत्पादन करण्यासाठी उत्पादक घटकांवर खर्च करतात. अशा प्रकारे उत्पन्नांचा चक्राकार प्रवाह अर्थव्यवस्थेमध्ये सतत चालू असतो.

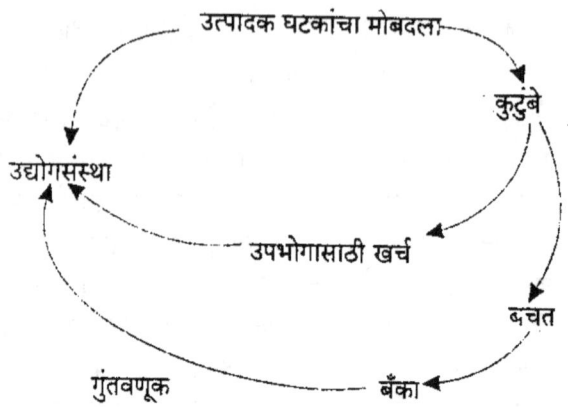

काही कुटुंबांनी बचत केल्यास, ती बँकांमध्ये जमा केली जाते. बँका ही बचत गुंतवणुकीसाठी औद्योगिक संस्थांना कर्जाऊ देते. अशा प्रकारे एकूण उत्पन्नाचा प्रवाह चालू असतो.

३. *सार्वत्रिक बेरोजगारीची अशक्यता* – मुक्त आणि स्पर्धायुक्त वातावरण असणाऱ्या अर्थव्यवस्थेत मोठ्या प्रमाणावर बेरोजगारी निर्माण होऊ शकत नाही. प्रा. पिगू यांनी सांगितल्याप्रमाणे सर्व ठिकाणी वेतनाचे दर कमी केल्यास श्रमांना असणारी मजुरांची मागणी वाढते, त्यामुळे बेरोजगारी नष्ट करता येते. त्यासाठी सरकारी यंत्रणेने वेतन नियंत्रण आणि मजूर संघटनांनी वेतनवाढीसाठी दबाव आणण्याचे धोरण स्वीकारल्यास अर्थव्यवस्था मुक्तपणे कार्य करू शकत नाही. अशा प्रकारचे अडथळे नसल्यास अर्थव्यवस्था आपल्या नैसर्गिक प्रवृत्तीनुसार पूर्ण रोजगाराच्या दिशेने वाटचाल करीत राहते. एखाद्या उद्योगात बेकारी असणे शक्य असते. परंतु सार्वत्रिक स्वरूपाची बेकारी दीर्घकालाच्या संदर्भात निर्माण होऊ शकत नाही.

४. *बेकार सामग्रीचा उपयोग* – बेकार अवस्थेतील सामग्रीचा उत्पादनासाठी वापर केल्यास उत्पादन वाढवणे शक्य होते आणि राष्ट्रीय उत्पन्नात भर पडते. तसेच नवीन उपयोगात आणलेल्या घटकांना मोबदला देणे शक्या होते. समाजाला अधिक वस्तू आणि सेवा ह्यांच्या रुपाने लाभ प्राप्त होतो.

५. *सरकारी हस्तक्षेपाबाबतचे धोरण* – से ह्यांच्या सिद्धान्ताचा महत्त्वाचा अभिप्रेत अर्थ म्हणजे सरकारी यंत्रणेच्या हस्तक्षेपाची गरज उरत नाही. सरकारने जर अर्थव्यवस्थेच्या दैनंदिन कारभारात हस्तक्षेप केला तर असमतोलाची परिस्थिती निर्माण होते. से यांनी सांगितल्याप्रमाणे अर्थव्यवस्था ही स्वयंप्रेरित किंवा स्वयंचलित असते. अर्थव्यवस्थेमध्ये स्वयंस्थित स्वरूपाची जुळवाजुळव करण्याची क्षमता असते.

काही अडथळे निर्माण झाल्यास अर्थव्यवस्था त्यावर मात करू शकते. त्यसाठी बाह्य मार्गदर्शनाची अथवा नियंत्रणाची गरज भासत नाही. म्हणून सरकारी हस्तक्षेपाची आवश्यकता नसते.

६. *उत्पादनास मर्यादा नसते* – से ह्यांच्या मतानुसार पुरवठा स्वत:साठी मागणी निर्माण करतो त्यामुळे अर्थव्यवस्थेत क्रियेस मर्यादा असत नाही. याचा अर्थ असा की, आर्थिक विकासास मर्यादा राहत नाही. कारण पुरवठ्याच्या प्रकियेतून मागणी निर्माण होत राहते. त्यामुळे मागणीची कमतरता कधीच भासत नाही. थोडक्यात विकसनशील देशांच्या विकासास मर्यादा रहात नाहीत.

७. *पैशाचे तटस्थतेचे कार्य* – 'से' यांचा सिद्धान्त मुळातच वस्तुविनिमयावर आधारलेला आहे. अर्थव्यवस्थेमध्ये जसा पैशाचा प्रवाह असतो, त्याबरोबर वस्तू आणि सेवा ह्याचाही प्रवाह असतो. पैसा हा एक माध्यम म्हणून कार्य करतो. पैशाच्या पुरवठ्यात बदल झाला तरी अर्थव्यवस्थेतील दीर्घकालीन पूर्ण रोजगाराच्या समतोलावर कोणताही परिणाम दिसून येत नाही.

जे. बी. से यांच्या सिद्धान्ताचा ध्वनित अर्थ खालीलप्रमाणे :

(१) आपोआप समायोजन : अर्थव्यवस्थेत प्रत्येक घटकाचे आपोआप समायोजन होते. उदाहरणार्थ पुरवठ्यात वाढ झाली, की मागणीत वाढ होते. मागणी-पुरवठ्यात आपोआप समायोजन होते. त्यामुळे सरकारच्या हस्तक्षेपाची गरज नसते.

(२) सर्वसाधारण अतिउत्पादन अशक्य : उत्पादनातील वाढीमुळे संबंधित उत्पादन घटकांचा पुरवठा करणाऱ्याचे उत्पन्न वाढेल. त्यामुळे नवीन मागणी निर्माण होऊन वस्तूंच्या साठ्याची विक्री होईल. त्यामुळे अतिउत्पादनाचा धोका संभवत नाही.

(३) बेरोजगारी असणार नाही : अति उत्पादन अशक्य आहे हे तत्त्वत: मान्य झाले, की सर्वसाधारण बेरोजगारीचा प्रश्नच उद्भवत नाही. जर कोठे बेकारीचा प्रश्न उद्भवला तर तो तात्पुरत्या काळाचा असेल आणि आपोआप काही दिवसांनी तो प्रश्न सुटेल.

(४) समाजाचे नुकसान होणार नाही : ज्या साधनांचा वापर नाही किंवा जे घटक बेकार आहेत, असे घटक कामात वापरले गेले, की वस्तूचे उत्पादन वाढेल. सेवा वाढतील. त्यामुळे राष्ट्रीय उत्पन्न वाढेल. त्यामुळे नवीन घटकांना मोबदला देणे शक्य होईल. त्यामुळे सामाजाचे नुकसान न होता, फायदाच वाढेल.

(५) धोरणात्मक निर्णयासाठी उपयोगी : अर्थव्यवस्थेच्या मूळ रचनेतच लवचिकता आहे. काही प्रश्न निर्माण झाले तर काही कालावधीनंतर प्रश्न सुटतील. त्यामुळे सरकारला हस्तक्षेप करण्याची गरज नाही. किंमती, वेतन, व्याजदर मुक्तपणे

बदलत्या स्थितीनुसार ठरतील. सरकारला कोणताही निर्णय घेण्याची गरज नाही.

(६) पूर्ण रोजगार पातळी : दीर्घकाळात मुक्त अर्थव्यवस्थेत पूर्ण रोजगार समतोल आपोआप प्राप्त होईल.

(७) वास्तव अर्थव्यवस्थेवर पुरवठा बदलाचा परिणाम नाही : पुरवठा मागणी निर्माण करतो. पैशाच्या पुरवठ्याबाहेर वस्तूचा वास्तव प्रवाह असतो, सेवेचा प्रवाह असतो. त्यामुळे पुरवठा बदलाचा अर्थव्यवस्थेतील समतोल प्रक्रियेवर कोणताच परिणाम होत नाही. त्यामुळे रोजगार पातळीत बदल होत नाही.

(८) व्याजदर व्यूहरचना ठरवणारा घटक आहे : बचत-गुंतवणूक समानता लवचिक व्याजदरावर ठरते. व्याजदर व्यूहरचना ठरवणारा अर्थव्यवस्थेतील महत्त्वपूर्ण घटक ठरेल.

(९) वेतन लवचिकता आणि पूर्ण रोजगार : मजुरांच्या स्पर्धात्मक बाजारपेठेत वेतन लवचिकता पूर्ण रोजगार पातळीकडे नेणारी असते.

Social Marginal Productivity Criteria - सामाजिक सीमान्त उत्पादकता निकष

हा निकष होलीस चेनेरी या अर्थशास्त्रज्ञाने मांडला. त्यांच्या मते गुंतवणुकीच्या जास्तीच्या मात्रेपासून होणारा लाभ विचारात घेताना त्यापासून भांडवलदारांना किती फायदा झाला याचा विचार करण्यापेक्षा राष्ट्रीय उत्पन्नात किती शुद्ध भर पडली याचा विचार व्हायला हवा.

केलेली गुंतवणूक फायदेशीर ठरण्यासाठी प्रत्येक प्रकल्पाची सीमान्त उत्पादकता जाणण्याची गरज नाही. विविध प्रकल्पांच्या सामाजिक उत्पादकतेचा विचार करून त्यांचा प्राधान्यक्रम तयार केला आणि त्यानुसार गुंतवणूक केली तर ती फायदेशीर ठरेल असे त्यांचे मत होते. हा क्रम तयार करताना त्या विशिष्ट गुंतवणुकीपासून बाह्य फायदे किती मिळतील याचा विचार व्हायला हवा असे त्यांचे मत होते.

चेनेरीचे सूत्र खालीलप्रमाणे

$$SMP = \frac{V-C}{K} + \frac{Br}{K}$$

या सूत्रात, SMP = सामाजिक सीमान्त उत्पादकता

    K = गुंतवणूक

    V = प्रकल्पामुळे सामाजिक फायद्यात पडणारी भर

    C = देशी घटकांचा एकूण व्यय

    Br = शोधनशेषावरील परिणाम

Stage Theory of Development - विकासाच्या अवस्थांचा सिद्धान्त

आर्थिक विकासाची प्रक्रिया स्पष्ट करण्याचा एक वैशिष्ट्यपूर्ण आणि महत्त्वाकांक्षी प्रयत्न म्हणजे प्रो. रोस्टोचा 'विकासाच्या अवस्थांचा सिद्धान्त' (Stage Theory of Development) होय. कार्ल मार्क्सचा 'कम्युनिस्ट मॅनिफेस्टो' होता, तर रोस्टोचा 'नॉनकम्युनिस्ट मॅनिफेस्टो' आहे. यावरून रोस्टोच्या प्रतिपादनातील उच्च आकांक्षा स्पष्ट होतात.

रोस्टोचा सिद्धान्त म्हणजे आधुनिक इतिहासाचा अभ्यास करून आर्थिक विकासाबाबत काढलेले काही सामान्य निष्कर्ष (Generalisation) आहेत. या सिद्धान्ताने केवळ निष्कर्ष काढलेले नाहीत तर समाजव्यवस्थांमधील प्रत्यक्ष बदलांचे स्पष्टीकरण देण्याचाही प्रयत्न केला आहे, तसेच भविष्यातील अंदाज व्यक्त करणे या सिद्धान्ताच्या मदतीने शक्य आहे. विशेष म्हणजे केवळ आर्थिक बाजूवर भर देऊन हा सिद्धान्त मर्यादित झालेला नाही. विविध आर्थिक व आर्थिकेतर बदलांच्या प्रवृत्तीमधील दुवे, जे इतर स्पष्टीकरणांमध्ये सहसा सापडत नाहीत, रोस्टोच्या विवेचनात मिळतात. या दृष्टीने हा सिद्धान्त आर्थिक विकासाचा एक वैशिष्ट्यपूर्ण सिद्धान्त ठरतो.

रोस्टोने आपल्या विवेचनात आर्थिक विकासातील पाच अवस्था स्पष्ट केल्या आहेत. या विवेचनात व्यापक व वास्तववादी आधारावर समाजसंस्थांच्या उत्क्रांतीचे चित्र रेखाटलेले दिसून येते. विशेष म्हणजे मार्क्सच्या विचारांशी असहमत होताना आपला मुद्दा स्पष्ट करण्यासाठी रोस्टोने ज्या दोन देशांची निवड केली ते देश अमेरिका व रशिया हे आहेत-एक भांडवलशाहीप्रधान विकसित देश तर दुसरा साम्यवादी देश! दोनही अर्थव्यवस्थांच्या उत्क्रांतीत त्याच पाच अवस्था असल्याचे रोस्टोने दाखवून दिले आहे.

रोस्टोच्या सिद्धान्तातील पाच अवस्था पुढीलप्रमाणे आहेत -

(१) प्राथमिक अवस्था (The Traditional Society)

(२) उड्डाणपूर्व अवस्था (Pre-Conditions to Take-Off)

(३) उड्डाणावस्था (Take-Off)

(४) पूर्णावस्थेकडे वाटचाल (The Drive to Maturity) आणि

(५) अतिउपभोगावस्था (The Age of High Mass Consumption).

वरील पाच अवस्थांमधून अर्थव्यवस्था जाऊन तिची प्रगती होते. अर्थात, प्रत्येक पुढील अवस्था जास्तीची साध्य झालेली प्रगती दर्शविते.

(१) प्राथमिक अवस्था : या अवस्थेचे वर्णन रोस्टोने 'न्यूटनपूर्व' (Pre-Newtonian) अर्थव्यवस्थांच्या संदर्भात केले आहे. न्यूटनच्या शोधानंतरच्या काळात अर्थव्यवस्थांमध्ये उत्पादनाचे स्वरूप आमूलाग्र बदलले; म्हणून न्यूटनपूर्व किंवा

प्राथमिक अवस्थेत येणाऱ्या अर्थव्यवस्था म्हणजे त्या जेथे नवीन शोधामुळे उत्पादनादी क्षेत्रात क्रांतिकारक बदल घडून आले नव्हते. 'न्यूटनपूर्व अर्थव्यवस्था' या शब्दप्रयोगाचा म्हणूनच शब्दश: अर्थ न घेता वरील संदर्भ लक्षात घ्यायला हवा.

(२) उड्डाणपूर्व अवस्था : प्राथमिक अर्थव्यवस्थेत उड्डाणपूर्व अवस्था येण्यासाठी ही भावना वाढायला हवी की आर्थिक प्रगती केवळ शक्यच नव्हे तर काही इतर कारणांसाठी (राष्ट्रीय प्रतिष्ठा, खाजगी नफा, सामान्य हित, वगैरे) आवश्यकही आहे. त्यानंतर अर्थव्यवस्थेची बचत व गुंतवणूक क्रियाशील करण्यास कल्पक संघटक पुढे येतात, बँकांसारख्या संस्था स्थापन किंवा क्रियाशील होतात व अशा रीतीने प्राथमिक अवस्थेतून संक्रमण (Transition) सुरू होते.

संक्रमणात शेतीचे स्थान – संक्रमण यशस्वी होण्यासाठी शेतीची महत्त्वपूर्ण भूमिका आहे. प्राथमिक अवस्थेत देशातील ७५ ते ८० टक्के लोकसंख्या शेतीवर अवलंबून असते, संक्रमणात शेतीची उत्पादकता वाढत असतानाच हे अवलंबित्व बरेच कमी व्हायला हवे. या काळात शेतीला महत्त्वपूर्ण अशी विविध भूमिका पार पाडावी लागते.

(३) उड्डाणावस्था (Take-off) : 'उड्डाण' हा शब्द या ठिकाणी विमानशास्त्राचा आधार घेऊन योजलेला आहे. विमानाने धावपट्टीवर किमान गती प्राप्त केल्यानंतर ते आकाशात झेप घेते, व त्याला विमानाचे उड्डाण असे म्हणतात. त्याचप्रमाणे उड्डाणपूर्व अवस्थेत अर्थव्यवस्थेच्या विकासासाठी आवश्यक अशा किमान अटी पूर्ण होतात व नंतर अर्थव्यवस्थेची खरी प्रगती सुरू होते. प्रो. रोस्टोच्या मते ही अवस्था म्हणजे समाजाच्या जीवनातील एक निर्णायक बदलाचा क्षण (Turning-point) आहे, जेथून विकास तेथे ही एक सामान्य प्रक्रिया (Normal Condition) बनते. "उड्डाणावस्था ही एक औद्योगिक क्रांती आहे, तिच्यामुळे उत्पादनाच्या पद्धतीत मूलभूत महत्त्वाचे बदल घडून येतात, आणि या बदलांचा निर्णायक परिणाम अर्थव्यवस्थेवर साधारण अल्पकाळातच दिसून येतो.'' दुसऱ्या शब्दात, उड्डाणावस्थेचा काळ अंदाजे २० ते ३० वर्षांचा असून या काळात अर्थव्यवस्थेत असे महत्त्वपूर्ण बदल घडून येतात की ज्यामुळे तेथे विकास ही एक नेहमीची प्रक्रिया होते.

(४) पूर्णावस्थेकडे वाटचाल / स्वप्रेरित विकास (Drive to Maturity) : उड्डाणावस्था सुरू झाल्यानंतर साधारण ६० वर्षांनी अर्थव्यवस्था परिपूर्ण होते. ही अशी अवस्था आहे की जेथे उड्डाणावस्था पूर्ण करणाऱ्या मूळ उद्योगांच्या पलीकडे जाण्याची क्षमता अर्थव्यवस्थेत दिसून येते, तसेच नवीन तंत्रांपासून मिळणारे फायदे बऱ्याच मोठ्या प्रमाणावर सामावण्याची आणि लागू करण्याची शक्यता निर्माण होते. आवश्यक अशा सर्व वस्तू देशातच निर्माण होतात. या काळात गुंतवणीचा दर

राष्ट्रीय उत्पन्नाच्या १० ते २० प्रतिशत इतका असतो. उत्पादनाची वाढ इतक्या वेगाने होते की लोकसंख्येतील वाढ कमी करून अर्थव्यवस्था प्रगत होते. ही प्रगती लक्षणीय असल्याने अर्थव्यवस्थेला आंतराष्ट्रीय रचनेत स्थान प्राप्त होते. हीच प्रगती पुढे सुरू राहाण्यात आवश्यक असे संस्थात्मक बदल व नवीन मूल्यांची स्थापना या काळात घडून येते.

(५) अतिउपभोगावस्था (Age of High Mass - Consumption) :

(१) या अवस्थेत लोकांचे वास्तविक उत्पन्न बरेच वाढलेले असते. त्यांना मूलभूत गरजांशिवाय इतर अनेक प्रकारचा उपभोग घेणे आवश्यक होते.

(२) शहरीकरण वाढते, आणि सेवाक्षेत्राची अमर्याद वाढ होते. नोकरी करणाऱ्या लोकांचे प्रमाण वाढते. सर्वांना अर्थव्यवस्थेच्या परिपूर्णतेची जाणीव असल्याने त्यापासून लाभ मिळविण्यासाठी ते प्रयत्नशील असतात.

(३) उत्पादनाच्या क्षेत्रात भांडवली वस्तूंच्या तुलनेत उपभोग्य वस्तूंच्या निर्मितीवर जास्त भर दिला जातो. या वस्तू प्रामुख्याने चैनीच्या (टेलीव्हिजन्स, फ्रीज, वगैरे) असतात.

(४) उत्पादनतंत्रात सुधारणा करण्याचे उद्दिष्ट दुय्यम ठरून सामाजिक कल्याण आणि सुरक्षेला जास्त महत्त्व दिले जाते.

Subsistence Wage Theory - निर्वाह वेतन सिद्धान्त

फ्रान्समधील निसर्गवादी अर्थशास्त्रज्ञांनी सर्वप्रथम हा सिद्धान्त मांडला. त्यानंतर ॲडम स्मिथ, रिकार्डो या ब्रिटिश तसेच लॅसली या जर्मन अर्थशास्त्रज्ञांनी त्यात सुधारणा केली. हा सिद्धान्त माल्थसच्या लोकसंख्या सिद्धान्तावर आधारित आहे. येथे निर्वाह वेतन म्हणजे श्रमिकास जगण्यासाठी आवश्यक तेवढे वेतन होय.

या सिद्धान्तानुसार अल्पकाळात श्रमास दिले जाणारे वेतन, हे निर्वाह वेतनापेक्षा कमी किंवा जास्त असू शकते. मात्र दीर्घकाळात ते निर्वाह वेतनाइतकेच असते. दीर्घकाळात श्रमिकास केवळ निर्वाह वेतनच प्राप्त होते.

अल्पकाळात जर श्रमिकांना निर्वाह वेतनापेक्षा जास्त वेतन दिले, तर श्रमिकाच्या कुटुंबाचा आकार वाढतो. दीर्घकाळात श्रमिकांची संख्या किंवा पुरवठा वाढून वेतनदर निर्वाहपातळीपर्यंत घसरतात. या उलट श्रमिकांना मिळणारे वेतन निर्वाहवेतनापेक्षा कमी असेल, तर कुटुंबाचा आकार लहान ठेवण्याची प्रवृत्ती निर्माण होते. तसेच कुपोषण, अपमृत्यू इ. मुळे मृत्युदर वाढतो व दीर्घकाळात श्रमिकांचा पुरवठा घटतो. त्यामुळे वेतनदर वाढून निर्वाह वेतनपातळीपर्यंत येतात.

The Kraviss' Theory of Availability - क्रॅव्हिसचा उपलब्धता सिद्धान्त

१९५६ मध्ये आयर्विंग क्रॅव्हिस या अमेरिकन अर्थशास्त्रज्ञाने व्यापाराच्या वस्तु समुच्चयावर उपलब्धता आणि इतरांचा परिणाम हा लेख लिहिला. त्याने सनातनवादी सिद्धान्तातील गृहीतकाला -व्यापार करणाऱ्या सर्व देशांत सारखेच तंत्रज्ञान असते- याला आक्षेप घेतला. हेक्श्चर ओहलिन सिद्धान्तातील गृहीतक-श्रमामुळे श्रमप्रधान वस्तूची निर्यात होते -याला आक्षेप घेतला. त्यांच्या मते स्वस्त देशांत वेतन दर वाढले आहेत. त्या देशात उपभोगानंतर जादा असलेले उत्पादन निर्यात होते. क्रॅव्हिसने उपलब्धतेनुसार व्यापारव्याप्ती ठरते असे सांगितले. त्यात पुरवठा लवचिक असतो असे मत मांडले. देशात वस्तू उपलब्ध नसते तेव्हा व्यापार होतो. त्या वस्तू आयात केल्या जातील किंवा देशांतर्गत उपभोग झाल्यावर शिलकी उत्पादन निर्यात केले जाईल.

क्रॅव्हिसच्या मते उपलब्धतेवर चार घटक परिणाम करतात. त्यात (१) नैसर्गिक साधन, (२) तांत्रिक बदल, (३) वस्तुभेद (४) शासकीय धोरण यांचा समावेश होतो. देशातील उपलब्ध साधनसामग्रीचा टंचाईमधून व्यापार होतो. तांत्रिक ज्ञानप्रसारामुळे देशाची उत्पादनक्षमता वाढते. वस्तुभेदामुळे देशात एका वस्तु-उत्पादनात मक्तेदारी प्रस्थापित करता येते. जकात धोरण, वाहतूक खर्च, इत्यादींमुळे नकारात्मक शासकीय धोरणाचा व्यापारावर परिणाम होतो. नैसर्गिक साधनांच्या, तांत्रिक ज्ञानाच्या अभावामुळे आणि वस्तुभेद किंवा संरक्षण धोरणामुळे वस्तू उपलब्ध होत नाहीत.

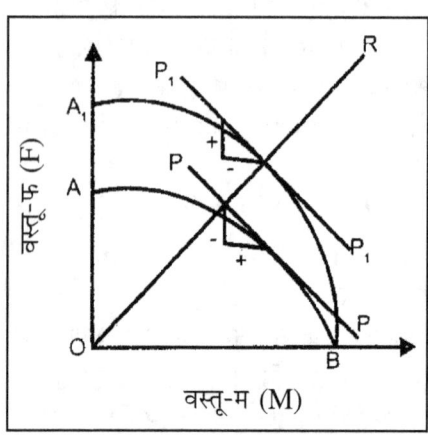

वस्तू-फ (F)
वस्तू-म (M)

अमेरिका (A), ब्रिटन (B), कॅनडा (C), डेन्मार्क (D) हे चार देश आणि अन्यधान्य (F) व औद्योगिक वस्तू (M) विचारात घेतल्या आहेत. दोन्ही वस्तूंसाठी श्रम, भांडवल लागते. F वस्तूसाठी भूमी लागते. M वस्तूसाठी तंत्रज्ञान लागते. ABC देशांकडे जमीन आहे. BCD देशांकडे तंत्रज्ञान आहे. अमेरिका देश फक्त अन्नधान्य आणि डेन्मार्क देश फक्त यंत्रसामुग्री व ब्रिटन कॅनडामध्ये दोन्ही वस्तूंचे उत्पादन होते. ब्रिटन आणि कॅनडामध्ये अन्नधान्य आणि यंत्र सामग्री यांच्यातील बदल दर सारखा आहे. ब्रिटनमध्ये. 5F = 1M आहे तर कॅनडामध्ये 3F = 1M आहे. अन्नधान्य आणि यंत्रसामग्री यांच्यातील किंमत

समानता प्रमाण दर जागतिक मागणीच्या अटी व उत्पादन शक्यतेनुसार ठरतात. अमेरिकेतून अधान्याची निर्यात होते. डेन्मार्कमधून यंत्राची निर्यात होते तर ब्रिटन आणि कॅनडामध्ये किंमत समानता समतोलामुळे व्यापार होतो. जर 3F = 1M किंमत प्रमाण दरापेक्षा प्रत्यक्ष दर कमी असेल तर अधान्याची (F) निर्यात होते आणि जर 5F = 2M पेक्षा जास्त दर असेल तर M ची निर्यात होते. क्रॅव्हिस यांनी उपलब्धता दृष्टिकोन घटक प्रमाण सिद्धान्ताशी संबंधित दाखवला ते आकृती मध्ये दर्शविलेले आहे.

अमेरिका आणि ब्रिटन या देशात अन्नधान्य (F) आणि यंत्रनिर्मिती (M) होते. श्रम आणि भांडवलाच्या देणग्या सारख्याच आहेत. सारखे तंत्रज्ञान वापरले आहे. अमेरिकेकडे ब्रिटनपेक्षा जास्त जमीन आहे. अशा स्थितीत दोन्हीं देश यंत्रसामग्री निर्यात करतील. पण अमेरिका ब्रिटनपेक्षा जास्त अन्नधान्य निर्माण करेल. BA हा ब्रिटनचा उत्पादन शक्यता वक्र आहे. BA_1 हा अमेरिकेचा उत्पादन शक्यता वक्र आहे. यातील व्यापारशर्ती PP आणि P_1P_1 यात किंमत रेषेनुसार OR वक्रावर ठरतात, त्यात अमेरिका अन्नधान्याची निर्यात करते.

तथापि उपलब्धता सिद्धान्त घटक दर सिद्धान्तापेक्षा उच्च प्रतीचा आहे. यंत्र साम्रगी निर्मितीस जादा भांडवल, श्रम प्रमाण लागते. ते अमेरिकेत आहे. अन्नधान्य निर्मितीस जमीन लागते ती अमेरिकेत आहे. यंत्रसामग्रीस लोखंह पोलादाच्या खाणी अमेरिकेत आहेत. अमेरिका अन्नधान्य निर्यात करेल. ब्रिटन यंत्रसामग्री निर्यात करेल. मात्र घटकप्रमाण दर सिद्धान्त लावला तर हे उत्तर चुकेल. उपलब्धता दृष्टिकोनाचा स्वीकार केला तर अमेरिकेतील जमिनीची उपलब्धता व ब्रिटनमधील खाणी यामुळे उत्तर बरोबर येईल.

उपलब्धता दृष्टिकोन विशिष्ट ग्राहक प्राधान्यात वापरता येते. ग्राहकांना स्कॉच व्हिस्की व स्विस घड्याळे लागतात. वस्तूची गुणवत्ता अधिक असली तरी जाहिरातीमुळे मागणी बदलते.

The Law of Supply - पुरवठ्याचा सिद्धान्त किंवा पुरवठ्याचा नियम

वस्तूची किंमत हा पुरवठ्यावर परिणाम करणारा सर्वांत महत्त्वाचा घटक असतो. त्यामुळे पुरवठ्याचा नियम हा वस्तूच्या किमतीच्या संदर्भात मांडला जातो.

किंमत आणि पुरवठा यांचा फलनात्मक संबंध हा सिद्धान्त सांगतो.

S = F (P) म्हणजे S = Supply (पुरवठा), F = Function (फलन), P = Price (किंमत) म्हणजे इतर घटक स्थिर राहिल्यास त्या वस्तूच्या किमतीवर पुरवठा अवलंबून असतो. पुरवठ्याच्या नियमानुसार

“ इतर परिस्थिती कायम असेल तर वस्तूची किंमत वाढली की वस्तूचा

पुरवठा वाढतो आणि किंमत घटली की पुरवठा कमी होतो.''

वस्तूचा पुरवठा व वस्तूची किंमत यांचा सम किंवा सरळ संबंध असतो. म्हणजेच वस्तूची किंमत व वस्तूचा पुरवठा एकाच दिशेने बदलतात.

पुरवठ्याचा नियम हा ' इतर परिस्थिती कायम असताना, खरा ठरतो.' इतर परिस्थितीमध्ये अनेक गोष्टी गृहीत असतात. उदा. उत्पादनतंत्र, उत्पादनघटकांची कार्यक्षमता, उत्पादनघटकांचे मोबदले इत्यादी. यांपैकी कोणत्याही घटकात बदल झाला तर या नियमापेक्षा वेगळी कृती दिसेल. उदा. उत्पादनतंत्रात बदल झाला तर दिलेल्या किमतीला पुरवठा वाढेल, किंवा उत्पादनघटकांचे मोबदले उदा. कामगारांचे वेतन, वाढले तर किमती वाढतील पण पुरवठ्याचे प्रमाण कायम राहील.

वस्तूची किंमत बदलल्यास पुरवठ्यावर होणारा परिणाम हा सिद्धान्त स्पष्ट करतो. वस्तूची मागणी आणि वस्तूची किंमत यांचा व्यस्त संबंध असतो. मात्र पुरवठा आणि किंमत यांचा धनसंबंध असतो.

The Law of Variable Proportions or The Law of Diminishing Returns - बदलत्या प्रमाणांचा सिद्धान्त किंवा नियम

घटत्या प्रतिफलाच्या नियमाचे (Law of Diminishing Returns) आधुनिक स्वरूप म्हणजे बदलत्या प्रमाणाचा सिद्धान्त आहे. १९ व्या शतकात रिकार्डो, वेस्ट, माल्थस यांनी शेतीच्या संदर्भात हा नियम मांडला. डॉ. मार्शल यांनीही रिकार्डोप्रमाणेच जमिनीच्या संदर्भात सिद्धान्त मांडून असे दाखवून दिले की, शेतीतंत्रात सुधारणा होत नसल्यास किंवा शेतीचे तंत्र कायम असल्यास श्रम व भांडवल या उत्पादनघटकांचे प्रमाण वाढवीत नेले तर, पिकांच्या उत्पादनात होणारी वाढ, सर्वसाधारणपणे श्रम आणि भांडवल या घटकांमधील वाढीपेक्षा कमी प्रमाणात होते. हाच घटत्या उत्पादनफलाचा सिद्धान्त होय. शेतजमीन ही नैसर्गिक देणगी असल्याने मनुष्याला तिचा पुरवठा कृत्रिमरीत्या फारसा वाढविता येत नाही. त्यामुळे शेतजमिनीवर घटत्या उत्पादनफलाचा सिद्धान्त प्रत्ययास येतो. आधुनिक अर्थशास्त्रज्ञांच्या मते, शेतीप्रमाणेच इतरत्रही घटत्या फलाची अवस्था दिसून येते.

The Mint Par Parity Theory - टांकसाळ समता सिद्धान्त किंवा टांकसाळ दर तुल्यता सिद्धान्त

सोन्याच्या आधारावर आंतरराष्ट्रीय सुवर्ण परिमाण चलनाची पद्धत होती. ती अतिशय सोपी होती. सोन्याचे परिवर्तन निश्चित दराने करता येत होते. देशाची मध्यवर्ती बँक ठराविक किमतीत खरेदी आणि विक्री करत असे. देशाचे पैशाचे परिमाण सोन्यात परिवर्तन करणे त्याला सोन्याची टांकसाळ किंमत म्हटले जाते.

टांकसाळ समता दर सिद्धान्तानुसार विनिमय दर हा चलनामध्ये असणाऱ्या सुवर्णाच्या प्रमाणावरून ठरत असतो. सुवर्ण परिमाण असताना मागणी आणि पुरवठ्यातील बदलाप्रमाणे विनिमयदरात बदल होत असतात. सुवर्ण चलन पद्धतीमध्ये विनिमयदर स्थिर असतो. कारण प्रत्येक देशाचे चलनाचे एकक सुवर्णाच्या एका निश्चित अशा परिमाणाशी जोडलेले असल्याने कोणत्याही दोन चलनांचा विनिमयदर सहज काढता येतो. उदा. ब्रिटिश सरकारची सोन्याची किंमत ५ पौंड दर औंस (Ounce) अशी असेल आणि भारताची सोन्याची किंमत रुपये १०० दर औंस (Ounce) अशी असेल तर पौंड स्टर्लिंगच्या अटीत सोन्याची आणि रुपयाची टांकसाळ किंमत येथे रुपया आणि पौंडाच्या विनिमय दराने निश्चित होईल. $\frac{\text{१०० रु.}}{\text{५ पौंड}}$ = २० रुपये

i.e. = $\frac{\text{Rs}}{\text{Pound}}$ या दरालाच विनिमय टांकसाळ दर किंवा टांकसाळ समता दर म्हटले जाते व त्या आधारावर सोन्याची टांकसाळ किंमत काढली जाते. सोने परिमाणानुसार त्याचे टांकसाळ मूल्यदराचे प्रमाण पायाभूत ठरविले जाते किंवा विनिमयाचा साधारण दर ठरविला जातो परंतु विनिमयाचा प्रत्यक्ष दर दोन देशांमधील वाहतुकीचा खर्च त्यामध्ये विचारात घेऊन सोन्याचे परिमाण दिले जाते, जर देशात व्यवहारतोलाची तूट असेल तर सोन्याच्या शर्तीत आयात आणि निर्यातीतील फरकावरून पैसे दिले जात. मात्र सोन्याचा एकत्रित वाहतूक खर्च, विमा व इतर शुल्क हे महत्त्वाचे आहेत.

The Prebisch Singer - Thesis - प्रेबिश -सिंगर सिद्धान्त

प्रेबिश यांनी १९५० मध्ये 'Economic Development of Latin America and Principal problems' हा ग्रंथ लिहिला. प्रेबिश व सिंगर यांच्या मते व्यापारअटीमध्ये दीर्घकालीन ऱ्हास होतो तो विकसनशील देशांना मारक असतो आणि विकसित देशांना लाभदायक असतो.

प्रेबिश यांच्या मते उत्पन्न, व्यापारअटी किंवा आयात विकसनशील देशांचा आर्थिक विकास ठरवतात. विकसित देशांमधील औद्योगिक उत्पादकता लाभ, व्यापारअटीनुसार विकसनशील देशांना दिले जातात. जागतिक अर्थव्यवस्थेच्या विकासात जागतिक आर्थिक वृद्धीचे लाभ विकसनशील देशांना मिळाले नाहीत. ते विकसित देशाने निर्माण केले आणि उपभोगले. १८७० ते १९३० काळातील इंग्लंडच्या विकसनशील देशांशी असलेल्या व्यापारअटी याच प्रकारच्या होत्या. त्यामुळे व्यापार अटींचा ऱ्हास विकसनशील देशांना प्रतिकूल ठरतो. त्याची कारणे पुढीलप्रमाणे.

(१) तांत्रिक प्रगती : तांत्रिक प्रगतीमुळे कामगारांचे व संयोजकाचे उत्पन्न वाढते. वस्तूंच्या किमती वाढतात, विकसनशील देशांकडे निर्यात वाढते मात्र तांत्रिक प्रगतीचा लाभ विकसनशील देशांना होत नाही. त्या देशात कामगारांचे वेतन वाढत नाही. प्राथमिक वस्तूंच्या किमती घटतात.

(२) उत्पन्न आणि उत्पादकता यांतील संबंध : प्रेबिश यांच्या मते, विकसित देशांतील संयोजक आणि उत्पादन घटक यांचे उत्पन्न वाढते.

The Stopler-Samuelson Theorem - स्टॉपलर -सॅम्युएल्सन सिद्धान्त

सॅम्युएल्सन सिद्धान्तात वस्तुकिमतीतील बदलाचा वस्तुघटकाच्या प्रत्यक्ष लाभावर होणाऱ्या परिणामाचे विवेचन केले आहे. घटकमूल्य समानता सिद्धान्तात वस्तुमूल्यातील बदलांचा घटक लाभांशी असलेला संबंध स्पष्ट होतो. परंतु स्टॉपलर-सॅम्युएल्सन सिद्धान्तात वस्तुकिमतीतील बदलांचा वैयक्तिक लाभाशी संबंध दर्शविला आहे. या सिद्धान्तानुसार दोन घटक वस्तू अर्थव्यवस्थेत वस्तूचे मूल्य वाढीबरोबर मुबलक घटकांच्या लाभात वाढ होते.

स्टॉपलर – सॅम्युएल्सन सिद्धान्तात पुढील गृहीतके दिली आहेत.

(१) दोन देशातील परस्पर व्यापार असला तरी भूमिती आधारित विश्लेषण एकाच देशापुरते मर्यादित आहे.

(२) तो देश गहू (W), घड्याळ (W1), यांचे उत्पादन करतो.

(३) एका वस्तुउत्पादनातील घटक दुसऱ्या वस्तुउत्पादनासाठी वापरत नाहीत.

(४) श्रम आणि भांडवलासारखे दोन घटक दोनच वस्तूंच्या उत्पादनासाठी वापरले आहेत.

(५) उत्पादन फलन दोन्ही वस्तूंच्या बाबतीत रेषीय एक घाती आणि सारखेच आहेत.

(६) दोन्ही घटकांचा पुरवठा स्थिर आहे.

(७) दोन्ही घटक पूर्ण रोजगारात आहेत.

(८) दोन्ही घटक देशांतर्गत गतिमान आहेत. मात्र देशाबाहेर नाहीत.

(९) घटक आणि वस्तुबाजारात पूर्ण स्पर्धा आहे.

(१०) घड्याळ उत्पादन भांडवलप्रधान आणि गहू उत्पादन श्रमप्रधान आहे.

(११) श्रम मुबलक आहेत, भांडवल मर्यादित आहे.

(१२) दोन्हीं देशातील व्यापारशर्ती कायम आहेत.

(१३) व्यापार सुरू झाल्यावर गव्हाची तौलनिक किंमत वाढते.

स्पष्टीकरण : आकृती क्र. १४ च्या आधारे या सिद्धान्ताचे स्पष्टीकरण देता येते.

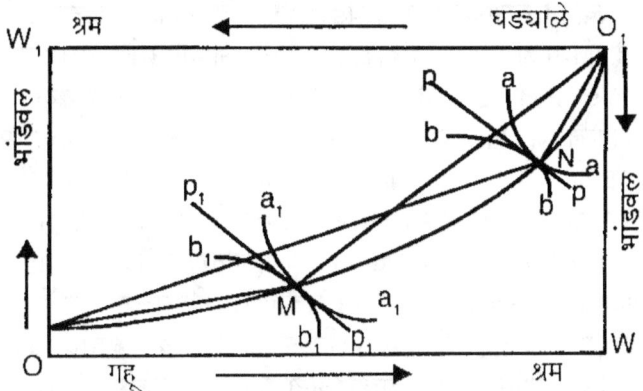

वरील गृहीतके विचारात घेऊन व्यापार पूर्व स्थितीपासून प्रत्यक्ष व्यापार अस्तित्त्वात आल्यावर गहू उत्पादनातील घटकांचे फल वाढत्या किंमतीबरोबर वाढत असते आणि घड्याळ उद्योगातील उत्पादन घटकांचे फल घटणाऱ्या किंमतीबरोबर कमी होत असते.

आकृती मध्ये OW अक्षावर श्रमप्रधान गहू उत्पादन आणि OW_1 अक्षावर भांडवलप्रधान घड्याळे उत्पादन दर्शविले आहे. यात OO_1 हा संविधा वक्र आहे. गव्हासाठीचा समउत्पादन वक्र a_1a_1 आहे. घड्याळाचा b_1b_1 आहे. ते दोन्ही व्यापारापूर्वी M बिंदूपाशी स्पर्श करीत होते. याच M बिंदूला PP वक्राने घटक किंमतप्रमाणे दर रेषेला स्पर्श केला आहे. जेव्हा व्यापार सुरू झाला, तेव्हा तो देश गहू निर्यात करू लागला. तो M या संविधा वक्रावरून N या संविधा वक्रावर गेला. त्या देशात श्रमाचे भांडवलाशी गहू उत्पादनातील प्रमाण वाढले. आंतरराष्ट्रीय व्यापारात गव्हाच्या निर्यात मूल्यात तौलनिक वाढ झाली ती आकृती मध्ये दर्शविली आहे.

या आकृतीत PC हा त्या देशासाठी गहू आणि घड्याळ उत्पादनासाठी उत्पादन शक्यता वक्र आहे. व्यापार पूर्व स्थितीत M बिंदूपाशी त्या देशाची स्थिती दिली आहे. P_1P_1 ही किंमत प्रमाण रेषा आहे. व्यापार सुरू झाल्यावर वरील चौकटीतील आकृती (Box Diagram) N ह्या बिंदूने चौकटीतील आकृतीप्रमाणे व्यापार स्थिती दर्शविली आहे. PP हा वक्र पूर्णपणे

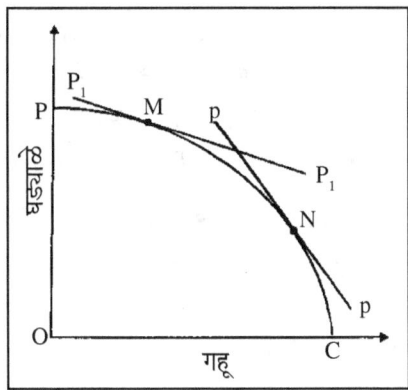

उतरता आहे. त्यातून गव्हाच्या किंमती घड्याळाच्या किंमतीपेक्षा वाढल्याचे दिसते.

त्या देशात गव्हाचे उत्पादन वाढते. घड्याळ निर्मिती उद्योगातील श्रम घटक गहू उत्पादनाकडे वळतात. त्यामध्ये पर्याय निर्माण होतो. अधिक भांडवल आणि कमी श्रम वापरले जातात. अधिक भांडवल वापरल्यामुळे भांडवलाची सीमांत उत्पादन क्षमता घटते व श्रमाची उत्पादन क्षमता वाढते. प्रत्येक घटकाला मिळणारे मूल्य त्याच्या सीमांत उत्पादन क्षमतेइतके असते. म्हणजे या उदाहरणात भांडवलाचे वास्तविक लाभ घटतात. वेतनाचे वाढतात. व्यापारानंतर N बिंदूपाशी भांडवलाची सीमांत उत्पादन क्षमता व्यापारापूर्वीच्या M बिंदूपाशी दर्शविलेल्या स्थितीपेक्षा कमी आहे. त्या ठिकाणी N बिंदूपाशी PP स्पर्शरिषेचा उतार अधिक घसरता आहे. या सिद्धान्ता आधारे निर्यात वस्तूचे मूल्य आंतरराष्ट्रीय व्यापारामुळे वाढते. त्या वस्तुनिर्मितीतील उत्पादन घटकांचा मोबदला वाढतो असे सांगितले आहे.

या सिद्धान्तात मर्यादित गृहीतके आहेत. त्यात गुंतागुंतीच्या समस्या विचारात घेतलेल्या नाहीत. या सिद्धान्तामुळे व्यापार सुरू झाला तर वस्तूचे उत्पादन वाढते, त्या उत्पादन घटकांचा मोबदला वाढतो. विपुल असणाऱ्या घटकांच्या बाबतीत उत्पन्न विभाजन आढळते.

हा सिद्धान्त विकसनशील देशांना लागू होतो. ज्या देशात श्रमसंख्या उपलब्ध आहे, तो देश निर्यातवाढीस उत्तेजन देतो, त्यामुळे व्यापार वाढतो, मुबलक घटकांचा मोबदला वाढतो, त्याबरोबरच आयात पर्याय शोधले व आयात निर्बंध लादले, तर देशातील मुबलक घटकांचे वास्तविक लाभ कमी होतात आणि देशाचे आंतरराष्ट्रीय व्यापारापासून मिळणारे लाभ कमी होतात.

The Substitution Effect - पर्यायता परिणाम

वस्तूंच्या सापेक्ष किमती बदलल्यानंतर वास्तविक उत्पन्न स्थिर ठेवून या बदलाचा परिणाम उपभोक्त्यावर (उपभोक्त्याद्वारा खरेदी करण्यात आलेल्या नगसंख्येवर) कसा होतो, याच्या विश्लेषणास पर्यायता परिणाम असे म्हणतात.

या विश्लेषणामुळे उत्पन्न स्थिर असताना, दोन वस्तूंच्या सापेक्ष किमती बदलल्यावर उपभोक्ता महाग वस्तूऐवजी स्वस्त वस्तूचा पर्याय स्वीकारून पूर्वीचीच समाधानाची पातळी कायम ठेवतो, हे स्पष्ट होते.

The Theory of Customs Union - मुक्तव्यापार संघ सिद्धान्त

हा सिद्धान्त १९५० मध्ये जेकब विनर (Jacob Viner) यांनी मांडला. लिप्से, मिड, जॉन्सन, कूपर, मासेल आणि वनेक व भगवती यांनी या सिद्धान्तात वेळोवेळी भर घातली आहे.

लिप्सेच्या मते, हा सिद्धान्त जकात विषयक सिद्धान्ताचाच एक भाग आहे. त्यातून भेदभावात्मक जकात आकारल्याने कल्याणात वाढ होते. भौगोलिक परिसराबाबतीत भेदभाव करून हा लाभ मिळत नाही.

मुक्त व्यापार सिद्धान्ताची वैशिष्ट्ये : ही वैशिष्ट्ये पुढीलप्रमाणे आहेत. यात सभासद देश समान परकीय धोरण राबवितो. सर्व जकाती रद्द करून व व्यापार बंधने शिथिल करून परस्पर सहकार्य केले जाते.

मुक्त व्यापार संघाच्या स्थापनेमुळे वस्तूच्या अंतर्गत प्रक्रियेत, किंमतीत बदल झालेल्यांचा व्यापार उत्पादन व उपभोग यावर परिणाम झाला. हा सिद्धान्त अशा परिणामांचा घटकांच्या फेरवाटपावर सभासद देशाच्या कल्याणावर काय परिणाम होतात, याचा अभ्यास करतो. त्यामध्ये स्थितिप्रिय व्यापार पद्धतीचा विचार आहे.

मुक्त व्यापार संघाशी निगडित अंशात्मक समतोल दृष्टिकोन -

विनर यांनी स्पष्ट केला. त्याआधारे व्यापार निर्मिती व व्यापार बदल यांचा विचार केला. विनरने उत्पादनावर झालेला परिणाम अभ्यासला.

लिप्से व मिड यांनी उपयोग परिमाणांचा अभ्यास केला, मात्र जॉन्सन यांनी उपभोग आणि उत्पादन दोहोंचा अभ्यास करून अंशलक्षी समतोल विश्लेषण स्पष्ट केले.

गृहीतके : या सिद्धान्ताची गृहीतके पुढीलप्रमाणे आहेत.

(१) दोनच देश आहेत. अंतर्गत देश (H) आणि सदस्य देश (P) यांचा विचार केला आहे.

(२) याशिवाय संघटनेचे सभासद नसलेल्या देशांचा तिसऱ्या गटात समावेश होतो.

(३) खुला व्यापार संघ समान परकीय जकात धोरण सभासदांवर लादतो.

(४) कोणत्याही गटाचे व्यापार निर्बंध नाहीत.

(५) खुला व्यापार संघाने विशेष जकात लादली आहे.

(६) सर्व सभासद क्ष वस्तूची निर्मिती करतात.

(७) W किमान खर्च असणारा देश आहे. तसेच H हा कमाल खर्च असलेला देश आहे.

(८) खर्चामुळे किंमत ठरते.

(९) स्थिर उत्पादन खर्चाचे सिद्धान्तानुसार वस्तूची निर्मिती होते.

(१०) H आणि W देशांचा पुरवठावक्र पूर्णपणे लवचिक आहे.

(११) वस्तू आणि घटक बाजारात पूर्ण स्पर्धा आहेत.

(१२) राष्ट्रांतर्गत घटकांशी गतिक्षमता पूर्ण आहे. HM मात्र त्याचे दुसऱ्या देशात स्थलांतर होत नाही. याचा वाहतूक खर्च शून्य आहे.

(१३) सभासद देशाकडील घटक स्थिर आहेस.
(१४) नैसर्गिक साधन सामग्रीच्या वापराबाबत पूर्ण रोजगार आहे.
(१५) तंत्रज्ञान स्थिर आहे.
(१)६ निर्यात आणि आयात यासंदर्भात देशात समतोल व्यापार आढळतो.

वरील गृहीतके दिली असताना या सिद्धान्ताआधारे उत्पादन, उपभोग आणि व्यापार निर्मिती आणि व्यापार बदल यावर होणारा परिणाम अभ्यासता येतात.

मुक्त व्यापार संघामध्ये H आणि P असे दोन देश आहेत. त्यांनी परस्परांकडून होणाऱ्या आयातीवरील आयात कर रद्द केला आहे. मात्र अन्य देशांशी व्यापार करताना आयात कर लावला जातो. देशात सभासद देशाकडून होणारी आयात कोणतीही जकात न लादता अस्तित्त्वात येते.

The Theory of Price - मूल्य निर्धारण सिद्धान्त

कोणत्याही वस्तूचे विनिमय-मूल्य बाजारात वस्तूंच्या देवघेवीने ठरविले जाते. एका वस्तूची दुसऱ्या वस्तूशी ज्या प्रमाणात देवघेव होते, ते प्रमाण वस्तूचे विनिमय-मूल्य दर्शविते. एक मीटर कापडाची दोन किलो गव्हाबरोबर देवघेव होत असेल, तर एक मीटर कापडाचे विनिमय-मूल्य दोन किलो गहू होय, तसेच एक किलो गव्हाचे विनिमय-मूल्य अर्धा मीटर कापड होय. पैसा हे वस्तूंच्या परस्पर-विनिमयाचे माध्यम आहे आणि म्हणून तिचा वस्तूच्या सापेक्ष मूल्यावर परिणाम होत नाही असे मानले, तरी कोणत्याही वस्तूच्या विनिमय-मूल्याचे पैशाच्या स्वरूपात रूपांतर केले असता त्या वस्तूची किंमत कळते. म्हणून वस्तूची किंमत म्हणजे वस्तूच्या विनिमय-मूल्याचा पैशाच्या स्वरूपात केलेला निर्देश होय. म्हणजेच वस्तूचे सापेक्ष विनिमय-मूल्य आणि तिची सापेक्ष किंमत यात फरक संभवत नाही.

वस्तूचे विनिमय-मूल्य बाजारपेठेत विक्रेते आणि ग्राहक यांच्या देवघेवीने ठरविले जाते. बाजारपेठेची अर्थशास्त्रीय कल्पना वास्तविक कल्पनेहून निराळी आहे. अर्थशास्त्रीयदृष्ट्या बाजारपेठ म्हणजे विशिष्ट स्थान नव्हे. केवळ खरेदी-विक्रीच्या व्यवहारांना बाजारपेठ म्हणतात. म्हणून अर्थशास्त्रीय दृष्ट्या खरेदी-विक्रीची वस्तू, ग्राहक आणि विक्रेते यांचे अस्तित्त्व आणि ज्यामुळे वस्तूची किंमत सर्वत्र एकसमान राहील इतपत निकटचे त्यांच्यामधील दळणवळण आणि स्पर्धा, ही बाजारपेठेची प्रमुख लक्षणे होत. कोणत्याही वस्तूच्या बाजारपेठेची व्यापकता किंवा संकुचितपणा या लक्षणांवर अवलंबून असतात. म्हणून उत्पादकाच्या वस्तूला स्थानिक, राष्ट्रीय, किंवा आंतरराष्ट्रीय बाजारपेठ मिळते. वस्तूचे स्वरूप, वाहतुकीची व संदेशवहनाची साधने, वस्तू टिकविण्याची साधने, राजकीय परिस्थिती आणि सरकारचे आर्थिक धोरण यांवर वस्तूच्या बाजारपेठेचा विस्तार अवलंबून असतो. जेव्हा बाजारपेठेच्या

सर्व भागांत वस्तूचे मूल्य समान असते, तेव्हा तिला 'पूर्ण बाजारपेठ' म्हणतात. पूर्ण बाजारपेठेत असंख्य ग्राहक आणि असंख्य विक्रेते असतात; वस्तू एकजिनसी असते: विक्रेता आपला माल खपविण्यासाठी खास प्रयत्न करीत नाही आणि ती आवश्यकताही भासत नाही. वस्तूचे ग्राहक मर्यादित असतील, विक्रेते मर्यादित असतील, वस्तू एकजिनसी असतील व ग्राहकांना अगर विक्रेत्यांना किंवा दोघांनाही बाजारपरिस्थितीचे ज्ञान नसेल, तर ती 'अपूर्ण बाजारपेठ' होय. बाजारपेठेत अपूर्ण स्पर्धा, मक्तेदारी किंवा मक्तेदारी स्पर्धा निर्माण होते. अशा प्रकारच्या बाजारपरिस्थितीत अत्यल्पकालीन, अल्पकालीन आणि दीर्घकालीन असे तीन प्रकारचे मूल्यनिर्धारण होत असते.

The vent for Surplus Theory - उत्पादन वाढीच्या संधीचा सिद्धान्त

स्मिथने त्याच्या 'राष्ट्राची संपत्ती' या ग्रंथात उत्पादन वाढीच्या संधीचा सिद्धान्त सांगितला. त्यात न वापरलेले घटकांचे उत्पादन व्यापारात सामावून घेतले जाते असे मांडले. त्याच्याच शब्दात हा सिद्धान्त पुढीलप्रमाणे सांगता येईल.

देशातील वस्तूंना असलेल्या मागणीपेक्षा त्या वस्तूचे जादा उत्पादन जेव्हा होते तेव्हा ते निर्यात करून देशाला लागणाऱ्या वस्तू त्या बदल्यात आणल्या जातात. अन्यथा श्रमिकांचे जादा उत्पादनाबाबतचे श्रम वाया जातात आणि वार्षिक उत्पादन मूल्य घटत जाते. थोडक्यात व्यापार नसेल तेव्हा देशात जादा उत्पादनक्षमता आढळते व आंतरराष्ट्रीय व्यापार सुरू झाल्यानंतर घरगुती उत्पादनातील जादा साधन संपत्ती दुसरीकडे वापरावी लागत नाही.

हाच स्मिथचा सिद्धान्त मिंटने विकसनशील देशामध्ये आंतरराष्ट्रीय व्यापाराच्या परिणामातून होणारा लाभ मोजण्यासाठी वापरला. विकसनशील देशाच्या प्राथमिक अवस्थेतून जादा उत्पादन संधीच्या शक्यतेसंबंधी आंतरराराष्ट्रीय व्यापार विचारात घ्यावा लागतो. अशा देशात पारंपरिक निर्वाहजन्य क्षेत्रात भूमी व श्रम पूर्णपणे वापरले जात नाही. आंतरराष्ट्रीय व्यापारामुळे निर्यातीसाठी जादा उत्पादन उपयोगी पडते. यात प्राथमिक वस्तूंच्या जादा निर्यातक्षम उत्पादनाआधारे त्या

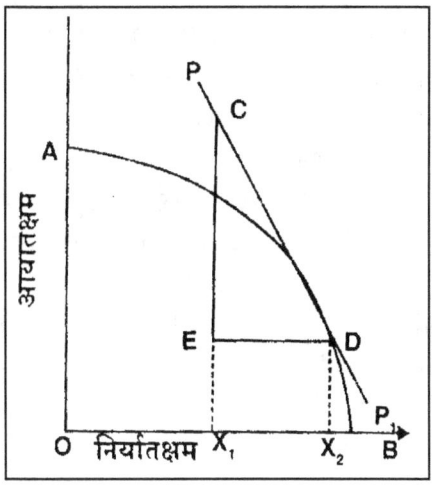

देशात उत्पादन होत नसलेल्या औद्योगिक वस्तूंची आयात करता येते. हात आंतरराष्ट्रीय व्यापाराचा लाभ आहे. ते पुढील आकृतीत स्पष्ट दिले आहे.

सदर आकृतीमध्ये OX अक्षावर निर्यातक्षम उत्पादन व OY अक्षावर आयातक्षम उत्पादन दाखविले आहे. व्यापारापूर्वी न वापरलेल्या साधनसामग्रीचा विचार करता देशात OX1 इतक्या प्राथमिक वस्तूंचे उत्पादन व उपभोग घेतात. X1E औद्योगिक 'अ' वस्तूचे उत्पादन होते. त्या आधारे उत्पादन क्षमता वक्र AB तयार करता येतो. आंतरराष्ट्रीय व्यापारामुळे हा उत्पादन बिंदू E पासून B पर्यंत वाढतो. तो AB वक्रावर आहे. न वापरलेल्या श्रम आणि भूमी भांडवलाचा वापर करून त्या देशाला OX_1 पासून OX_2 पर्यंत कोठलाही त्याग न करता उत्पादन वाढविता येते. त्यावेळी PP_1 हा आंतराष्ट्रीय व्यापार दर्शविणारा वक्र मानल्यास तो देश ED एवढा निर्यातक्षम माल देऊन EC एवढ्या औद्योगिक वस्तूंची आयात करू शकतो.

तौलनिक खर्च सिद्धान्तापेक्षा उत्पादन वाढावा शक्यता सिद्धान्त विकसनशील देशाला पुढील कारणामुळे अधिक उपयोगी पडतो

(१) नियार्तक्षम उत्पादनात वाढ : तौलनिक खर्च सिद्धान्तात व्यापारपूर्व सिद्धान्तात सर्व उत्पादन घटक पूर्ण रोजगार पातळीवर आहेत असे म्हटले जाते. आंतरराष्ट्रीय व्यापारामुळे अंतर्गत मागणी आणि निर्यात मागणीमुळे घटकांची उत्पादनक्षमता वाढते. याउलट उत्पादन वाढावा संधी सिद्धान्तात उत्पादन घटकांच्या जादा उत्पादन क्षमतेचा विचार केला आहे. आंतरराष्ट्रीय व्यापारामुळे त्या जादा उत्पादन घटकांना उत्पादन निर्मितीसाठी नवीन परिणामकारक मागणी मिळते. त्यामुळे निर्यातक्षम उत्पादनात वृद्धी होते.

(२) निर्यातक्षम वस्तूंसाठी ताठर मागणी असते : तौलनिक खर्च सिद्धान्तात उत्पादन घटकांची देशांतर्गत गतिमानता लवचिक मानली आहे. मात्र उत्पादन वाढावा संधी सिद्धान्तात उत्पादनक्षम वस्तूंसाठी असलेली मागणी ताठर मानली आहे. त्यात पुरेशा प्रमाणात अंतर्गत गतिमानता व उत्पादन घटकांचे विशेषीकरण विचारात घेतले आहे.

(३) वापरल्या न गेलेल्या राष्ट्रीय साधन संपत्तीचा पूर्ण वापर करता येतो : विकसनशील देशाच्या निर्यातक्षम उत्पादनासाठी न वापरलेल्या नैसर्गिक साधन सामग्रीचा पूर्ण वापर करता येतो. असे 'उत्पादन वाढावा संधी' सिद्धान्तात गृहीत धरले आहे. विकसनशील देशात नवीन खनिज संपत्तीचा शोध उत्पादन क्षेत्रातील वाहतूक आणि दळणवळणामधील सुधारणा यामुळे विकसनशील देशामध्ये निर्यातक्षम उत्पादनासाठी आजपर्यंत न वापरलेल्या शिलकी साधनसंपत्तीचा पूर्णपणे वापर करता येतो.

(४) वापरल्या न गेलेल्या नैसर्गिक साधनसंपत्तीचा पूर्ण वापर करता येतो : विकसनशील देशांकडे रोजगार संधी न मिळालेल्या श्रमजीवी उत्पादक घटकांची संख्या लक्षणीय स्वरूपात आढळते. निर्यातीस उत्तेजन मिळाल्याने अशा मोठ्या बेकार श्रमजीवी उत्पादन घटकांना अधिक रोजगार संधी उपलब्ध असते.

(५) तांत्रिक सहगुणकांची स्थिरता : उत्पादन वाढावा शक्यता सिद्धान्त विकसनशील देशांना लागू पडतो. कारण त्यांच्याकडे उत्पादनतंत्र अल्प प्रमाणात आणि भांडवल देखील अल्पप्रमाणात असते. मात्र त्या स्थिर स्वरूपातील तांत्रिक सहगुणकांमुळे या देशांना विकासाची संधी उपलब्ध होते.

(६) उत्पादन साधन सामग्रीच्या पुनर्विभाजनाची मर्यादित संधी : विकसनशील देशात घरगुती वस्तूच्या मागणीची ताठरता विचारात घेता अन्नधान्य आणि निर्यातक्षम वस्तू संदर्भात त्यांच्या मर्यादित मागणीचा प्रत्यय येतो. त्यामुळे उत्पादन घटक वेगवेगळ्या प्रकारच्या पद्धतीने वापरता येत नाहीत. अशा देशात उत्पादन आणि बहुलक्षमता यात असमतोल राहतो. ओहलिनच्या तुलनात्मक खर्च सिद्धान्तात एखादा देश आंतरराष्ट्रीय व्यापार सुरू करताना पूर्ण विकसित असतो असे गृहीत धरले आहे. तशी विकसनशील देशाची अवस्था असत नाही.

Theories of Trade Cycle - व्यापारचक्राचे सिद्धान्त

(१) हॉट्रे यांचा पैशाचा सिद्धान्त - प्रा. हॉट्रे यांच्या मते, अर्थव्यवस्थेत व्यापारचक्र निर्माण होण्याचे प्रमुख कारण म्हणजे पैशाचा खेळ आहे. पैशाचा पुरवठा लवचिक असणे हेच त्याचे प्रमुख कारण आहे. पैशाच्या पुरवठ्यात घट अथवा वाढ झाल्यामुळे व्यापारचक्रे निर्माण होतात. परंतु हे एकांगी स्पष्टीकरण आहे. कारण पैशाशिवाय इतर कारणेही तितकीच महत्त्वाची आहेत, कारण व्यापार-चक्रास ती कारणीभूत असतात.

(२) हायेक यांचा अतिगुंतवणूक सिध्दान्त - प्रा. हायेक यांच्या मते, बँका पतपुरवठ्यात जादा वाढ करून गुंतवणुकीची मागणी भागवतात. त्यामुळे अर्थव्यवस्थेत अतिगुंतवणूक केली जाते. त्याचा परिणाम म्हणून देशात व्यापारचक्रे निर्माण होतात व ती वाढत जातात. हायेक यांचा हा सिद्धान्तही एकांगी स्वरूपाचा आहे. कारण व्यापारचक्राची अनेक कारणे असताही ते जादा पतपुरवठा या एकाच कारणावर भर देतात. हे योग्य नाही.

(३) प्रा. केन्स यांचा व्यापारचक्रविषयक सिद्धान्त - प्रा. केन्स यांचा असा विश्वास होता की, भांडवलशाही अर्थव्यवस्थेत व्यापारचक्रे निर्माण होण्याचे प्रमुख कारण म्हणजे गुंतवणुकीच्या आकारमानात होणारा बदल हे होय आणि हे बदल भांडवलाच्या सीमान्त लाभक्षमतेनुसार होत असतात. भांडवलाची सीमान्त लाभक्षमता

वाढते तेव्हा गुंतवणुकीतही वाढ होत जाते. याउलट जेव्हा ती घटते तेव्हा गुंतवणुकीतही घट होताना दिसून येते. थोडक्यात, गुंतवणुकीतील चढउतार हे व्यापारचक्राचे प्रमुख कारण आहे. हा सिद्धान्त लोकप्रिय असला तरी त्यावर टीका केली जाते, विशेषत: भांडवलाची सीमान्त लाभक्षमता ही संकल्पना अस्पष्ट स्वरूपाची असल्याने केन्स यांचे स्पष्टीकरण समाधानकारक ठरत नाही.

(४) प्रा. हिक्स यांचा व्यापारचक्रविषयक सिद्धान्त - प्रा. हिक्स व त्यांचे अनुकरण करणाऱ्या अर्थशास्त्रज्ञांच्या मते, गुणक आणि प्रवेग यांच्या आंतरक्रियांमुळे व्यापारचक्रे निर्माण होतात. व्यापारचक्रात दिसून येणारा आर्थिक चढउतार हा गुणक आणि प्रवेग या दोन्हींच्या मुळे होत असतो. हा सिध्दान्त पूर्वीच्या सिध्दान्तापेक्षा अधिक प्रभावी असला तरी त्यास काही मर्यादा आहेत. उदा - या व्यापारचक्राच्या स्पष्टीकरणात गुणक आणि प्रवेग व्यापारचक्रांच्या विविध अवस्थात स्थिर असतात असे गृहीत धरले जाते. वास्तविक पाहता हे खरे नाही. प्रत्यक्ष व्यवहारात गुणक आणि प्रवेग व्यापारचक्राच्या विविध अवस्थात बदलत असतात असे दिसून येते.

(५) प्रा. शुंपीटर यांचा शोधविषयक सिद्धान्त - प्रा. शुंपीटर यांच्या मते, अर्थव्यवस्थेच्या संरचनेत नित्य नवे शोध स्वीकारले जात असतात. त्यामुळे व्यापारचक्रे निर्माण होतात. बाष्पशक्ती, रेल्वे, तांत्रिक शोध, वीज इ.

(६) हवामानविषयक सिद्धान्त - व्यापारचक्राचा हा सिध्दान्त १८७५ साली स्टॅन्ले जीव्हान्स यांनी प्रसिध्द केला. त्यानुसार सूर्यावरील डागाच्या बदलामुळे वातावरणात फरक पडतो त्यामुळे उद्योगांच्या कार्यात चढउतार घडून येतात. जेव्हा काही काळे डाग सूर्याच्या पुढच्या भागावर दिसतात त्याचा उष्णतावहनावर परिणाम होतो व त्यामुळे पावसाचे प्रमाण कमी जास्त होते, त्याचा शेतपिकावर परिणाम होतो म्हणून उद्योगाच्या क्रियेतही चढउतार होतात. या पुरातन स्पष्टीकरणास शास्त्रीय आधार नसल्याने त्याचा स्वीकार केला जात नाही.

Theory Of Absolute Cost Advantage - निरपेक्ष खर्च लाभ सिद्धान्त

ॲडम स्मिथ यांच्या मते देशाला नैसर्गिक मक्तेदारी काही वस्तूंच्या उत्पादनात असते. इतर देशांच्या तुलनेने निरपेक्ष खर्च खूप कमी असतो. इतर देशांच्या वस्तूंसाठी आणि निर्यातीसाठी उत्पादनात विशेषीकरणाला प्राधान्य दिले जाते. प्रत्येक देश ज्या वस्तूंच्या उत्पादनाच्या बाबतीत निरपेक्ष खर्च लाभ असल्यास ती वस्तू निर्यात करेल व ज्या वस्तूच्या बाबतीत निरपेक्ष तोट्याची स्थिती असेल ती वस्तू आयात करेल.

स्मिथ यांच्या मते, प्रत्येक देशात एका वस्तूचे उत्पादन दुसऱ्या देशापेक्षा निरपेक्षरीत्या कमी खर्चात करता येते. वस्तूच्या मूल्याचा विचार तिच्या उत्पादनासाठी

येणाऱ्या श्रम-खर्चाच्या संदर्भात स्मिथ यांनी केला आहे. एखाद्या वस्तूचे मूल्य तिच्या उत्पादनासाठी खर्ची पडलेल्या श्रमाने ठरते, असे श्रम-मूल्य सिद्धान्त सांगतो. म्हणजेच दोन वस्तूंचा परस्परांमधील विनिमयाचा दर त्या वस्तूच्या उत्पादनासाठी खर्च झालेल्या श्रममात्रांच्या प्रमाणात ठरतो.

वेगवेगळ्या देशांतील श्रमिकांची उत्पादकता सारखी नसल्याने देशादेशांमधील वस्तूंचे सापेक्ष मूल्य वेगळे असते आणि वस्तूंच्या सापेक्ष मूल्यातील फरकामुळे आंतरराष्ट्रीय व्यापार लाभप्रद ठरतो.

आंतरराष्ट्रीय व्यापार हा चालू राहतो. कारण दोन देशांमध्ये निर्माण होणाऱ्या वस्तूंच्या उत्पादन- खर्चात फरक असतो. असा फरक (अ) निरपेक्ष फरक, (ब) तुलनात्मक फरक, (क) समान फरक या तीन प्रकारचा असतो. ॲडम स्मिथ यांनी फक्त त्यातील निरपेक्ष फरकाचा विचार केला तर रिकार्डो यांनी आपल्या सिद्धान्तात तौलनिक फरकही विचारात घेतला आहे व सिद्धान्ताची मांडणी केली. उत्पादन- खर्चात निरपेक्ष फरक व तुलनात्मक फरक असला तर आंतरराष्ट्रीय व्यापार फायद्याचा ठरतो.

रिकार्डोच्या मते देशादेशांमधील आंतरराष्ट्रीय व्यापाराचा पाया तुलनात्मक खर्च लाभ हा आहे. त्यांच्या मते इतर घटक सारखे असतील तर देशाचा कल विशेषीकरण करून निर्यातीचा असेल. तुलनात्मक खर्च लाभ हा वस्तूचे उत्पादन फायदेशीर होत असेल तर मिळतो व ते उत्पादन केले जाते. देश आयात करीत असलेल्या वस्तूच्या बाबतीत कमी तुलनात्मक खर्च फायदेशीर ठरतो.

Theory of International Trade - आंतरराष्ट्रीय व्यापाराचा सिद्धान्त

सनातनपंथीय अर्थशास्त्रज्ञांच्या मते खुला व्यापार व पूर्ण स्पर्धा यांमुळे एका देशाच्या प्रगतीत इतर देशांनाही सहभागी होता येते. निरनिराळ्या देशांत निरनिराळी उत्पादनसामग्री विपुल प्रमाणात उपलब्ध असते. त्यामुळे त्या त्या सामग्रीच्या साहाय्याने ते देश कमी खर्चात अधिक उत्पादन करून इतर देशांमध्ये त्याची निर्यात करतात व ज्या वस्तूंचे उत्पादन देशात करणे तुलनात्मकदृष्ट्या जास्त खर्चिक असते त्या वस्तूंची आयात करतात. यामुळे सर्व देशांना कमी खर्चात अधिक वस्तू उपभोगावयास मिळून जगाच्या आर्थिक कल्याणात वाढ होते, परंतु कोणाला किती लाभ होईल हे व्यापाराच्या शर्तीवर अवलंबून असते.

आंतरराष्ट्रीय व्यापाराचा आधुनिक सिद्धान्त आणि आंतरराष्ट्रीय व्यापाराचा सनातन सिद्धान्त हे एकत्रित आंतरराष्ट्रीय व्यापाराचे सिद्धान्त आहेत. आंतरराष्ट्रीय व्यापाराचा सिद्धान्त रॉबर्ट टॉरेन्स (Robert Torrens) डेव्हिड रिकार्डो आणि जे.

एस. मिल यांनी स्पष्ट केला, त्या आधारालाच आंतरराष्ट्रीय व्यापाराचा सनातन सिद्धान्त म्हणतात. त्याला तुलनात्मक खर्चाच्या फायद्याचा आधार आहे. ॲडम स्मिथ यांनीसुद्धा निरपेक्ष खर्च लाभाच्या तत्त्वाच्या आधारावर आंतरराष्ट्रीय व्यापाराचा सिद्धान्त स्पष्ट केला आहे. तो इतर सनातनवादी अर्थशास्त्रज्ञांनी नाकारला. विशेषत: रिकार्डोने नाकारला.

Theory of Monopolistic Competition - मक्तेदारी स्पर्धेचा सिद्धान्त

एकोणिसाव्या शतकाच्या अखेरीस अर्थशास्त्राचे विश्लेषण प्रामुख्याने खुली स्पर्धा आणि पूर्ण रोजगारी या गृहीततत्त्वांवर आधारलेले होते. याउलट वास्तव परिस्थिती फार वेगळी होती. विसाव्या शतकाच्या प्रारंभीच्या चाळीस वर्षांत आर्थिक सिद्धान्त आणि आर्थिक वास्तव यांतील जाणवण्याजोगे अंतर कमी करण्याचे कार्य ज्यांनी केले, त्यांत एडवर्ड एच्. चेंबरलिन, जॉन रॉबिन्सन आणि जॉन मेनार्ड केन्स यांचा प्रामुख्याने अंतर्भाव करावा लागेल. विसाव्या शतकाचा प्रारंभ होण्यापूर्वी मूल्यनिर्धारण- यंत्रणेचे सिद्धान्त खुली स्पर्धा आणि मक्तेदारी यांभोवती गोवलेले होते.

खुली स्पर्धा आणि मक्तेदारी यांचा मेळ घालण्याची आवश्यकता प्रथम प्येअरो स्राफा (१८९८) या केंब्रिज अर्थशास्त्रज्ञाने *'इकॉनॉमिक जर्नल'च्या* डिसेंबर १९२६ च्या अंकात एक लेख लिहून प्रतिपादन केली. या विषयाचे सांगोपांग विवेचन करणारा प्रबंध पुढल्याच वर्षी अमेरिकन अर्थशास्त्रज्ञ एडवर्ड एच्. चेंबरलिनने (१८९९-) हार्व्हर्ड विद्यापीठाला डॉक्टरेसाठी सादर केला आणि तो *'द थिअरी ऑफ मोनॉपॉलिस्टिक कॉंपीटीशन'* या शीर्षकाखाली १९३३ मध्ये प्रसिद्ध झाला. त्याच वर्षी त्या विषयावर *'द थिअरी ऑफ इंपरफेक्ट कॉंपीटीशन'* हा ग्रंथ केंब्रिज अर्थशास्त्रज्ञ *जॉन रॉबिन्सन* (१९०३) यांनी प्रसिद्ध केला. दोन्ही ग्रंथ स्वतंत्रपणे लिहिलेले आणि सारख्याच दर्जाचे असले तरी चेंबरलिनच्या सिद्धान्ताला अधिक मान्यता असल्याचे दिसते.

खुल्या स्पर्धेत वस्तूचे जे मूल्य ठरविले जाते आणि माल जितक्या प्रमाणात उत्पादन केला जातो, त्यापेक्षा मक्तेदारी स्पर्धेत आढळून येणारे वस्तुमूल्य अधिक असते आणि उत्पादनाचे प्रमाण कमी असते, असे चेंबरलिनने दाखवून दिले. खुल्या स्पर्धेत बाजारात निश्चित होणारी किंमत सर्व विक्रेत्यांना विनातक्रार स्वीकारावी लागते, परंतु मक्तेदारी स्पर्धेत अधिक माल खपवावयाचा, तर किमती खाली आणण्यावाचून उत्पादकाला गत्यंतर उरत नाही. साहजिकच माल मर्यादित प्रमाणात उत्पादित करण्याकडे त्याचा कल असतो. खुल्या स्पर्धेतील प्रत्येक उत्पादकाला बाजारातील किंमत डोळ्यांपुढे ठेवून त्या प्रमाणात उत्पादनखर्च कमी करणे व

जास्तीत जास्त नफा मिळेल एवढा माल उत्पादन करणे, एवढेच काम उरते. मक्तेदारी स्पर्धेत स्पर्धकाशी टक्कर देताना उत्पादकाला किंमत खाली आणण्यापेक्षा वस्तूंचा दर्जा व स्वरूप बदलणे अनेकदा अधिक श्रेयस्कर वाटते.

खुल्या स्पर्धेत मालाच्या जाहिरातीची मुळीच गरज नसते. एकजिनसी मालाला जाहिरातीची गरजच काय? निव्वळ मक्तेदारीत वस्तूचे अस्तित्त्व ग्राहकांना माहीत करून देण्यापलीकडे जाहिरातीचे महत्त्व नसते. मात्र वस्तुवस्तूंत थोडाबहुत फरक असेल व बाजारावर काही प्रमाणात नियंत्रण असेल, तर जाहिरात हे स्पर्धायुक्त विक्रीचे आवश्यक अंग होऊन बसते. जाहिरातीचे तंत्र विसाव्या शतकात झपाट्याने विकास पावत असताना व एकूण खर्चात जाहिरात व प्रचार यांवरील खर्चाचा मोठा वाटा असताना त्या तंत्राची दखल न घेणे म्हणजे वास्तवापासून दूर जाणे होय, हे चेंबरलिनने आपल्या प्रबंधात सिद्ध केले. जाहिरातींचे व त्यांवरील खर्चाचे पद्धतशीर आर्थिक विश्लेषण त्याने प्रथमच केले, असे म्हणावयास प्रत्यवाय नाही.

Theory of Production Cost - उत्पादन परिव्यय सिद्धान्त

उत्पादनसंस्थेला वस्तूचे उत्पादन करण्यासाठी निरनिराळ्या प्रकारचे खर्च करावे लागतात. उत्पादनाला सुरुवात करण्यापूर्वी कारखान्यासाठी इमारती बांधाव्या लागतात; विपुल पाणीपुरवठ्याची आणि जळणाची व्यवस्था करून द्यावी लागते; यंत्रसामग्री खरेदी करून कारखान्याची उभारणी करावी लागते; पुरेसे खेळते भांडवल मिळवावे लागते. ह्या अध:संरचनेची तरतूद झाल्यानंतर आवश्यक तंत्रविशारद, व्यवस्थापकीय कर्मचारी आणि मजूर नेमावे लागतात. प्रत्यक्ष उत्पादन सुरू झाल्यानंतरही कच्चा माल, मजुरांची सामाजिक सुरक्षा, चालू दुरुस्ती, कर यांसारख्या आवश्यक गोष्टींवर खर्च करावा लागतो. उत्पादनसंस्थेला कराव्या लागणाऱ्या अशा सर्व खर्चांचा समावेश वस्तूच्या उत्पादन परिव्ययात होतो.

पैशाच्या रूपातील उत्पादन परिव्ययाचा विचार व्यक्तीच्या दृष्टिकोनातून महत्त्वाचा असला, तरी समाजाच्या दृष्टिकोनातून वास्तविक परिव्ययाचा विचार महत्त्वपूर्ण ठरतो. वस्तूंचे उत्पादन करताना प्रवर्तकाला शारीरिक आणि बौध्दिक कष्ट करावे लागतात. उत्पादनासाठी भांडवल उभारावयाचे, ते चालू उपभोगाचा त्याग करून उरलेल्या शिलकीतून जमा होते. भांडवल म्हणजे संचित मानवी धनच होत. वास्तविक परिव्ययाच्या तत्त्वानुसार हे कष्ट व त्याग म्हणजे उत्पादनाची खरी किंमत होय. समाजातील संबंधित व्यक्तींनी कष्ट व त्याग करण्यास प्रवृत्त व्हावे, म्हणून त्यांना पैशाच्या रूपात मोबदला द्यावा लागतो. हा मोबदला कष्ट आणि त्याग यांच्या प्रमाणात दिला जाणे स्वाभाविक आहे. सनातन अर्थशास्त्रज्ञांनी उत्पादनाचा परिव्यय

उपयोगात आणलेल्या श्रमशक्तीच्या स्वरूपात मोजून 'श्रमानुसार मूल्यनिर्धारण सिद्धान्त' चा पुरस्कार केला. हा सिद्धान्त म्हणजे वास्तविक उत्पादन परिव्यय सिद्धान्तच होता.

उत्पादक साधनसामग्रीला वैकल्पिक उपयोग असतात. म्हणून कोणत्याही वस्तूच्या उत्पादन- परिव्ययाची मोजदाद वास्तविक परिव्ययाच्या स्वरूपात न करता, वैकल्पिक परिव्ययाच्या स्वरूपात करणे अधिक रास्त आहे. मौद्रिक अर्थव्यवस्थेमध्ये कोणत्याही उत्पादक घटकाचा वैकल्पिक परिव्यय त्याच्या बदली किमतीने ठरतो. म्हणून वस्तूच्या उत्पादनाचा परिव्यय म्हणजेच उत्पादक साधनसामग्रीला दुसऱ्या कोणत्याही वस्तूच्या उत्पादनाच्या कामी न लावता, त्या विशिष्ट वस्तूच्या उत्पादनाला लावून घेण्यास प्रवृत्त करण्यासाठी दिलेली किंवा देऊ केलेली बदली किंमत होय. वैकल्पिक परिव्ययाचे हे तत्त्व सर्व उत्पादक घटकांना तसेच सर्व प्रकारच्या उद्योगधंद्यांना लागू आहे. वैकल्पिक उत्पादन परिव्यय नेहमीच नगद खर्चाच्या स्वरूपात असतो असे नाही. कारण स्वतःच्याच उद्योगधंद्याचे व्यवस्थापन करणारा मालक आपल्या स्वतःच्या श्रमाची किंमत, आपण स्वतः दुसऱ्या कोणाच्या उत्पादनसंस्थेचे व्यवस्थापन केल्यास जे कमीतकमी वेतन मिळू शकेल, त्या रकमेने ठरवितो आणि ती रक्कम वस्तूच्या वैकल्पिक उत्पादनपरिव्ययामध्ये समाविष्ट करतो.

उत्पादनसंस्थेच्या उत्पादनपरिव्ययामध्ये स्थिर परिव्यय आणि बदलता परिव्यय असे दोन भाग येतात. वस्तूचे उत्पादन सुरू करण्यापूर्वी उत्पादनसंस्था जमीन, यंत्रसामग्री, कायम स्वरूपाचा कर्मचारीवर्ग यांवर जो खर्च करते, तो सर्व खर्च स्थिर परिव्यय म्हणून गणला जातो. उत्पादनाला सुरुवात केल्यावर उत्पादनसंस्थेला कच्चा माल खरेदी करण्यासाठी, तात्पुरत्या कामगारांना रोजंदारी देण्यासाठी, वीज, पाणीपुरवठा, सामाजिक सुरक्षेसाठी देणे, खेळत्या भांडवलावरही व्याज, घसारा, वाहतूक, सरकारला द्यावयाचे कर यांवर जो खर्च करावा लागतो, तो निर्मितीच्या प्रमाणात कमीअधिक होत असतो. म्हणून अशा खर्चाला बदलता परिव्यय म्हणतात. अल्पकाळात उत्पादनसंस्था वस्तूच्या उत्पादनाचे परिमाण वाढवीत गेल्यास, सुरुवातीला दर नगामागील स्थिर परिव्यय कमीकमी होत असतो आणि स्थापित उत्पादनशक्तीचा सुयोग्य प्रमाणात परिपूर्ण उपयोग केला जातो, तेव्हा सरासरी स्थिर परिव्यय न्यूनतम होतो. तसेच उत्पादन परिमाणाच्या वाढीबरोबर दर नगाचा बदलता परिव्यय वाढत असला, तरी वस्तुपरिमाणाच्या वाढीचे प्रमाण बदलत्या परिव्ययाच्या वाढीच्या प्रमाणापेक्षा अधिक असते; म्हणजे बदलत्या उत्पादनसाधनांची उत्पादकता वाढत असते. परंतु कालांतराने सरासरी बदलता परिव्यय न्यूनतम होतो आणि त्यानंतर वस्तुपरिमाणात वाढ केल्यास तो वाढत जातो.

Theory of Surplus Value - अतिरिक्त मूल्य सिद्धान्त

मार्क्सच्या मूल्यसिद्धान्ताचाच पुढील भाग म्हणजे त्यांचा अतिरिक्त मूल्याचा सिद्धान्त. हा विचार पूर्णपणे मार्क्सचा नाही. 'आर्थिक आधिक्य' या कल्पनेवर भर देऊन त्यांनी विकासाचा अभ्यास करण्याचा केलेला प्रयत्न हा अभिमतपंथी पद्धतीचाच आहे; व त्या लेखकांच्या लिखाणात अतिरिक्त मूल्याची कल्पना कशी विकसित होत गेली, याचा आढावा मार्क्सनी 'Theories of Surplus Value' या ग्रंथात घेतला आहे.

भांडवलशाही रचनेत आर्थिक विकास कसा होतो याचे विश्लेषण मार्क्सनी अतिरिक्त मूल्याच्या आधारावर दिले आहे. या रचनेतील प्रमुख दोन वर्ग म्हणजे भांडवलदार आणि श्रमिक. उत्पादनाची सर्व साधने भांडवलदार वर्गाच्या हाती असतात, तर श्रमिकाजवळ फक्त स्वतःची श्रमशक्ती असते. श्रमशक्तीचा उपलब्ध पुरवठा आणि उत्पादनाची साधने यांचा मेळ घालून उत्पादन होते. प्रत्यक्षात श्रमिकांना जगविण्यासाठी आणि भांडवल सुस्थितीत ठेवण्यासाठी जेवढी मात्रा हवी त्यापेक्षा हे उत्पादन कितीतरी जास्त असते. म्हणजेच, श्रमिकांचा निर्वाहखर्च, कच्च्या मालाची किंमत आणि वापरलेल्या साधनांचा व्यय यांचे जे मूल्य असते त्यापेक्षा जास्तीचे (आधिक्य) मूल्य निर्माण होते. यालाच 'आधिक्य मूल्य' म्हणतात. निव्वळ नफा, व्याज, खंड या रूपाने हे संपूर्ण आधिक्य भांडवलदार वर्ग गिळंकृत करतो. हे आधिक्य मूल्य कसे निर्माण होते, व भांडवलदार वर्ग ते मूल्य कसे हडपतो याचेच विवेचन या सिद्धान्तात आहे.

चेतनी श्रम कामावर लावून उत्पादन करणे हे भांडवलशाहीचे वैशिष्ट्य आहे. भांडवलदाराच्या दृष्टीने श्रमशक्ती हीसुद्धा एक वस्तूच आहे, व तो वेतन देऊन श्रमिकाला विशिष्ट वेळासाठी कामावर घेतो. त्यासाठीच वेतन दिले जाते. म्हणजे वेतन हे श्रमशक्तीचे मूल्य झाले. मग हे मूल्य कसे निश्चित होते? मार्क्स यांच्या मते, 'श्रम तयार करण्यासाठी जेवढी श्रमाची मात्र लागेल' तेवढेच त्याचे मूल्य राहील. हे शब्द गोंधळात टाकणारे आहेत. मार्क्स यांना असे म्हणायचे आहे की श्रमिकाच्या उदरनिर्वाहासाठी जेवढी साधने लागतात ती तयार करण्यासाठी लागणाऱ्या श्रमावरून त्याचे मूल्य ठरेल. म्हणजे निर्वाह पातळीनुसार वेतन (मूल्य) ठरते.

भांडवलदार श्रमिकाची निर्वाह पातळी विचारात घेऊनच मूल्य (वेतन) देतो. त्या मोबदल्यात श्रमिकाला ठराविक तास काम करावे लागते. वास्तविक पाहता स्वतःचे निर्वाह वेतन मिळविण्यासाठी श्रमिकाला इतका वेळ काम करण्याची गरज नसते. पूर्ण दिवसाच्या कामात, त्याच्या निर्वाह वेतन कमाईसाठी केलेली मेहनत काही तास असते व उर्वरित वेळ तो भांडवलदारासाठी काम करतो. उदा. श्रम-दिवस

हा दहा तासांचा असेल तर त्यापैकी सहा तासांची मेहनत ही 'आवश्यक श्रम' (निर्वाह वेतन मिळविणारी) असते; आणि उर्वरित तासांची मेहनत ही 'अतिरिक्त श्रम' असते. या अतिरिक्त श्रमातून जे आधिक्य मूल्य (Surplus value) निर्माण होते ते भांडवलदार डडपतो.

उत्पादन क्रियेच्या दोन बाजू विचारात घेतल्यास ही कल्पना अधिक स्पष्ट होईल. खर्च आणि उत्पादन, त्याग आणि उपयोगिता या उत्पादन क्रियेच्या बाजू आहेत. जेव्हा यापैकी दुसरी बाजू (उत्पन्न, उत्पादन किंवा उपयोगिता) ही पहिल्या बाजूपेक्षा जास्त असते तेव्हा अतिरिक्त मूल्य निर्माण होते. मार्क्स यांच्या मते, उत्पादनात जे काही आधिक्य निर्माण होते ते फक्त भांडवलदारच बळकावतो व त्यामुळे इतरांसाठी (अर्थात श्रमिक) त्याग आणि उपयोगिता समान असतात, त्यांना आधिक्य मिळत नाही. दुसऱ्या शब्दात, भांडवलदार आणि श्रमिक यांच्या सहकार्याने होणारे उत्पादन श्रमिकांना जगविण्यास व भांडवल चालू स्थितीत ठेवण्यास तर पुरेसे असतेच, शिवाय त्यापेक्षा जास्तीही असते. 'श्रमिकांच्या निर्वाह गरजा, कच्चा माल आणि भांडवलाचा झीज खर्च यापेक्षा जे जास्तीचे मूल्य उत्पादनात निर्माण होते तेच अतिरिक्त मूल्य होय.'

अतिरिक्त मूल्य निर्माण करणे फक्त श्रमिकांनाच शक्य असते. व ते हडपण्याचे काम भांडवलदार करतात. केवळ श्रमिक हाच उत्पादनाचा सक्रिय घटक असतो. याचे स्पष्टीकरण असे की कच्चा माल, भांडवली वस्तू इत्यादी घटक उत्पादनक्रियेत भाग घेतात, पण ते सुद्धा शेवटी श्रमानेच निर्माण केलेले असतात. म्हणून श्रम हाच सर्व मूल्यांचा निर्माता आहे, आणि तोच अतिरिक्त मूल्यापासून वंचित राहतो!

अर्थव्यवस्थेमध्ये विशिष्ट काळात होणाऱ्या एकूण उत्पादनाचे मूल्य हे तीन घटकांवर अवलंबून असते :

(अ) स्थिर भांडवल (c) - यामध्ये संयंत्र (Plant), कच्चा माल यांचे मूल्य समाविष्ट आहे.

(ब) चल भांडवल (V) - त्या काळात वापरलेल्या श्रमशक्तीचे मूल्य म्हणजे चल भांडवल.

(क) अतिरिक्त मूल्य (S)

यावरून,

उत्पादनाचे एकूण मूल्य = C + V + S

वरील संकेतांचा उपयोग करून मार्क्स यांनी तीन सूत्रे मांडली आहेत.

(१) अतिरिक्त मूल्याचा दर = $\dfrac{\text{अतिरिक्त मूल्य}}{\text{चल भांडवल}}$

म्हणजेच, $s^1 = \dfrac{S}{V}$

(२) नफ्याचा दर = $\dfrac{\text{अतिरिक्त मूल्य}}{\text{स्थिर भांडवल}}$ + चल भांडवल

म्हणजेच, $P = \dfrac{S}{C + V}$

(३) भांडवलाची आंगिक रचना = $\dfrac{\text{स्थिर भांडवल}}{\text{स्थिर भांडवल}}$ + चल भांडवल

म्हणजेच, $q = \dfrac{C}{C + V}$

(वरील समीकरणांमध्ये स्थिर भांडवल + चल भांडवल म्हणजेच एकूण भांडवल आहे.) वरील तीन गुणोत्तरांचा परस्परांसंबंध दाखविणारे सूत्र पुढीलप्रमाणे आहे.

$$p = s^1 (i - q)$$

या सूत्रावरून मार्क्स यांनी निष्कर्ष काढला की अतिरिक्त मूल्य ज्या दिशेने बदलते त्याच दिशेने नफ्याचा दर बदलत असतो; आणि भांडवलाची आंगिक रचना (Organic composition of capital स्थिर भांडवल आणि चल भांडवल यांचा संबंध (C/V) म्हणजे भांडवलाची आंगिक रचना. (काहीजण C/(C + V) असेही लिहितात.) ज्या दिशेने बदलते त्याच्या विरुद्ध दिशेने नफ्याचा दर बदलतो.

Uncertainty Theory of Profit - नफ्याचा अनिश्चिततेचा सिद्धान्त

प्रो. फ्रँक एच. नाइट यांनी आपल्या 'Risk, Uncertainty and Profit' ह्या ग्रंथात नफ्याच्या अनिश्चिततेचा सिद्धान्त मांडला. प्रो. नाइट यांच्या मते संघटकाचे खरे कार्य जोखीम पत्करणे हे नसून त्यापलीकडे जाऊन अनिश्चितता पत्करणे, हे होय. जे जे अनपेक्षित व पूर्वसूचना न देता अकस्मात निर्माण होते आणि ज्याचे पूर्वानुमान लावता येत नाही, ते ते अनिश्चितता म्हणून समजले जाते.

प्रो. नाइट यांच्या मते अनिश्चितता पाच प्रकारच्या आहेत :- (१) उपभोक्त्याच्या बाजूने वस्तूच्या बाजारातील अनिश्चितता. (२) स्पर्धकांच्या वर्तणुकीतील अनिश्चितता. (३) शासकीय हस्तक्षेपाची अनिश्चितता. (४) व्यापारचक्रांची अनिश्चितता. (५) तांत्रिक अनिश्चितता.

प्रो. नाइट यांच्या मते, नफा आणि अनिश्चितता यांचा परस्परांशी संबंध असतो. नफा हा आधुनिक अर्थव्यवस्थेचा केंद्रबिंदू आहे. आजची संघटकप्रधान अर्थव्यवस्था अशी आहे की, जिच्यामध्ये उपभोक्त्यांच्या अपेक्षित मागणीनुसार

वस्तूंचे उत्पादन केले जाते आणि तिच्यामध्ये भरपूर अनिश्चितता भरलेली आहे. ह्या अनिश्चिततेचा स्वीकार हे संघटकाचे स्वतंत्र कार्य आहे. जोपर्यंत अनिश्चिततेचा स्वीकार करण्यामुळे कोणताही मोबदला मिळण्याची शक्यता नसते, तोपर्यंत कोणताही संघटक हे कार्य करण्यास पुढे येत नाही किंवा जोपर्यंत अनिश्चिततेमुळे उत्पन्न मिळतच नाही अशी परिस्थिती उत्पन्न होत नाही, तोपर्यंत ही अनिश्चितता स्वीकारली जात नाही.

Vernon's Product Cycle Theory - व्हर्ननचा उत्पादन चक्र सिद्धान्त

प्रो. रेमंड व्हर्नन याने १९६६ मध्ये लेख लिहिला. या लेखाचे नाव 'International Investment and International Trade in the Product Cycle' हे आहे. त्याच्या उत्पादन चक्र सिद्धान्तात त्याने नवीन वस्तू विविध टप्प्यांतून कशी विकसित होते याचे विवेचन केले आहे. त्यासाठी अमेरिकेतील उत्पादनपद्धतीतील बदलांचा त्याने अभ्यास केला आहे.

या सिद्धान्तातील गृहीतके याप्रमाणे

(१) वस्तुनिष्ठ अगर काल्पनिक मक्तेदारी लाभावर आधारित उद्योग संस्था नवीन वस्तूची निर्मिती करतात.

(२) देशांतर्गत बाजारातील गरज आणि संधीमुळे नवीन उत्पादन शोधास चालना मिळते.

(३) नवीन वस्तू संशोधन करणाऱ्या उद्योग संस्थेस जागतिक बाजारपेठेची कल्पना नसते.

(४) विकसित देशातील उद्योग संस्था वेगवेगळ्या प्रकारच्या वातावरणात नवीन वस्तूची निर्मिती करतात.

(५) औद्योगिक क्षेत्रात स्पर्धक निर्माण झाल्यास निर्यातीसाठी वस्तुनिर्मिती होते.

(६) भांडवलप्रधान श्रीमंत देशात नवीन उत्पादन शोधले जाते.

व्हर्ननच्या मते अमेरिकेसारख्या भांडवलप्रधान श्रीमंत देशात नवीन वस्तूंचा शोध लागतो. ते उत्पादनतंत्र विकसित होते कारण तेथे स्वतंत्र संशोधनक्षमता असते. या नवीन शोधात घरगुती बाजारपेठेत लागणाऱ्या ग्राहकोपयोगी वस्तू असतात. या देशात उच्च दरडोई उत्पन्न असल्याने नवीन विक्री शक्य होते. या श्रीमंत देशात नावीन्यपूर्ण शोधामुळे उत्पादनखर्च घटतो. मोठ्या प्रमाणावर उत्पादनाचे लाभ मिळतात. व्हर्ननच्या मते उत्पादन चक्र तीन टप्प्यांत विकसित होते.

(१) नवीन उत्पादन टप्पा : पहिल्या टप्प्यात उच्चतम कुशल कामगारांची उत्पादनप्रक्रियेसाठी गरज असते. उत्पादन विकसित होताना खर्च वाढतो. या उत्पादनात धोके आहेत, अनिश्चितता आहे आणि संशोधन करणारा उद्योजक प्रामुख्याने हे

उत्पादन करतो.

(२) उत्पादन पर्याप्तता टप्पा : उत्पादन मोठ्या प्रमाणावर होते ते अधिकाधिक प्रमाणात बाजारात आणले जाते. खर्च आणि किमती घसरतात. त्या वस्तूची निर्यात होते. शोध देशाला वस्तू निर्मितीत मक्तेदारी मिळते. ही मक्तेदारी त्या वस्तूच्या परकीय बाजारातील मागणीवर अवलंबून असते. त्या उत्पादनाचे पेटंट मिळते. मोठ्या प्रमाणावरील उत्पादनाचे फायदे मिळतात.

(३) उत्पादनाच्या प्रमाणबद्धतेचा टप्पा : या टप्प्यात उत्पादन आणि कारखान्यातील पद्धती यात एकसूत्रता येते. विक्री घटते. मागणीची लवचिकता वाढते आणि निर्यात कमी होते. जेव्हा त्यात पोकळी निर्माण होते, तेव्हा विकसित देशात नवीन शोधाला चालना मिळते. त्या शोधाचे दुसऱ्या राष्ट्राकडून अनुकरण केले जाते.

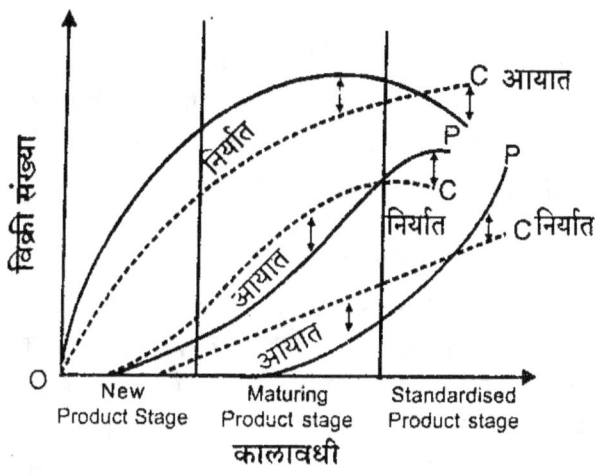

या आकृतीत शक्य असलेल्या आंतरराष्ट्रीय व्यापारपद्धतीचे नवीन जीवन चक्रात स्पष्टीकरण दिले आहे. क्षितिज समांतर अक्षावर कालावधी दिला आहे. आणि उभ्या अक्षावर विक्रीसंख्या दिली आहे. या आकृतीत तीन वक्र आहेत. अखंड वक्र P नवीन वस्तूचे उत्पादन दर्शवितो आणि खंडित C त्याचा उपभोग सांगतो. उच्च प्रतीचे वक्र शोध घेणाऱ्या देशाशी निगडित, मधल्या स्तरावरील वक्र विकसनशील देशातील आणि नीच स्तरावरील वक्र विकसनशील देशाशी निगडित आहे, उच्च प्रतीचे वक्र प्रथम विचारात घेऊन पहिल्या टप्प्यात नवीन वस्तू शोधली जाते. स्थानिक बाजारपेठेत वापरली जाते. ती O बिंदूपासून निघून नंतर त्या वक्राचे दोन वक्र होतात. त्यावस्तूचे विपुल उत्पादन झाल्यामुळे निर्यातक्षम अवस्था येते. वस्तूचे प्रमाणीकरण केल्यामुळे दुसऱ्या विकसित देशात ते विकले जाते. शोध घेणाऱ्या

देशातील उत्पादन कमी होते. मधल्या स्तरावरील वक्र इतर विकसित देशातील उत्पादन दर्शवितात. कनिष्ट पातळीवरील वक्र विकसनशील देशाशी निगडित आहेत. ते देश वस्तूंची आयात करतात. नंतरच्या कालावधीत त्या देशात आयात केलेल्या वस्तूंच्या उत्पादनाचे प्रयत्न होतात.

Wage-Fund Theory - वेतननिधि सिद्धान्त

अर्थशास्त्रज्ञ सिनियर (१७९०-१८६४) यांनी मांडलेल्या या सिद्धान्तानुसार उत्पादक मजुरांना देण्यासाठी विशिष्ट निधी राखून ठेवतो, त्यास वेतननिधी (Wage Fund) असे म्हणतात. हा निधी मजुरांमध्ये सारखा वाटला जातो.

या सिध्दान्तानुसार, $\text{वेतन दर} = \frac{\text{वेतन निधी}}{\text{मजुरांची संख्या}}$

अर्थव्यवस्थेतील श्रमिकांची मागणी व पुरवठा परस्परांच्या बरोबर होतो, तेथे वेतनदर निश्चित होतो याचाच अर्थ श्रमिकांच्या मागणीपेक्षा पुरवठा जास्त असेल तर त्याचा परिणाम वेतनदर घटण्यावर होतो. याउलट श्रमिकांच्या पुरवठ्यापेक्षा त्यांची मागणी जास्त असेल तर वेतनदर वाढतो.

Wagner's Law - वॅग्नरचा सिद्धान्त

जर्मन अर्थशास्त्रज्ञ अडॉल्फ वॅग्नर यांनी, १९ व्या शतकाच्या उत्तरार्धात आपल्या संशोधनाद्वारे राज्यसरकारच्या वाढत्या कार्यासंबंधीचा सिद्धान्त प्रस्थापित केला. या सिद्धान्तानुसार औद्योगिक अर्थव्यवस्थेची प्रगती होत असताना एकूण राष्ट्रीय उत्पन्नातील सार्वजनिक खर्चाचीसुद्धा वाढ होते. थोडक्यात सरकारला पूर्वनिश्चित अशी सामाजिक आणि आर्थिक उद्दिष्टे साध्य करण्यासाठी सरकारी खर्चात उत्तरोत्तर जलद गतीने वाढ करावी लागते.

वॅगनरने सार्वजनिक खर्चात वाढ होण्यासाठी खालील तीन कारणे दिली.

(१) जसजशी समाजाची प्रगती होते तसतसा सार्वजनिक प्रशासन, कायदा आणि शासन तसेच वाढलेल्या आर्थिक व्यवहारांवर नियंत्रण इत्यादींवरील खर्च वाढतो.

(२) राज्याच्या सामाजिक व सांस्कृतिक कार्यांच्या मागणीची उत्पन्न लवचिकता ही एकापेक्षा जास्त होते. याचाच अर्थ जसजसे उत्पन्न वाढते, मागणी ही प्रमाणापेक्षा अधिक होते.

(३) अर्थव्यवस्थेची प्रगती होताना औद्योगिक मक्तेदारीही फोफावते व त्यावर शासनाचे नियंत्रण आवश्यक बनते.

Weber's Theory of Location of Industry - वेबरचा उद्योगस्थाननिश्चितीचा सिद्धान्त

आल्फ्रेड वेबर या जर्मन अर्थशास्त्रज्ञाने हा सिद्धान्त मांडला. या सिद्धान्तानुसार विविध प्रदेशांतील उद्योगांसाठी जमिनीच्या किमती, व्याजदर, यंत्रावरील घसारा इत्यादींसाठी येणारा खर्च विविध प्रदेशांत जवळजवळ सारखाच असतो. असे असले तरी उद्योगांचे केंद्रीकरण एकाच ठिकाणी होते.

वेबरच्या मते उद्योगाच्या स्थानियीकरणास दोन घटक प्रामुख्याने जबाबदार असतात. ते दोन घटक म्हणजे

(१) वाहतुकीचा खर्च (२) श्रमिकांवर केला जाणारा खर्च

वाहतूकखर्चाच्या दृष्टीने विचार केल्यास जे ठिकाण कच्चा माल आणि बाजारपेठ याबाबतीत सर्वात सोयीचे असेल, त्या ठिकाणी उद्योग स्थापन करण्याची प्रवृत्ती असते. तसेच सामान्यपणे श्रमाचा पुरवठा ज्या भागात मोठ्या प्रमाणात असतो त्या ठिकाणी उद्योग स्थापन करण्याची प्रवृत्ती असते.

■ ■ ■

www.ingramcontent.com/pod-product-compliance
Lightning Source LLC
Chambersburg PA
CBHW051657260626
47170CB00004B/1552
* 9 7 8 8 1 8 9 9 5 9 7 3 9 *